സ്വരഗന്ധർവ്വം

യേശുദാസിന്റെ സംഗീതവും ജീവിതവും

swaragandharavam

•

saji sreevalsam

•

first chintha edition
july 2017

•

published
chintha publishers, thiruvananthapuram

•

typesetting
star communications, thiruvananthapuram

•

•

cover
midas

•

വിതരണം

ദേശാഭിമാനി ബുക്ക് ഹൗസ്

H O തിരുവനന്തപുരം–695 035
Ph: 0471-2303026, 6063020
www.chinthapublishers.com
chinthapublishers@gmail.com

ബ്രാഞ്ചുകൾ

ഹെഡ്ഡാഫീസ് ബ്രാഞ്ച് കുന്നുകുഴി • സ്റ്റാച്യു തിരുവനന്തപുരം • കെ എസ് ആർ ടി സി ബസ് സ്റ്റേഷൻ ആലപ്പുഴ • കെ എസ് ആർ ടി സി ബസ് സ്റ്റേഷൻ എറണാകുളം • മച്ചിങ്ങൽ ലെയ്ൻ തൃശൂർ • ഐ ജി റോഡ് കോഴിക്കോട് • മാവൂർ റോഡ് കോഴിക്കോട് • എൻ ജി ഒ യൂണിയൻ ബിൽഡിങ് കണ്ണൂർ • സെൻട്രൽ ബസ് ടെർമിനൽ കോംപ്ലക്സ് താവക്കര കണ്ണൂർ

CO - 2531 / 4369
ISBN - 978-93-86637-02-4

സ്വരഗന്ധർവ്വം

യേശുദാസിന്റെ സംഗീതവും ജീവിതവും

സജി ശ്രീവത്സം

ചിന്ത പബ്ലിഷേഴ്സ്
തിരുവനന്തപുരം-695 035

സജി ശ്രീവത്സം

കൊട്ടാരക്കര അവണൂർ ശ്രീവത്സത്തിൽ യശഃശരീരനായ റിട്ട. സബ് രജിസ്ട്രാർ കെ വിശ്വനാഥന്റെയും ലളിതാംബാളിന്റെയും മകൻ. *മാധ്യമം* ദിനപത്രത്തിൽ സീനിയർ റിപ്പോർട്ടർ. ആനുകാലികങ്ങളിൽ ലേഖനങ്ങളും ഫീച്ചറുകളും എഴുതുന്നു. ആകാശവാണിക്കും ദൂരദർശനും സംഗീത ആൽബങ്ങൾക്കുവേണ്ടിയും ഗാനങ്ങൾ എഴുതിയിട്ടുണ്ട്. ഇപ്പോൾ തിരുവനന്തപുരത്ത് താമസം.

ഭാര്യ : ജയന്തി കൃഷ്ണ
മക്കൾ : സാവേരി, സാകേതനാഥ്
ഫോൺ : 9447963278

ഉള്ളടക്കം

മണ്ഡലമാസ പുലരികൾ പൂക്കും

ഗാനമേളക്കാലം ഗന്ധർവ്വൻ പാട്ടിന്റെ പിൻപറ്റുകാർ

പ്രസാധകക്കുറിപ്പ്

യേശുദാസ് എന്ന സംഗീതപ്രതിഭയെ അദ്ദേഹത്തിന്റെ ജീവിതത്തിന്റെ അർത്ഥസാംഗത്യങ്ങളെ ആഴങ്ങളിലും വിസ്തൃതിയിലും അവതരിപ്പിക്കുകയാണ് സജി ശ്രീവത്സം *സ്വരഗന്ധർവ്വം* എന്ന ഈ പുസ്തകത്തിലൂടെ.

ഒരു വ്യക്തി എന്ന നിലയിലും സംഗീതജ്ഞൻ എന്ന നിലയിലും കാലത്തിന്റെ സാംസ്കാരികവക്താവ് എന്ന നിലയിലും സജി ശ്രീവത്സം യേശുദാസിനെ ഈ ഗ്രന്ഥത്തിൽ സമീപിച്ചിരിക്കുന്നു. കൂടാതെ പ്രശസ്തരല്ലാത്ത പലരുടെയും ജീവിതത്തെ യേശുദാസിന്റെ ശ്രേഷ്ഠജീവിതവുമായി ബന്ധപ്പെടുത്തി നിസ്സാരമല്ലാത്ത പല മുഹൂർത്തങ്ങളും സൃഷ്ടിക്കുന്നു.

അനന്യമായ നിരീക്ഷണ ശക്തികൊണ്ട് സജി ശ്രീവത്സം ഗാനഗന്ധർവ്വനായ യേശുദാസിന്റെ സമ്പൂർണ്ണ വ്യക്തിത്വം അതിന്റെ എല്ലാ അവസ്ഥകളിലൂടെയും അനാവരണം ചെയ്തിരിക്കുകയാണ്. അത്യപൂർവ്വം എന്നു വിളിക്കാവുന്ന ഈ ഗ്രന്ഥം തികഞ്ഞ അഭിമാനത്തോടെ ഞങ്ങൾ അവതരിപ്പിക്കുന്നു; ഇത് വൻ തോതിൽ സ്വീകരിക്കപ്പെടും എന്ന ഉറപ്പോടെ.

ചിന്ത പബ്ലിഷേഴ്സ്

അമ്പതാണ്ടിന്റെ അമൃതവർഷം

അവതാരിക

പ്രതിഭയുടെ പ്രകാശദൈർഘ്യങ്ങൾ

പഴവിള രമേശൻ

ഇരുപതാം നൂറ്റാണ്ടിലുദിച്ച് 21-ാം നൂറ്റാണ്ടിലേക്ക് പടർന്നു കയറുന്ന ഇന്ത്യയുടെ മഹാത്ഭുതമാണ് യേശുദാസ് എന്ന ഗായകപ്രതിഭ. ഉത്തര-ദക്ഷിണേന്ത്യൻ സംഗീത മണ്ഡലങ്ങൾ ചലച്ചിത്രങ്ങളിലൂടെ മാത്രമല്ല, ഭാഷയുടെയും സംഗീതത്തിന്റെയും സംസ്കൃതികളിലൂടെയും യേശുദാസിൽ ഉത്തേജിതമായിട്ടുണ്ട്. ഒരുപക്ഷേ, എസ് ഡി ബർമ്മനെയോ സലിൽ ചൗധരിയെയോ ദേവരാജനെയോ ബാബുരാജിനെയോപോലെ സംഗീത സംവിധാനത്തിലും ഒരു മുൻപന്തിക്കാരനാകാൻ യേശുദാസിന് കഴിയുമായിരുന്നു. എന്നാൽ, തന്റെ ശബ്ദത്തിന്റെ ബഹുമുഖമായ സഞ്ചാരസൗഭാഗ്യങ്ങൾ സ്വയം മനസ്സിലാക്കി കഴിവതും കർണ്ണാടക സംഗീതനഭസ്സിലെ ഒരു നക്ഷത്രമാകാൻ മാത്രമാണ് അദ്ദേഹം ആഗ്രഹിച്ചത്. അങ്ങനെ ആഗ്രഹിച്ചപ്പോൾത്തന്നെ ഹിന്ദി ഉൾപ്പെടെയുള്ള ഇന്ത്യൻ ഭാഷകളിലെ രാഗ-ലയ സംസ്കൃതികൾക്ക് സംഭാവന ചെയ്യാൻ മഹാമനസ്സ് കാട്ടി.

ഹിന്ദി ചലച്ചിത്രമണ്ഡലം യേശുദാസിനെ പുറന്തള്ളിയെന്ന പ്രചാരണം നിലനില്ക്കെത്തന്നെ നൂറിലേറെ അനശ്വര ഹിന്ദിഗാനങ്ങളുടെ ആലാപനസൗഭാഗ്യം അദ്ദേഹം ഉത്തരേന്ത്യക്ക് നല്കി. യേശുദാസ് *അഭയം* എന്ന ചിത്രത്തിനുവേണ്ടി 'ശ്രാന്തമംബരം നിദാഘോഷ്മള...' എന്ന മഹാകവി ജി ശങ്കരക്കുറുപ്പിന്റെ പുരുഷവാങ്മയങ്ങളിലൂടെ അവതരിപ്പിക്കുന്ന പദസംഘാതബഹുലമായ കവിത അദ്ദേഹം പാടിയിട്ടുണ്ട്. ദക്ഷിണാമൂർത്തി നല്കിയ സംഗീതത്തെ കാലാതിശായിയാക്കി മാറ്റിയ യേശുദാസിന് മഹാകവി സ്വയം 'ഗാനഗന്ധർവ്വൻ' എന്ന് പേര് നല്കുമ്പോൾ ആ പേരിന്റെ അന്വർത്ഥത കേരളം സർവ്വാദരങ്ങളോടെയാണ് ഏറ്റുവാങ്ങിയത്.

സജി ശ്രീവത്സം യേശുദാസ് എന്ന സംഗീതപ്രതിഭയെ, അദ്ദേഹ

ത്തിന്റെ ജീവിതത്തിന്റെ അർത്ഥ സാംഗത്യങ്ങളെ ആഴത്തിലും വിസ്തൃതിയിലും അവതരിപ്പിച്ച് ആ സ്വരസൂക്ഷ്മതകൾക്ക് ഈ ഗ്രന്ഥത്തിലൂടെ പ്രതിഷ്ഠ നല്കുമ്പോൾ സജിയെ ഊടിലും പാവിലും അറിയാവുന്ന എനിക്ക് ലേശവും അത്ഭുതം തോന്നിയില്ല. സജിയുടെ കൈയിൽ യേശുദാസ് എന്ന സങ്കീർണ്ണ പ്രതിഭ എത്ര സുതാര്യതയോടെയാണ് ശ്രേയപുഷ്ടി നേടുന്നത്.

വ്യക്തി എന്ന നിലയിലും സംഗീതജ്ഞൻ എന്ന നിലയിലും കാലത്തിന്റെ സാംസ്കാരിക വക്താവ് എന്ന നിലയിലും മനുഷ്യമനസ്സിന്റെ മഹാഗായകൻ എന്ന നിലയിലും സാംസ്കാരികച്യുതികളെ ഉച്ചാടനം ചെയ്യാൻ കാലത്തിന്റെ ഒഴിച്ചുകൂടാനാവാത്ത ഒരു അവതാര കാർക്കശ്യമായാണ് സജി ഒരു ഗവേഷകനെപ്പോലെ യേശുദാസിനെ ഈ ഗ്രന്ഥത്തിൽ സമീപിച്ചിരിക്കുന്നത്.

വ്യക്തിബന്ധങ്ങൾക്ക് ദാസ് കല്പിക്കുന്ന പ്രാധാന്യം കുട്ടിക്കാലം മുതൽ താനനുഭവിച്ച തീക്ഷ്ണാനുഭവങ്ങളിലൂടെ ഉരുത്തിരിയുന്നതാണ്. പിതാവ് കേരളം കണ്ട ഏറ്റവും വലിയ ശബ്ദാഡംബരത്തിന്റെ ഉടമസ്ഥനായിരുന്നിട്ടും മകൻ യാതനാ നിർഭരമായ ബാല്യത്തിലൂടെ വളരേണ്ടിവന്ന അവസ്ഥയാണ് യേശുദാസിനെ മനുഷ്യസ്നേഹത്തിന്റെ ബാലപാഠങ്ങൾ പഠിപ്പിച്ചതെന്ന് തോന്നുന്നു. ആ പാഠങ്ങൾ ഉൾക്കൊള്ളുന്ന അലിവിന്റെ അക്ഷരാർത്ഥങ്ങളിലൂടെയാണ് അദ്ദേഹം വ്യക്തിബന്ധങ്ങളെ കണ്ടിരുന്നത്.

ഈ ഗ്രന്ഥത്തിൽ യേശുദാസിന്റെ വ്യക്തിബന്ധങ്ങളെ പല കോണുകളിൽനിന്ന് നോക്കിക്കാണുന്ന സജി, യേശുദാസിന്റെ സാമൂഹ്യ വീക്ഷണങ്ങളുടെ ഈ സൂക്ഷ്മതന്തുക്കളെയാണ് അന്വേഷിച്ച് കണ്ടെത്തുന്നത്. വായനക്കാരന് നിസ്സാരമെന്ന് തോന്നുന്ന ബന്ധങ്ങളുടെ കണ്ണികൾ യേശുദാസിന്റെ മനുഷ്യത്വപരമായ ഉൽക്കർഷവുമായി ബന്ധപ്പെട്ടിരിക്കുന്നു. ഉറ്റബന്ധുക്കളെ ഉദാത്തമാക്കുന്നത് മറ്റുള്ളവർക്ക് നിസ്സാരമെന്ന് തോന്നാവുന്ന ചില ജീവിത സന്ദർഭങ്ങളും അവയുടെ തുടർച്ചകളുമായിരിക്കും. ചിലർ ഇത്തരം സന്ദർഭങ്ങളെ മറന്ന് കേമത്തം നടിക്കുന്നു. യേശുദാസ് സ്വന്തം ജീവിതം കരുപ്പിടിപ്പിക്കുന്നത് ഇതിന് കടക വിരുദ്ധമായാണ്. തന്റെ ജീവിതത്തിൽ വന്നുഭവിച്ചതിനെയൊക്കെ സ്വന്തമാക്കി അതിനെ തന്റെ ഭാവിയുടെ ചോരയും മാംസവുമാക്കിക്കൊണ്ടുള്ള ഒരു ജീവിതം. അവിടെയാണ് യേശുദാസിന്റെ പ്രസക്തി എന്ന് സജി കരുതുന്നു. അതാണ് പ്രശസ്തരല്ലാത്ത പലരുടെയും ജീവിതത്തെ യേശുദാസിന്റെ ശ്രേഷ്ഠ ജീവിതവുമായി ബന്ധപ്പെടുത്തി സജി നിസ്സാരമല്ലാത്ത പല മുഹൂർത്തങ്ങളും സൃഷ്ടിക്കുന്നത്. അവിടെ യേശുദാസ് മനുഷ്യത്വത്തിന്റെ ഉത്തുംഗതകളിലേക്ക് കടന്ന് മനുഷ്യ മഹാകാശങ്ങൾ ചമയ്ക്കുന്നു.

കായംകുളത്തെ മാടമ്പിയായിരുന്ന പൊട്ടക്കനേഴത്ത് വേലുപ്പിള്ളയുടെയും ഓച്ചിറ പരബ്രഹ്മോദയക്കാരുടെയും അങ്ങനെ പേരേതെന്നോർമ്മയില്ലാത്ത അറുപതുകൊല്ലം മുമ്പത്തെ പഴയ സ്റ്റേജിൽ ഹാർമ്മോണിയ

പ്പെട്ടിവെച്ച് നാടകത്തിലെ നായകനും ഹാർമ്മോണിയം വിദ്വാനായ ഭാഗവതരും മത്സരിച്ച് പാടുന്ന രംഗപ്രദേശങ്ങളിൽ അഗസ്റ്റിൻ ജോസഫിന്റേതായും സെബാസ്റ്റ്യൻ കുഞ്ഞുകുഞ്ഞുഭാഗവതരുടെതായും വൈക്കം വാസുദേവൻ നായരുടേതായും ഓർമ്മയിൽ ഇന്നും നിറഞ്ഞു നില്ക്കുന്ന എനിക്ക് ആ ശബ്ദങ്ങളുടെ ദിശാബഹുലശബ്ദ മാസ്മരികത പിന്നെ മുഹമ്മദ് റാഫിയിലൂടെ കേൾക്കാൻ കഴിഞ്ഞപ്പോൾ അന്നുണ്ടായ, ശേഷമാര്? എന്ന ചോദ്യത്തിന് ലഭിച്ച ശ്രേഷ്ഠകരമായ ഉത്തരമായിരുന്നു യേശുദാസ്. ഏതു പ്രതിഭാസമ്പന്നനും ഒരു ഗുരുസ്ഥാനീയനുണ്ടാകും. യേശുദാസിന് സ്വന്തം പിതാവായ അഗസ്റ്റിൻ ജോസഫും അദ്ദേഹത്തിന്റെ കാലഘട്ടത്തിലെ മഹാഗായകരും അതിനുശേഷം റഫിയും പിന്നെ കർണ്ണാടകസംഗീതമെന്ന ആചാര്യ പീഠവും ഗുരുസ്ഥാനീയമായി ഉണ്ടായത് ആ മഹാപ്രതിഭയ്ക്ക് ലഭിച്ച കാലത്തിന്റെ നിസർഗ്ഗവരദാനം തന്നെയാണ്.

പ്രതിഭ അനുകരണത്തിലൂടെ ആചാര്യന്മാരെ തുടക്കത്തിൽ ആദരിക്കുമെങ്കിലും പിന്നീട് പെട്ടെന്നായിരിക്കും അനുകരണത്തിൽനിന്ന് പിരിഞ്ഞ് സ്വന്തം സർഗ്ഗശേഷിയിലൂടെ തന്റേതായ ശൈലിയും ശക്തിയും കണ്ടെത്തുക. യേശുദാസിൽ ഈ കണ്ടെത്തൽ കുട്ടിക്കാലത്തേയുണ്ടായിരുന്നു. പക്ഷേ, ജീവിതത്തിന്റെ കഷ്ടപ്പാടുകളിലൂടെ നശിച്ചുപോകുമെന്ന് കരുതിയിരുന്ന ആ പ്രതിഭാധനത്വം ഏതു പാറയ്ക്കിടയിലും അന്തർലീനമായ ശക്തി മുളപൊട്ടുമെന്ന ചൊല്ല് ജീവിതത്തിൽ അന്വർത്ഥമായി.

1960 കളിലാണെന്ന് തോന്നുന്നു, യേശുദാസിനെ എം ജി രാധാകൃഷ്ണനുമൊത്ത് അദ്ദേഹം താമസിച്ചിരുന്ന ഗസ്റ്റ് ഹൗസ് വളപ്പിൽവെച്ച് കാണുന്നത്. ഞാനന്ന് *കൗമുദി*യിൽ സഹപത്രാധിപരാണ്. അഗസ്റ്റിൻ ജോസഫിന്റെ മകൻ എന്നതിൽ കവിഞ്ഞ് അന്നൊന്നും തോന്നിയില്ല. പാടുന്ന ആരെ കണ്ടാലും ഒരു പാട്ടുപാടിക്കുന്ന ശീലം കെ ബാലകൃഷ്ണനിൽനിന്ന് കിട്ടിയ എനിക്ക് ദാസിനെക്കൊണ്ട് പാട്ടുപാടിക്കാൻ തോന്നിയില്ല. അത്ര ശോഷിച്ച ശരീരപ്രകൃതിയായിരുന്നു യേശുദാസിനെന്ന് ഞാനോർക്കുന്നു. ഒരുപക്ഷേ, ഞാൻ പറഞ്ഞാലും അന്ന് പാടുമായിരുന്നില്ലെന്ന് ആ കണ്ണുകളിലെ തീക്ഷ്ണത എന്നെ ബോദ്ധ്യപ്പെടുത്തിയോ എന്തോ..!

അതിന് ഒരു കൊല്ലത്തിന് ശേഷമാണെന്ന് തോന്നുന്നു *കൗമുദി*യിലെ നിരന്തര സന്ദർശകനായിരുന്ന സുനിൽ സ്റ്റുഡിയോ ഉടമ കെ എസ് ആന്റണി *കാല്പാടുകൾ* എന്ന ചിത്രത്തിന്റെ കാര്യങ്ങൾ ചർച്ച ചെയ്യാൻ *കൗമുദി*യിൽ വന്നത്. കൂട്ടത്തിൽ രാമുകാര്യാട്ടിന്റെ സ്വന്തം സഹോദരനെന്ന് കരുതാവുന്ന തൃശൂർ എലൈറ്റ് ഗ്രൂപ്പിൽപ്പെട്ട വാടാനപ്പള്ളി മാർക്സിസ്റ്റ് പഞ്ചായത്ത് പ്രസിഡന്റായിരുന്ന ഐ വി രാമനാഥനുമുണ്ടായിരുന്നു. *കാല്പാടു*കളുടെ നിർമ്മാതാവ് രാമനാഥനായിരുന്നെന്നത് വളരെക്കഴിഞ്ഞാണ് ഞാൻ അറിഞ്ഞത്.

ശ്രീനാരായണനെന്ന വിശുദ്ധന്റെ സർഗ്ഗദീപ്തമായ വാങ്മയങ്ങളിലൂടെയുള്ള ചിത്രത്തിലൂടെ തന്റെ ആദ്യഗാനം അവതാര മഹത്വം കൈവ

രിച്ചത് യേശുദാസിന്റെ ജീവിതത്തിൽ പിന്നീടുണ്ടായ സർഗ്ഗ പരിമിതികളുടെ പൂർവ്വ നിദർശനമായി നിലനില്ക്കുന്നു.

ഭാരതത്തിലെവിടെയുമുള്ള വാഗേയകാരന്മാരുടെ ജീവിതം ക്ലേശപൂർണ്ണമാണെന്ന് അവരുടെയൊക്കെ ജീവിതത്തിലൂടെ കടന്നുപോകുമ്പോൾ നമുക്ക് മനസ്സിലാകും. മറ്റ് സംഗീത പ്രതിഭകളുടെ ജീവിതത്തിൽ നിന്ന് യേശുദാസിന്റെ ജീവിതവും വ്യത്യസ്തമാകാതിരുന്നത് പ്രതിഭയുടെ പരിപൂർണ്ണതയിലേക്കുള്ള സഞ്ചാരപഥങ്ങളിൽ ക്ലേശപൂർണ്ണമായ ഒരു ജീവിതത്തിന്റെ അനിവാര്യത ഒരന്ധവിശ്വാസംപോലെ തുടരുന്നതുകൊണ്ടാകാം.

മദ്രാസിൽവച്ച് പിതാവിന്റെ മരണത്തിലൂടെ യേശുദാസ് കണ്ടത് ഒരു ചെറുപ്പക്കാരന് സഹിക്കാവുന്നതിനപ്പുറമാണ്. അസഹ്യ പരീക്ഷണങ്ങളിലൂടെ ഉരുകിയുരുകി ഒരു കലാകാരനെ വാർത്തെടുക്കുന്ന പ്രകൃതിയുടെ എല്ലാമെല്ലാം നേരിട്ട് ഇന്നത്തെ യേശുദാസ് അനുഭവിച്ചതിന്റെ പല വിശ്ലേഷിത ഭാവങ്ങളും ഈ ഗ്രന്ഥത്തിൽ സജി അർത്ഥവത്തായി സൂചിപ്പിച്ചിരിക്കുന്നു.

മലയാളത്തിലെ ഒരു സാഹിത്യകാരനും സംഗീതജ്ഞനും സാംസ്കാരിക പ്രവർത്തകനും അവകാശപ്പെടാനാവാത്ത അർത്ഥ സമ്പുഷ്ടമായ ഭാഷാപാണ്ഡിത്യമാണ് യേശുദാസിനുള്ളത്. ആലാപനത്തിന്റെ ഉച്ചാരണ സുതാര്യതയിലൂടെ അദ്ദേഹം ഭാഷയെയും സംഗീതത്തെയും ഒരാശ്ചര്യമേഖലയിൽ അത്ഭുതപൂർവ്വം സർഗ്ഗസംവ്യക്തമാക്കുന്നു. ഇവിടെ വരുമ്പോഴാണ് ധാരാളം അനുകർത്താക്കളുള്ള യേശുദാസിന് അവർക്കപ്പുറം നില്ക്കുന്ന യേശുദാസ് എന്ന സ്വത്വത്തെ ആശ്ചര്യപൂർവ്വം മനസ്സിലാക്കാൻ കഴിയുന്നത്.

തുടക്കത്തിൽ റാഫിയുടെ അനുകർത്താവായിരുന്ന യേശുദാസ് താനായിക്കൂടാത്തതിൽ ഒരിക്കലും നില്ക്കാതെ സ്വന്തമായൊരിടം തേടി പിൻവാങ്ങുന്നത് കേരളം കണ്ടുതുടങ്ങിയ ശേഷമാണ് ഒറ്റപ്പെട്ട യേശുദാസ് എന്ന മഹാപ്രതിഭയ്ക്ക് കേരളത്തിലെവിടെയും ആരാധനയുടെ അവിശ്വസനീയമായ കൂട്ടങ്ങൾ ഉണ്ടായത്.

പല സ്ഥാപിത താല്പര്യങ്ങൾകൊണ്ട് യേശുദാസിനേക്കാൾ വാഴ്ത്തപ്പെട്ടവരായി എത്രപേരുണ്ടെങ്കിലും ജീവിതംകൊണ്ടും സംഗീതം കൊണ്ടും സംഗീതത്തോടുള്ള വിശുദ്ധ സമീപനങ്ങൾകൊണ്ടും യേശുദാസിനേക്കാൾ ഉന്നതശീർഷരായവർ അപൂർവ്വമാണ്. യേശുദാസിന്റെ പ്രാർത്ഥനാനിർഭരമായ സംഗീതമേഖല ഒറ്റപ്പെട്ടുനില്ക്കുന്നു. സ്വന്തം കലയെ ഒരു യാഗാശ്വമാക്കാൻ ഒരു കലാകാരന് അയാളുടെ സർഗ്ഗസിദ്ധി മാത്രം പോരാ; സിദ്ധിയോടൊപ്പം കർക്കശമായ ഭൗതിക അദ്ധ്വാനവും ത്യാഗബുദ്ധിയും അനിവാര്യമാണ്.

അന്യംനിന്നുകൊണ്ടിരിക്കുന്ന ഈ സവിശേഷതയുടെ അവശേഷിക്കുന്ന കണ്ണികളിലൊന്നായിക്കൂടി ഈ ഗ്രന്ഥം യേശുദാസിനെ അവതരിപ്പിക്കുമ്പോൾ സജി ശ്രീവത്സത്തിന്റെ നിരീക്ഷണശക്തിയെ നമുക്ക് വില

മതിക്കേണ്ടിവരും. പരമ്പരാഗതമായ ആർജ്ജിതബോധങ്ങൾക്കുപരി യാതനകളുടെ തീക്ഷ്ണപരീക്ഷണങ്ങളിൽ തളർന്നുപോകാതെ സ്വയം വാർത്തെടുക്കപ്പെട്ട യേശുദാസ് എന്ന ബിംബത്തെ കരുപ്പിടിപ്പിക്കുന്നതിൽ സജി ശ്രീവത്സം യേശുദാസിന്റെ ജീവിതത്തിൽനിന്നും കലയിൽനിന്നും മതേതരത്വത്തിൽനിന്നും ആദ്ധ്യാത്മികതയിൽനിന്നും കണ്ടെത്തിയിട്ടുള്ളതെല്ലാം ഈ ഗ്രന്ഥത്തിൽ അർത്ഥപൂർണ്ണമാകുന്നു.

യേശുദാസിനെ വളരെ ആഴത്തിൽ ഇഷ്ടപ്പെടുന്ന നൗഷാദ് അലിയുടെ ഒരു ആഗ്രഹപൂർത്തീകരണം കൂടിയാണ് ഈ ഗ്രന്ഥം. സംഗീതത്തെക്കുറിച്ച് നല്ല അവഗാഹമുള്ള സജി ശ്രീവത്സവുമായി ഔദ്യോഗിക ജീവിതത്തിന്റെ ഒരു ഘട്ടത്തിൽ ഒന്നിക്കാൻ കഴിഞ്ഞപ്പോൾ താൻ വളരെക്കാലമായി മനസ്സിൽ കൊണ്ടുനടന്ന പുസ്തക പ്രസാധനം എന്ന ആശയം ഈ ഗ്രന്ഥത്തിലൂടെ നിർവ്വഹണ നിഷ്ഠമായി എന്ന് പറയുന്നതാവും ശരി. ജീവിതത്തെ ശുഭോദർക്കവും പ്രസന്നത നിറഞ്ഞതുമായി കാണുന്ന നൗഷാദ് അലി എന്റെ ജീവിതത്തെ സംബന്ധിച്ചിടത്തോളം സംഗീതസാന്ദ്രമായ ഒരു സാന്ത്വനമാണ്. ഗാനഗന്ധർവ്വനായ യേശുദാസും സംഗീതചിന്തകനായ സജി ശ്രീവത്സവും സംഗീതത്തെ സ്വന്തം ജീവിതത്തിന്റെ ആഴങ്ങളിൽ വച്ച് സ്നേഹിക്കുവാൻ കഴിയുന്ന നൗഷാദ് അലിയും ചേർന്ന് ഒരുക്കുന്ന ഈ ഗ്രന്ഥത്തിൽ ഒരു ആമുഖക്കുറിപ്പുമായി എത്താൻ കഴിഞ്ഞതിൽ എനിക്ക് ചാരിതാർത്ഥ്യമുണ്ട്.

പാട്ടിന്റെ ഗന്ധർവ്വൻ

ഋതുസംക്രമപക്ഷി പാടി

ഋതുഭേദങ്ങൾകൊണ്ട് മനസ്സിന്റെ തിരശ്ശീലകൾ മാറ്റി, നമ്മെ വികാരങ്ങളുടെ വൈവിദ്ധ്യമറിയിക്കാൻ പ്രകൃതി ചില ചിഹ്നങ്ങൾ സൃഷ്ടിച്ചുകൊണ്ടേയിരിക്കും. നാടാകെയും കുളിരണിയിച്ച് മഞ്ഞുമാസം വന്നുകഴിഞ്ഞാൽ അതുവരെ പൂക്കാത്ത മരങ്ങളും ചെടികളും പൂക്കും. എന്നിട്ട് പൂക്കളിങ്ങനെ കൊഴിഞ്ഞുവീഴും. അവ മണ്ണിൽ പൂമെത്ത വിരിക്കും. വർഷത്തിലൊരിക്കൽ മാത്രം കിട്ടുന്ന കാഴ്ച വിരുന്നാണിത്. പൂവില്ലാത്ത മരങ്ങൾ ഇലകൊഴിച്ച് ചുറ്റും തന്റെയിടം മോടിപിടിപ്പിക്കും. മഴക്കാലമായാൽ പ്രകൃതിയുടെ താണ്ഡവങ്ങളിലാടിയുലഞ്ഞ് മരച്ചാർത്തുകൾ മഴയുടെ ശീതം മനസ്സിൽ പെയ്യിക്കും. കൊയ്തൊഴിഞ്ഞ പാടങ്ങളൊക്കെയും വലിയ കായൽ പോലെ വെള്ളം നിറഞ്ഞ് പടരുമ്പോൾ അതുവരെയെത്താത്ത മീനുകൾ അവിടേക്ക് വരും. കുത്തിയൊഴുകിയ വെള്ളം ആവോളം കുടിച്ച് മണ്ണ് കുളിച്ചൊരുങ്ങിയ പെണ്ണിനെപ്പോലെ വിലാസവതിയാകും. അപ്പോൾ നൂറുകണക്കിന് പുൽനാമ്പുകൾ മുളച്ചു പൊന്തും. എരിഞ്ഞുണങ്ങുന്ന ഗ്രീഷ്മത്തിലും കർണ്ണികാരങ്ങൾ പ്രകൃതിയുടെ കുളിരായി വിടർന്നുലയും.

ഇങ്ങനെ പ്രകൃതിയുടെ ഓരോ രോമകൂപങ്ങളിലും ദൃശ്യപ്പൊലിമകൾ മറഞ്ഞിരിക്കുകയാണ്. ഇതുപോലെ കേരളം ഒരു പ്രത്യേക കാലത്ത് കാട്ടിത്തുടങ്ങിയ ഋതുഭാവങ്ങളിലൊന്നാണ് യേശുദാസ് അല്ലെങ്കിൽ അദ്ദേഹത്തിന്റെ സംഗീതം. നാമെപ്പോഴും തിരിച്ചറിയുന്ന, നമുക്കേറ്റവും അടുപ്പമുള്ളൊരാളെപ്പോലെ വസന്തത്തെയും ഗ്രീഷ്മത്തെയും മഴക്കിനാക്കളെയും എപ്പോഴും വിളിച്ചുവരുത്താൻ കഴിയുന്ന ഗായകൻ. നമ്മുടെ ആത്മാവിന്റെ ഭാഗമായ ശബ്ദം അങ്ങനെ പ്രകൃതിയുടെ ഭേദഭാവങ്ങളെയുംകൊണ്ട് എന്നുമെത്തുന്ന വിരുന്നുകാരനാകുന്നു, ഓരോ മലയാളിക്കും. ഒന്നും രണ്ടുമല്ല. നീണ്ട അൻപതു വർഷങ്ങൾ. മലയാളിയുടെ വികാരമായി അത്

തുടർന്നുകൊണ്ടേയിരിക്കുന്നു.

യേശുദാസ് സജീവമായ കാലം മുതൽ ഓരോ തലമുറയിലും ജനിക്കുന്ന ലക്ഷക്കണക്കിന് മലയാളികൾ ആദ്യം തിരിച്ചറിയുന്ന ഗാനസൗകുമാര്യം യേശുദാസാണ്. ചിലർക്ക് 'അല്ലിയാമ്പലോ' *ശകുന്തള*യിലെ പാട്ടുകളോ ആണെങ്കിൽ മറ്റു ചിലർക്ക് 'ചക്രവർത്തിനിയോ', 'സരസ്വതീയാമമോ' ആയിരിക്കാം. മറ്റു ചിലർക്ക് 'അറബിക്കടലൊരു മണവാളനോ', 'ഇക്കരെയാണെന്റെ താമസമോ' ആയിരിക്കാം. ഒരു ദശാബ്ദം കൂടി പിന്നിട്ടാൽ 'ചിത്തിരത്തോണിയിലക്കരെപോകാനോ' 'കാറ്റുതാരാട്ടും കിളിമരത്തോണിയിലോ'. മറ്റു ചിലർക്ക് 'കാളിന്ദീ തീരം തന്നിൽ...', 'കുടജാദ്രിയിൽ' തുടങ്ങിയ ഗാനങ്ങളോ ആയിരിക്കാം. പിന്നെയും ദശാബ്ദം പിന്നിടുമ്പോൾ 'പ്രമദവനമോ' 'ഹരിമുരളീരവമോ...' ഇങ്ങനെ തലമുറകൾ മാറി മാറി ഇന്നത്തെ കുട്ടികൾ ഗാനസൗകുമാര്യം തിരിച്ചറിയുന്നത് വീണ്ടും റീമിക്സ് ചെയ്യപ്പെട്ട 'കസ്തൂരി മണക്കുന്നല്ലോ കാറ്റേ...' എന്ന ഗാനത്തിലായിരിക്കാം.

ഏതു ഗായകന്റെ പാട്ടിനും ഇങ്ങനെ ഭാവഭേദങ്ങൾ സൃഷ്ടിക്കാൻ കഴിയില്ലേ എന്ന ഒരു ചോദ്യമുയരാം. എന്നാൽ, മറ്റാർക്കെങ്കിലും ഇത്രയും മനോഹരമായ ശബ്ദമുണ്ടെന്ന് പറയാൻ കഴിയുമോ. നമ്മുടെ അനുഭവത്തിലിന്നുവരെ എത്ര മലയാളികൾക്ക് അങ്ങനെ തറപ്പിച്ചു പറയാൻ കഴിയും. അത്രത്തോളം നമ്മുടെ മനസ്സിന്റെ ശീലത്തിന്റെ ഭാഗമായിക്കഴിഞ്ഞു ആ ശബ്ദം. ആലാപനം, ഗാനങ്ങൾ, അങ്ങനെ പലതുമായ വികാരസഞ്ചയം. അദ്ദേഹത്തിന്റെ ആ കാന്തികതയിലേക്ക് ആകൃഷ്ടനാകാൻ കഴിയാത്ത മലയാളികൾ ആരെങ്കിലുമുണ്ടോ എന്ന് സംശയമാണ്.

നഷ്ടപ്പെട്ട ബാല്യത്തെയും കൗമാരത്തെയും അതിരുകളില്ലാത്ത ചിന്തകളിൽ വ്യാപരിച്ച യൗവനത്തെയും ഓർമ്മിച്ച് ജീവിക്കേണ്ടിവരുന്നവർക്കും ഇന്നലെ കൗമാരവും ബാല്യവും പിന്നിട്ടവർക്കും ഓർമ്മിക്കാൻ മലയാളത്തിൽ ആ ഒരു ശബ്ദമേയുള്ളൂ. കേരളത്തിലെ എത്രയോ തലമുറയിൽപ്പെട്ട കോടിക്കണക്കിന് ആളുകൾ വികാരങ്ങളെ അളന്നത് യേശുദാസിന്റെ ശബ്ദത്തിലൂടെയാണ്.

കേരളത്തിന്റെ തീരദേശത്ത് കഴിയുന്നൊരാൾ അയാളറിയാതെ എന്നും കേൾക്കുന്ന സാഗരശബ്ദം പോലെ അയാളുടെ വികാരങ്ങളെ ചലിപ്പിച്ച സാഗരസംഗീതമാണ് യേശുദാസ്. ഒരുപക്ഷേ, അയാളേക്കാൾ അത്ഭുതപ്പെടുത്തുന്ന അനുഭവമായി.

'കടലിനക്കരെ പോണോരേ... കാണാപ്പൊന്നിനു പോണോരേ...'

എന്ന *ചെമ്മീനി*ലെ ഗാനമോ

'അഴകെ നിൻ മിഴിനീർമണിയീ കുളിരിൽതൂവരുതേ...' അല്ലെങ്കിൽ

'പുലരേ പൂങ്കോടിയിൽ പെരുമീൻ വെള്ളാട്ടമായ്...'

എന്ന *അമര*ത്തിലെ ഗാനമൊക്കെ കേൾക്കുമ്പോൾ കടലിന്റെ സാന്നിദ്ധ്യമില്ലാത്ത മേഖലയിൽ ജനിച്ച ഒരാൾക്ക് അനുഭവപ്പെട്ടേക്കാം.

എന്നും ക്ഷേത്രവളപ്പിലൂടെ നടന്ന് സ്കൂളിലും കോളേജിലും പോവു

കയും അമ്പലത്തിലെ ആചാരാനുഷ്ഠാനങ്ങൾ ജീവിതത്തിന്റെ താളമായി തുടരുകയും ചെയ്യുന്ന അമ്പലവാസികൾ ആയിരക്കണക്കിന് ഭക്തി ഗാനങ്ങൾ പാടിയിട്ടുള്ള യേശുദാസിന്റെ ശബ്ദം ഒരു നിത്യാരാധനപോലെ കേൾക്കാതിരിക്കാനാവില്ല. നെയ്മണം പോലെയും മണിനാദം പോലെയും ദീപപ്രഭപോലെയും ദീപ്തമായ ഒരനുഭവമാകും ആ ശബ്ദം.

വിവിധ ദേശങ്ങൾ, സംസ്കാരങ്ങൾ, പ്രകൃതികൾ പിന്നിട്ടിട്ടുള്ള ടാക്സി ഡ്രൈവറുടെയോ ലോറി ഡ്രൈവറുടെയോ ബസ് ഡ്രൈവറുടെയോ ജീവിതത്തിൽ വണ്ടിയുടെ ഇരപ്പിനും ഹോണടിക്കും ആൾബഹളത്തിനും എപ്പോഴും ചീറിയടിക്കുന്ന കാറ്റിനും ഇടയിലെ ആശ്വാസ നാദമാണ് യേശുദാസ്. അതിനിടയിലെപ്പോഴോ എത്രയോ ഗാനങ്ങൾ അയാളെ സ്വാധീനിച്ചിട്ടുണ്ടാകാം. ബസിൽനിന്നോ ടാക്സിയിൽനിന്നോ ഇറങ്ങുമ്പോഴും അയാളുടെ കാതിൽ ബഹളങ്ങൾക്കിടയിലൂടെ ആ നാദം ഒരു തുടർചലനം സൃഷ്ടിച്ചുകൊണ്ടേയിരിക്കും.

ഒരു തയ്യൽക്കാരന്റെ, ടാക്സിക്കാരന്റെ, മൈക്ക് സെറ്റുകാരന്റെ, സ്വർണ്ണപ്പണിക്കാരന്റെ, ഫാക്ടറിത്തൊഴിലാളിയുടെ, ഓഫീസറുടെ, രാത്രി കാവല്ക്കാരന്റെ, കച്ചവടക്കാരുടെ ഇങ്ങനെ സമൂഹത്തിന്റെ ഏതു മേഖലയിലുള്ളവരുടെയും തൊഴിലിടത്തെ പാട്ടാണ് യേശുദാസ്. ഇതുകേട്ട് ശീലമായ തലമുറയെത്ര. ഇങ്ങനെ മലയാളിത്തത്തിന്റെ ഭാഗമായ മറ്റൊരു മലയാളിയുണ്ടോ?

കൗമാരത്തിന്റെ ഉദാത്ത ശബ്ദം

എപ്പോഴും അലോസരമുണ്ടാക്കിക്കൊണ്ടുള്ള ബഹളമായി ഇന്ത്യയിലെ എല്ലാ ഭാഷകളിലെ ഗാനങ്ങളും മാറ്റപ്പെട്ടതോടെ പാട്ടിന്റെ യഥാർത്ഥ ആസ്വാദനം വഴിമാറിപ്പോയി. അതുകൊണ്ട് അല്പം പഴയ തലമുറക്കാർക്ക് സഹിക്കാനാവുന്ന ഒന്നല്ല ഇപ്പോഴത്തെ ഗാനങ്ങൾ. എന്നാൽ, ചെറുപ്പക്കാരും ഒരു പുകപോലെ എല്ലാം കേൾക്കുന്നു എന്നല്ലാതെ ഒന്നും പൂർണ്ണമായി ആസ്വദിക്കുന്നില്ല എന്നത് ടി വിയിൽ റിയാലിറ്റി ഷോകളിൽ ചെറുപ്പക്കാർ പാടുന്ന പാട്ടുകളിൽനിന്നുതന്നെ നമുക്ക് വ്യക്തമാകും. അപൂർവ്വം പുതിയ തമിഴ്, മലയാളം പാട്ടുകൾ ചെറുപ്പക്കാർ പാടുന്നുണ്ടെങ്കിലും അത് അല്പമെങ്കിലും നല്ല നിലവാരം പുലർത്തുന്നവ മാത്രമാണെന്ന് സാരം. കൂടുതലും പഴയ ഗാനങ്ങൾ തന്നെ, അതും യേശുദാസിന്റെ.

പഴയ കാരണവന്മാർക്ക് ഏറ്റവും കൂടുതൽ തലവേദന സൃഷ്ടിച്ചത് കാസറ്റ് വിപ്ലവമായിരുന്നു. അതിനുമുമ്പ് ആകാശവാണിയിൽനിന്ന് വല്ലപ്പോഴും കിട്ടിയിരുന്ന ഗാനവിരുന്ന് ഒരു അലോസരമായി അധികമാർക്കും തോന്നിയിരുന്നില്ല.

എൺപതുകളിലെ ഹിപ്പിയിസവും പോപ്പ് മ്യൂസിക്കും കേരളത്തിൽ സൃഷ്ടിച്ച ചലനങ്ങൾ അന്നത്തെ മുതിർന്നവർക്ക് തീർത്തും അസ്സഹനീയമായിരുന്നു. പഴയ എം കെ ത്യാജരാജഭാഗവതരുടെയും പി യു ചിന്നപ്പ

യുടെയും സുന്ദരാംബാളിന്റെയുമൊക്കെ പാട്ടുകൾ മൂളി വീട്ടിലേക്ക് കയറിവരുന്ന പഴയ കാരണവന്മാർക്ക് അന്നത്തെ 'ഒരു മധുരക്കിനാവിൻ ലഹരി..' ഒക്കെ അരോചകമായി തോന്നി. അവർ ചെറുപ്പക്കാരെ വഴക്ക് പറഞ്ഞു. 'ഈശ്വര ചിന്തയിതൊന്നേ മനുജനു ശാശ്വതമേ ഉലകിൽ' പോലെയുള്ള തത്ത്വചിന്താപരമായ ഗാനങ്ങളാണ് യഥാർത്ഥ ഗാനങ്ങളെന്ന് ഒരുപദേശവും കൊടുത്തിട്ട് അവർ മാറി നടന്നു. എന്നാൽ, ഇത്തരക്കാരിലൊരാൾക്കും നിഷേധിക്കാനാവുമായിരുന്നില്ല യേശുദാസിന്റെ ശബ്ദ/ആലാപന മാധുരിയെ. ഉത്തരാസ്വയംവരവും നക്ഷത്ര ദീപങ്ങളും കേട്ട് അവർ മനസ്സിൽ തങ്ങൾക്കുവേണ്ടി പാടുന്ന സുഹൃത്തായി ചെറുപ്പക്കാരനായ യേശുദാസിനെ കരുതി. നല്ല ഗാനങ്ങളെ ഇടതടവില്ലാതെ ഇങ്ങനെ സൃഷ്ടിച്ചുകൊണ്ടേയിരിക്കുന്ന ഏതോ പ്രതിഭാസമായിരുന്നു പലർക്കും കുട്ടിക്കാലത്ത് യേശുദാസ്. ഒരുപക്ഷേ, കേരളത്തിലെ പല പ്രമുഖ ഗായകർ പോലും അവർക്ക് അത്ര തിരിച്ചറിവില്ലാത്ത പ്രായത്തിൽ യേശുദാസിനെപ്പോലെയാകണം എന്ന് കരുതിയിട്ടുണ്ടാകില്ല. അങ്ങനെയൊരാഗ്രഹവും സങ്കല്പവുമൊക്കെ വളരെ കാല്പനികമായി മനസ്സിൽ തളിർത്തുനില്ക്കുന്നുണ്ടെങ്കിലും അദ്ദേഹം അപ്രാപ്യമായ ഒന്നാണെന്ന് എല്ലാവരും തിരിച്ചറിഞ്ഞിരുന്നു.

പിന്നീട് മീശ പൊടിച്ചുവരുന്ന പ്രായത്തിൽ മാത്രമാണ് ശരിക്കും സങ്കല്പങ്ങളിൽ ജീവിക്കാൻ തുടങ്ങുന്നത്. 'നീയെൻ കിനാവോ...' 'ഋതുമതിയായി തെളിമാനം'. 'കാറ്റു താരാട്ടും' തുടങ്ങി അത്ര കഴമ്പില്ലാത്ത വരികളും സംഗീതവുമുള്ള പാട്ടുകൾ പക്ഷേ, അക്കാലത്തെ ചെറുപ്പക്കാരെ വല്ലാതെ സ്വാധീനിച്ചിരുന്നു. അതിന്റെ പ്രധാന കാരണം യേശുദാസിന്റെ ആലാപനവശ്യതയാണ്. എഴുപതുകളിൽനിന്ന് വ്യത്യസ്തമായി എൺപതുകളിലും തുടർന്നും വളരെയധികം പാടിപ്പതിഞ്ഞ് ഘനം വെച്ച് തെളിനീരൊഴുകിയലിഞ്ഞ്, പൂവിതൾപോലെ തരളമാകുന്ന, വെള്ളാരങ്കല്ലുപോലെ അലിഞ്ഞൊഴുകിയ ശബ്ദം കൗമാരത്തിന്റെ ഉദാത്ത ശബ്ദമായി മാറി.

രാഗസുധാരസ പാനമുജേസി...

നാദബ്രഹ്മത്തിൻ സാഗരം

ഇന്നിപ്പോൾ യേശുദാസ് എന്നാൽ ഒരു ശബ്ദം മാത്രമല്ല, താടിയും മുടിയും വളർത്തിയ ഒരു മനോഹരരൂപം കൂടിയാണ്. എന്നാൽ, ഒരു കാലത്ത് യേശുദാസ് ഒരു വിസ്മയിപ്പിക്കുന്ന ശബ്ദം മാത്രമായിരുന്നു. അദ്ദേഹത്തിന്റെ പാട്ടുകൾ റേഡിയോയിലൂടെയും സിനിമയിലൂടെയും മാത്രം കേട്ടിട്ടുള്ള ഒരു തലമുറ ഉണ്ടായിരുന്നു. അവർക്ക് യേശുദാസ് എന്നാൽ ഒരു ഗന്ധർവ്വനാണ്. ലോകം കേട്ട ഏറ്റവും മനോഹരമായ ശബ്ദമായ ഇതിന്റെയുടമ സ്വപ്നത്തിൽ കാണാറുള്ള ഗന്ധർവ്വൻ തന്നെയെന്ന് മനസ്സിൽ കരുതിയവരാണ് അന്ന് ലക്ഷക്കണക്കിന് ജനങ്ങൾ. കാരണം മാസികകളിലൂടെയോ ടെലിവിഷനിലൂടെയോ ആരും അക്കാലത്ത് യേശുദാസിനെ കണ്ടിട്ടില്ല. പത്രങ്ങൾ പോലും അപൂർവ്വം ചെന്നെത്തുന്ന ഗ്രാമങ്ങളിൽ അന്ന്, യേശുദാസ് എന്ന പേരും അദ്ദേഹത്തിന്റെ പാട്ടും വന്നെത്തി.

അറുപതുകളുടെ ഒടുവിൽ ഒരു ക്ഷേത്രത്തിൽ യേശുദാസിന്റെ കച്ചേരി. വലിയ വിശാലമായ ക്ഷേത്രമുറ്റമാണ്. യേശുദാസിന്റെ കച്ചേരി എന്ന് നേരത്തെ നോട്ടീസിലൂടെ അറിഞ്ഞിരുന്നതിനാൽ അന്യദേശത്തു നിന്നുപോലും ആളെത്തി. അന്നൊക്കെ ഉത്സവം കാണാൻ എല്ലാരും പോവുക കുടുംബമായാണ്. പെണ്ണുങ്ങൾ, അമ്മമാർ, കുട്ടികൾ, ചെറുപ്പക്കാർ, പ്രായമായവർ അങ്ങനെ വീടൊക്കെ പൂട്ടിയിറങ്ങും. നാടിന്റെ വിവിധ പ്രാന്തപ്രദേശങ്ങളിൽനിന്നുള്ളവർ പോലും വൈകുന്നേരം മുതൽ അണമുറിയാത്തധാരപോലെ പ്രവഹിക്കുകയാണ്. വീട്ടിൽനിന്ന് നേരത്തെയിറങ്ങാനായി എല്ലാവരും തിരക്കിട്ട് ആഹാരം കഴിച്ചുകൊണ്ടിരിക്കുമ്പോൾ ചുമരിനപ്പുറം കാൽപ്പെരുമാറ്റം. മുൻകതകിലൂടെ കാണുന്ന നാട്ടുവഴിയിലൂടെ നിരനിരയായി ആളുകൾ. അപ്പോഴേക്കും വെപ്രാളമായി. നേരത്തെ പോയി ഇടിച്ചുകയറിയില്ലെങ്കിൽ മുന്നിൽ സീറ്റ് കിട്ടില്ല. പിറകിലിരുന്ന്

നൂറു കണക്കിന് തലകളുടെ ഇടയിലൂടെ സ്റ്റേജിന്റെ വീക്ഷണം വലിയ ബുദ്ധിമുട്ടാണ്.

ചെറുപ്പക്കാരികളായ പെണ്ണുങ്ങളും സ്കൂൾ, കോളേജ് വിദ്യാർത്ഥിനികളും മറ്റും ഇടിച്ചുകയറുകയാണ്. അവർ അതിന് മുമ്പ് ഒരിക്കലും യേശുദാസിനെ കണ്ടിട്ടില്ല. യേശുദാസ് എങ്ങനെയായിരിക്കും ഇരിക്കുക 'നല്ല താടിയുള്ള സുന്ദരനാണ് യേശുദാസ്' ഒരുത്തി പറയുന്നു. 'പോടീ ആരു പറഞ്ഞു, അയാൾക്ക് താടിയൊന്നുമില്ല. ഞാൻ പടത്തീ കണ്ടതാ.' കൂട്ടുകാരി തന്റെ വിജ്ഞാനം വിളമ്പി.

മൗനം തളംകെട്ടുന്ന ഗ്രാമീണ വീടുകളിൽ ചിതലുകൾ പുള്ളിയുടുപ്പിട്ടുകൊടുത്ത അഴുക്കു പിടിച്ച കതകിൽ ഒരു പഴയ പത്രത്തിൽനിന്ന് വെട്ടിയെടുത്ത് കുട്ടികളാരോ ഒട്ടിച്ച പഴക്കംകൊണ്ട് മങ്ങിയ ഒരു ബ്ലാക്ക് ആന്റ് വൈറ്റ് ചിത്രമാണ് പലരുടെയും മനസ്സിൽ അന്ന് യേശുദാസ്.

വന്നിരുന്നവർ ഭാവനയിൽ യേശുദാസിന്റെ ചിത്രം വരയ്ക്കാൻ തുടങ്ങി. നിവർത്തിയിട്ട ചുവന്ന കർട്ടനുള്ളിൽ ആളുകൾ അങ്ങോട്ടുമിങ്ങോട്ടും നീങ്ങുന്നതിന്റെ ചലനങ്ങൾ. പലരുടെയും ക്ഷമ കെടുന്നു. അപ്പോഴും ആളുകൾ അണമുറിയാതെ വന്നുകൊണ്ടിരിക്കുന്നു. മുന്നോട്ടും പിന്നോട്ടും നോക്കിയാൽ മനുഷ്യക്കടൽ. പൊടിപടലങ്ങൾ, ആൾ ബഹളം, ബോക്സിലും മൈക്ക് സെറ്റിലും പാട്ട്. നേർത്ത നിലാവിൽ പൊടിപടലങ്ങൾ നിറഞ്ഞ അന്തരീക്ഷം. ഒരു കോണിൽ കച്ചവടക്കാരുടെ ബഹളം, പമ്പരങ്ങൾ, പീപ്പികൾ, ബലൂണുകൾ, ആനകൾ, കെട്ടുകുതിരകൾ, ആൾബഹളങ്ങൾ, വഴക്കുകൾ, ചീത്തവിളികൾ ഇങ്ങനെ ആകെ ഉത്സവമേളം.

ആയിരക്കണക്കിന് കാണികളുടെ ആവേശത്തെ കൈയടിയും ആർപ്പുവിളിയും ശ്വാസം മുട്ടുന്ന നിർവൃതിയും സന്തോഷത്തിന്റെ തിരത്തള്ളലുമായി ഒരുനിമിഷം മാറ്റി സ്റ്റേജിന്റെ കർട്ടനുയർന്നു. നിയോൺ ബൾബുകളുടെ വെള്ളിവെളിച്ചത്തിൽ നേർത്ത പുഞ്ചിരിയോടെ കാലങ്ങൾക്ക് ശേഷം കേരളവും മലയാളമെന്ന ലോകവും ഗാനഗന്ധർവ്വൻ എന്ന് പട്ടമെഴുതിക്കൊടുത്ത യേശുദാസ് എന്ന ചെറുപ്പക്കാരൻ.

പലതും സങ്കല്പിച്ച പെണ്ണുങ്ങളെല്ലാം സ്തബ്ധരായി. കച്ചേരിയല്ലേ, യേശുദാസ് താടിവെച്ച ഒരു ഭാഗവതരാണെന്ന് ചിന്തിച്ചവരൊക്കെ ശ്വാസം നിലച്ചതുപോലെ. ചെറുപ്പക്കാരനായ യേശുദാസ്. പലരും ഓർത്തു. 'ദൈവമേ, ഇയാളാണോ 'നാദബ്രഹ്മത്തിൽ സാഗരം നീന്തിവരും' എന്നും 'കാട്ടിലെ പാഴ്മുളം തണ്ടിൽ' ഒക്കെ പാടിയത്. അയ്യോ... ഈ പയ്യനോ...' മനസ്സുകൾ ഒന്നടങ്കം പറഞ്ഞു. പിറകിൽ നില്ക്കുന്നവർ ഉന്തിയും തള്ളിയും ഒരു നോക്ക് കാണാൻ അപ്പോഴും ബഹളം തുടരുകയാണ്.

ബാറ്ററികൾ പൊട്ടിയൊലിച്ചും അവിടെയുമിവിടെയുമൊക്കെ മാറ്റിവെച്ചും പഴക്കംകൊണ്ടുമൊക്കെ കോലംകെട്ടുപോയ പഴയ റേഡിയോയുടെ അനേകായിരം കുത്തുകളുള്ള മുൻഭാഗത്തുകൂടി ഇരപ്പും പൊട്ടലും ചീറ്റുമൊക്കെയായി ആകാശവാണിയിലൂടെയും ഓലത്തീയേറ്ററിലെ ഇര

പ്പുള്ള ശബ്ദത്തിലൂടെയും മറ്റും ദാസിന്റെ പാട്ടുകൾ കേട്ടിട്ടുള്ള നൂറുകണക്കിന് പേർ സ്പീക്കറിലൂടെ ഘനഗംഭീരമാർന്ന യേശുദാസിന്റെ യഥാർത്ഥ ശബ്ദം ശ്രവിച്ചു. രാഗമെന്നോ ശ്രുതിയെന്നോ പറഞ്ഞാൽ എന്തെന്നറിയാത്ത അവരൊക്കെ അതിന്റെ പൂർണ്ണതകളെ ഒരു വിസ്മയകരമായ ശബ്ദ സൗന്ദര്യത്തിലൂടെ അറിയാതെ അറിയുകയായിരുന്നു. പിന്നെ പതിറ്റാണ്ടുകൾ ജീവിതത്തിന്റെ ഋതുഭേദങ്ങളിൽ അഭേദ്യ സാന്നിദ്ധ്യമായി യേശുദാസ് നിറഞ്ഞുകൊണ്ടേയിരുന്നു.

ഋതുഭേദങ്ങളുടെ സമന്വയം

കേരളത്തിന്റെ ഓരോ ഋതുഭേദത്തിലുമുണ്ട് യേശുദാസ്. മഞ്ഞുകാലത്തിന്റെ മാസ്മരികതയും വസന്തത്തിന്റെ മദഭാവവും സുഗന്ധത്തിന്റെ സ്പർശവുമൊക്കെ എത്രയോ ഗാനങ്ങളിലൂടെ നമ്മിലോരോരുത്തരിലും അനുഭവമാക്കിത്തീർത്തു അദ്ദേഹം. ഭാവന, കവിത, വാക്കുകൾ, മനോഹരമായ ദൃശ്യങ്ങൾ ഇങ്ങനെ എത്രയോ പശ്ചാത്തലങ്ങൾ നമ്മുടെ പഞ്ചേന്ദ്രിയങ്ങളെയും പൊതിയുന്നു. എന്നാൽ, അതിന്റെ മേൽ വികാരം എന്നൊരു ചേരുവ കൂടി ചേർക്കുമ്പോഴേ അതിന്റെ പൂർണ്ണതയിലേക്കെത്തുകയുള്ളൂ. അത് തരുന്നത് ആരാണ്? മലയാളിയെ സംബന്ധിച്ച് അതാണ് യേശുദാസ്. യേശുദാസിന്റെ ശബ്ദമധുരിമയാണ് അവിടെ വികാരത്തെ ചേർത്തുവെക്കുന്നത്. നാല് ഋതുക്കളുടെയും ഭാവത്തിലും പിന്നെ അതിന്റെ ഒരായിരം ഭേദഭാവങ്ങളിലും ഇഴുകിച്ചേരുന്ന ഒരേയൊരു കണ്ഠനാദമേ നമ്മൾ കേട്ടിട്ടുള്ളൂ. അത് യേശുദാസിന്റേതാണ്.

പാട്ടിന്റെ പവിത്രഭാവത്തെയും പ്രണയത്തിന്റെ തനിമയെയും വികാരമൂർച്ഛകളെയും ലാസ്യഭംഗിയെയും വിഷാദതീവ്രതകളെയും പ്രണയഭംഗത്തിന്റെ തീരാനോവിനെയുമൊക്കെ തന്റെ ശബ്ദത്തിന്റെ സഹസ്രഭാവങ്ങളിലൂടെ ജീവസുറ്റ ബിംബങ്ങളാക്കി യേശുദാസ്. ശബ്ദത്തിന് ജീവിക്കാൻ നിർമ്മിച്ച ചെറിയ റെക്കോർഡിങ് മുറിയിലിരുന്ന് മനസ്സിൽ കാഴ്ചകളും ഭാവനകളും നിറങ്ങളും ചേർത്ത് യേശുദാസ് ഗാനങ്ങളെ മനസ്സുകൾക്കായി നെയ്തുവെച്ചു. എത്രയോ ദൂരങ്ങളിലിരുന്ന് നാം അതുകേട്ട്, ആ ഭാവങ്ങളെയും നോവിനെയും സന്തോഷത്തെയും നമ്മുടെ മനസ്സിൽ മേയാൻ വിട്ട് സ്വയം മറന്നു.

കേബിൾ ടി വിയുടെയും മൊബൈൽ ഫോണിന്റെയും ബഹളമില്ലാത്ത കാലത്ത് ഇടവേളകൾ വളരെ കൂടുതലായിരുന്നു. ഗ്രാമങ്ങളിൽ

അന്ന് പകലുകൾക്ക് ധ്യാന മനസ്സായിരുന്നു. നിശ്ചലമായ ജലപ്പരപ്പു പോലെ ഏകാന്തത. അകലെക്കൂടി വല്ലപ്പോഴും മാത്രം ഒരു തേങ്ങൽ പോലെ കടന്നുപോകുന്ന വാഹനത്തിന്റെ ശബ്ദം മാത്രം. ജലവിതാനത്തിൽ ഒരു കരിയില വീഴുമ്പോൾ പതിയെ വർത്തുള ചലനം തീർക്കുന്ന കുഞ്ഞ ലപോലെ അത് അലോസരമുണ്ടാക്കാതെ പടർന്നേറും. അപ്പോഴാണ് ദൂരെ യൊരു വീട്ടിലെ തുറന്നിട്ട ജനൽപ്പഴുതിലൂടെ ഒരു ആകാശവാണി ഗാനം കടന്നുവരുന്നത്. വാക്കുകൾ കുറേയൊക്കെ അവ്യക്തമാണെങ്കിലും മന സ്സിനെ ആ ഗാനം വന്ന് തരളമായി തഴുകുന്നു. എന്റെ വീട്ടിലും ഒരു റേഡിയോ ഉണ്ടായിരുന്നെങ്കിൽ എന്ന് അന്നെത്ര കുട്ടികൾ ആഗ്രഹിച്ചു. അതിനായി കണ്ണീരൊഴുക്കി. ചിലർ വഴക്കുണ്ടാക്കി. ചിലർ നിരാഹാരമി രുന്നു. മക്കളുടെ ആഗ്രഹം സാധിച്ചുകൊടുക്കാനാവാതെ വിധിയെ പഴിച്ച് സങ്കടവും ദേഷ്യവും കടിച്ചമർത്തിയ അച്ഛനമ്മമാർ. എങ്കിലും കഷ്ടപ്പെട്ട് അന്നത്തെ ഒരു ചെറിയ മർഫിയോ ഫിലിപ്സോ സ്വന്തമാക്കുമ്പോൾ ഒരു വലിയ ലോകം കൈയിലൊതുങ്ങിയതുപോലെ. പിന്നെ ആ കൗതുകപ്പെ ട്ടിയിൽനിന്ന് യേശുദാസ് ഒരു തുടർഗാനമായി അങ്ങനെ പ്രയാണം തുട രുന്നു.

പാട്ടിന്റെ മണം

മണ്ഡലകാലത്തെ നെയ്മണത്തോടൊപ്പം യേശുദാസിന്റെ ശബ്ദവു മുണ്ട്. അമ്പലത്തിലെ കർപ്പൂരഗന്ധത്തിൽ, പ്രകൃതിയുടെ പൂപ്പാലികയിലെ പൂവുകളുടെ സമ്മിശ്രഗന്ധത്തിൽ, ഭാസ്കരൻ മാഷിന്റെ ഭാഷയിൽ പുഷ്പി തചൂത രസാലവനങ്ങളിൽ, മഴയുടെ ഗന്ധത്തിൽ, മണ്ണിന്റെ മണത്തിൽ, ഒ എൻ വി എഴുതിയതുപോലെ പുതുമഴക്കുളിരിൽ പുന്നില മുഴുത മാദ കമാം ഗന്ധം വഴിയുംപോലെ നമുക്ക് ചുറ്റുമുള്ള സുഗന്ധങ്ങളിലെല്ലാം യേശുദാസിന്റെ സംഗീതം അലിഞ്ഞിരിപ്പുണ്ട്. ഉച്ചയ്ക്ക് കടുക് വറുക്കു ന്നതിന്റെ മണം, മീൻ പൊരിക്കുന്നതിന്റെ മണം, ചില വീട്ടുപരിസരത്ത് റബ്ബർഷീറ്റിന്റെ മണം; ചിലയിടത്ത് തൊഴുത്തിലെ ചാണകത്തിന്റെ മണം, ചിലയിടത്ത് പുഴുങ്ങിയ നെല്ലിന്റെ മണം ഇങ്ങനെയിങ്ങനെ... എല്ലാ മണ ങ്ങളോടുമൊപ്പം പാട്ടിന്റെ മണവും.

ഇടവഴികളിലൂടെ ഏകാന്തമായ മദ്ധ്യാഹ്നനേരത്ത് നടക്കുമ്പോൾ ആകാശവാണിയുടെ ഉച്ചനേരത്തെ അനൗൺസ്മെന്റ് 'ആകാശവാണി... ചലച്ചിത്ര ഗാനങ്ങൾ. ചിത്രം.... പാടിയത് യേശുദാസ്. എത്രയോ കാലത്തെ പതിവ് പറച്ചിൽ. സിനിമയുടെ പേരും പാട്ടും മാത്രം മാറിമാറി വരുന്നു. വെട്ടുകല്ലിന്റെ ചുമരുള്ള വീടുകൾ. ചെറിയ കുറ്റിച്ചെടികൾ കൊണ്ട് കുട്ടി കൾ തീർത്ത മതിൽ. പിന്നെ കുറേ ദൂരം പറങ്കിമാവുകളും കൊന്നത്തെ ങ്ങുകളും പ്ലാവും ആഞ്ഞിലിയും അങ്ങിങ്ങായി വാഴകളുമുള്ള പറമ്പ്. പിന്നെ കാടുപിടിച്ച വെളിമ്പറമ്പ്. പിന്നെയും വീടുകൾ, കുടിലുകൾ, ചെറു വീടുകൾ, വെള്ള പൂശിയ, വലിയ മേക്കുടുകളുള്ള വീടുകൾ, വൻമതിൽ കെട്ടിയ വലിയ പറമ്പിന് നടുവിൽ നാട്ടുപ്രമാണിത്തത്തിന്റെ പ്രൗഢിയുള്ള വീടുകൾ.

ഇങ്ങനെ വൈവിദ്ധ്യത്തിന്റെ കാഴ്ചകളായി കേരള ഗ്രാമങ്ങൾ. ഇവയെ മദ്ധ്യാഹനത്തിൽ ബന്ധിപ്പിക്കുന്നത് ആകാശവാണിയുടെ പാട്ടുകൾ.

ശബ്ദം എന്ന അനുഗ്രഹം

ഓരോ മനുഷ്യനും തൊണ്ടയിൽ ഒരു വാദ്യോപകരണവുമായാണ് ജനിക്കുന്നത്. അതിനെ വൈദ്യശാസ്ത്രപരമായി ഘോഷതന്ത്രി (വോക്കൽ കോഡ്) എന്ന് വിളിക്കുന്നു. ഈ വാദ്യോപകരണം മീട്ടിയാണ് നാം സംസാരിക്കുന്നതും പാടുന്നതും. അത് മീട്ടാനുള്ള ഓരോരുത്തരുടെയും കഴിവാണ് വ്യത്യാസപ്പെട്ടിരിക്കുന്നത്. അതിൽ മലയാളികളിൽ ഏറ്റവും അനുഗ്രഹിക്കപ്പെട്ടയാൾ യേശുദാസാണ്. ഗാനങ്ങളുടെ ഏത് വിഭാഗമെടുത്താലും മലയാളിയുടെ ഓർമ്മയിൽ ഇത്രയും മനോഹരമായ ശബ്ദത്തിനുടമ ജനിച്ചിട്ടില്ല എന്നത് നൂറ്റാണ്ടുകളിൽ മാത്രം സംഭവിക്കാറുള്ള മഹാത്ഭുതമായി യേശുദാസിനെ നമ്മുടെയുള്ളിൽ പ്രതിഷ്ഠിക്കുന്നു.

യേശുദാസിനേക്കാൾ നല്ല ഗാംഭീര്യമുള്ള ശബ്ദത്തിനുടമകൾ നിരവധി പേരുണ്ട്. യേശുദാസിനേക്കാൾ നൈർമ്മല്യമുള്ള ശബ്ദത്തിനുടമകളും ഉണ്ട്. ക്ലാസിക്കൽ സംഗീതത്തിൽ അദ്ദേഹത്തേക്കാൾ കഴിവുള്ള നിരവധിപേർ കേരളത്തിലുണ്ട്. എന്നാൽ, ഗാംഭീര്യവും നൈർമ്മല്യവും ശബ്ദത്തിന്റെ ഏത് രസഭാവവും ഒത്തിണങ്ങിയ ശാരീരത്തിനുടമ ജനിച്ചിട്ടില്ല എന്നതാണ് യേശുദാസിനെ ഇതിഹാസമാക്കുന്നത്.

'ഇതിഹാസങ്ങൾ ജനിക്കും മുമ്പേ,
ഈശ്വരൻ ജനിക്കും മുമ്പേ...'

ഇതിഹാസങ്ങൾക്കും ഈശ്വരനും മുമ്പേ കാലമുണ്ടായിരുന്നു എന്ന് കവി. യേശുദാസ് ജനിക്കുന്നതിന് നൂറ്റാണ്ടുകൾക്ക് മുമ്പേ ശാസ്ത്രീയ സംഗീതം അതിന്റെ എല്ലാ പൂർണ്ണതകളോടുംകൂടി പരിഷ്കരിക്കപ്പെട്ടു. സിനിമാഗാനങ്ങളും അങ്ങനെതന്നെ. പങ്കജ് മല്ലിക്, ഗുലാം അലി, സൈഗാൾ, തലത് മെഹ്മൂദ്, മുഹമ്മദ് റഫി, മുകേഷ് തുടങ്ങിയ മഹാന്മാരായ ഗായകർ സിനിമാഗാനങ്ങൾക്ക് പുതിയ അർത്ഥതലങ്ങൾ നല്കി ധന്യമാക്കിയിരുന്നു. അവരുടെയൊക്കെ സ്വാധീനത്തിൽ തന്നെയാണ് യേശുദാസും പാട്ടുപാടിപ്പഠിച്ചതും ഗാനശാഖയിലേക്ക് പ്രവേശിക്കുന്നതും.

യേശുദാസ് എന്നാൽ, മനോഹരമായ ശബ്ദമാണ് നമ്മളിൽ ഒട്ടേറെയാളുകൾക്കും അതിൽ എപ്പോഴും എടുത്തുപറയുന്നത് അദ്ദേഹത്തിന്റെ ബേസ് വോയിസ്, അദ്ദേഹം മന്ദ്രസ്ഥാനിയിൽ പാടുന്നത്, ശബ്ദത്തിന്റെ ഹെവി ഇഫക്ട്. പ്രമദവനം വീണ്ടും ഋതുരാഗം ചൂടി', 'ശിവദം ശിവനാമം', 'ഹരിവരാസനം' ഇങ്ങനെ നാം ഉദാഹരണം പറയും. എന്നാൽ, ശബ്ദത്തിന്റെ കഠിനതയും ഗാംഭീര്യവും മാത്രമല്ല, പാട്ടിന്റെ ഏത് ഭാവത്തിലാണ് അദ്ദേഹത്തിന്റെ ശബ്ദം അനുയോജ്യമല്ലാത്തത്. ശബ്ദമാധുരിയിൽ മയങ്ങി പലരും അദ്ദേഹത്തിന്റെ ആലാപനത്തിന്റെ കൂടുതൽ വിവരണം മനസ്സിലാക്കാൻ ശ്രമിച്ചിട്ടില്ല എന്നു വേണമെങ്കിലും പറയാം.

പാട്ടിന്റെ ക്രിയേഷൻ ഒരു സംഗീത സംവിധായകന്റെ കൈയിലാണെങ്കിലും യേശുദാസിന്റെ ഗാനങ്ങളിൽ ക്രിയേഷന്റെ പങ്ക് അദ്ദേഹത്തിനും കൂടി അവകാശപ്പെട്ടതാണ്. അതായത്, സംഗീതസംവിധായകർ ചിട്ടപ്പെടുത്തുന്നത് സ്വരസ്ഥാനങ്ങളിലൂടെയാണ്. വാക്കുകൾ സ്വരസ്ഥാനങ്ങളിലൂടെ സഞ്ചരിക്കുന്നു. അവിടെ സംഗീതസംവിധായകന്റെ റോൾ അവസാനിക്കുന്നു. പാട്ടിന്റെ ട്യൂൺ മനസ്സിലാക്കിക്കഴിഞ്ഞാൽ പിന്നെ നടക്കുന്നത് യേശുദാസിന്റെ ക്രിയേഷനാണ് അവിടെ അദ്ദേഹം ഒരു മാന്ത്രിക വിദ്യ ചാലിച്ചു ചേർക്കുന്നു. അതാണ് വികാരം. ഓരോ വാക്കിനും വികാരം പകർന്ന് സ്വരസ്ഥാനങ്ങളിൽ കോർത്താണ് അദ്ദേഹത്തിന്റെ കണ്ഠനാളം ചലിക്കുന്നത്.

സിനിമാ ഗാനത്തിൽ അതിസമ്പന്നമായ ഏടുകൾ പിന്നിട്ട യേശുദാസ് പാടിവെക്കാത്ത പാട്ടിലെ വികാരങ്ങളും വൈവിദ്ധ്യവും കുറവാണ്. ഗുരുദേവന്റെ 'ജാതിഭേദം മതദ്വേഷം' പോലെ ശ്രീശങ്കരന്റെ 'ഭജഗോവിന്ദ'വും ഹരിവരാസനവും അനേകം സ്തുതിഗീതങ്ങളും വേദമന്ത്രങ്ങളും ഉപനിഷദ് സൂക്തങ്ങളും ഗീതാവചനങ്ങളുമൊക്കെ അദ്ദേഹം ഒരു തലമുറയ്ക്കായല്ല, കാലത്തിനായി പാടിവെച്ചു.

സിനിമയ്ക്ക് വേണ്ടി ധാരാളം കവിതകളും ഹൃദയസ്പർശിയായി അദ്ദേഹം പാടിയിട്ടുണ്ട്.

സൃഷ്ടി എന്ന ചിത്രത്തിനുവേണ്ടി ഒ എൻ വിയുടെ
'സൃഷ്ടിതൻ സൗന്ദര്യമുന്തിരിച്ചാറിനായ്
കൈക്കുമ്പിൾ നീട്ടുന്ന നിങ്ങൾ'
ചില്ലിലെ 'ഒരു വട്ടം കൂടിയെന്നോർമ്മകൾ മേയുന്ന
തിരുമുറ്റത്തെത്തുവാൻ മോഹം.'

എന്നിവയൊക്കെ ശ്രദ്ധേയം. എന്നാൽ, *അഭയം* എന്ന ചിത്രത്തിനു വേണ്ടി ജി ശങ്കരക്കുറുപ്പിന്റെ കവിത ആലപിച്ചത് ഈ ഗാനവൈവിവിദ്ധ്യങ്ങളിൽ വേറിട്ട് നില്ക്കുന്നതാണ്. മലയാള ഗാനങ്ങളിൽ വന്നിട്ടുള്ളതിൽവെച്ച് ഏറ്റവും കടുകട്ടി സാഹിത്യമാണ് ജിയുടെ ആ കവിത.

'ശ്രാന്തമാംബരം നിദാഘോഷ്മള ധ്വാന്യാക്രാന്തം മമ സ്വാന്തം.' എന്ന ഭാഗം വായിക്കുമ്പോഴേക്കും ശ്വാസം മുട്ടുന്ന അവസ്ഥയിലെത്തും. എന്നാൽ, എത്ര തരളമായാണ് ദക്ഷിണാമൂർത്തി സ്വാമി അതിനെ ഈണത്തിലാക്കിയത്. അപ്പോൾ ആർക്കും തോന്നുന്ന അത്ഭുതം ജി തന്നെ ഒരിക്കൽ ദക്ഷിണാമൂർത്തിയെ കണ്ടപ്പോൾ പറഞ്ഞു. "സ്വാമി എന്റെ കവിതയുടെ ഘനം കുറച്ച് പഞ്ഞിപോലെയാക്കിയില്ലേ" എന്ന്. എന്നാൽ, ആ സാരള്യത്തിന് നന്ദി പറയേണ്ടത് യേശുദാസിന്റെ ആലാപനവശ്യതയ്ക്ക് കൂടിയാണ്. അതേ ശങ്കരക്കുറുപ്പാണ് ഒരു പൊതുവേദിയിൽ വച്ച് ആദ്യമായി യേശുദാസിനെ 'ഗാനഗന്ധർവ്വൻ' എന്നു വിളിച്ചത്.

സിനിമാപ്പാട്ടെന്ന ലോകം

മലയാളത്തെയോ അല്ലെങ്കിൽ ഇന്ത്യയെയോ സംബന്ധിച്ച് ഒരു ഭാഗ്യമുണ്ടായി. സിനിമയിലെ ഗാനങ്ങൾ എന്ന പ്രത്യേക ഗാനശാഖ നമ്മുടെ

ജീവിതത്തെത്തന്നെ മാറ്റിമറിച്ചു. ജീവിതത്തിന്റെ സമ്മിശ്ര വികാരങ്ങളെയും ഒരുതരത്തിലല്ലെങ്കിൽ മറ്റൊരു തരത്തിൽ സിനിമാഗാനങ്ങൾ സ്വാധീനിക്കാറുണ്ട്.

ആരുടെ മനസ്സിലും നിതാന്തമായി നിറഞ്ഞുനില്ക്കുന്ന വികാരം പ്രണയമാണല്ലോ. ഏത് സാഹചര്യത്തിലും ഉദ്ദീപിക്കപ്പെടുന്നതായി അത് മാറുന്നു. ഒരു കാഴ്ച, ഒരു സാന്നിദ്ധ്യം, ഒരു സ്പർശം, ഒരു ഓർമ്മ അങ്ങനെ എത്ര നിസ്സാരതയിൽ നിന്നുപോലും പ്രണയം ഉണർന്നെഴുന്നേല്ക്കുന്നു. ഇത്തരമൊരവസ്ഥയെയാണ് യേശുദാസിന്റെ ശബ്ദം ഉദ്ദീപിപ്പിക്കുന്നത്. ആ ഉണർച്ചയിൽനിന്ന് ഇഷ്ടംപോലെ കിനാവുകാണാനുള്ള ഇടം അദ്ദേഹം തരുന്നു. എന്നാൽ, അത്തരം സങ്കല്പങ്ങളെ അർത്ഥവത്തായി സ്വാധീനിച്ചത് പിന്നീട് മാത്രം അന്നത്തെ ചെറുപ്പക്കാർ കേട്ട മുൻതലമുറയിലെ ഗാനങ്ങളായിരുന്നു. ചക്രവർത്തിനിയും പ്രാണസഖിയുമൊക്കെ അവരെ വല്ലാത്ത ഓർമ്മകളിലെത്തിച്ചു. ഒരുപക്ഷേ, അന്നവർകേട്ട യേശുദാസിന്റെ ശബ്ദമാധുരി അത്രത്തോളം ഉണ്ടായിരുന്നില്ലെങ്കിലും പാട്ടിന്റെ നിലവാരം അത്ര ആഴത്തിലുള്ളതായിരുന്നു.

ഏത് ചെറിയ തുരുമ്പിലൂടെയും കയറിപ്പറ്റി കാടുകയറുന്ന പ്രണയസങ്കല്പമാണ് നമുക്കുള്ളത്. അതിനേറെ സഹായിച്ചത് സിനിമകളായിരുന്നു. നിസ്വാർത്ഥതയോടെ എല്ലാ സൗഭാഗ്യങ്ങളും വലിച്ചെറിഞ്ഞ് കുടിലിൽ കാമുകിയോടൊത്ത് താമസമാക്കുന്ന കാമുകൻ, കുടുംബവും കുലമഹിമയും വലിച്ചെറിഞ്ഞ് കാമുകനുവേണ്ടി ജീവിതം ഹോമിക്കുന്ന കാമുകി, ജീവിതത്തിന്റെ പ്രതിസന്ധികളിൽ പ്രത്യാശ തേടിയലയുന്ന നിസ്സഹായനായ മനുഷ്യൻ, സമൂഹത്തിന്റെ അവഗണനയിൽ നിസ്സാരനായിപ്പോകുന്ന ചെറുപ്പക്കാരൻ, ജീവിതത്തെ കരുത്തോടെ നേരിടുന്ന ആക്ഷൻ ഹീറോ, അങ്ങനെ ആയിരക്കണക്കിന് ജീവിതമുഹൂർത്തങ്ങൾ നാം സിനിമയിലൂടെ അനുഭവിക്കുകയും സങ്കല്പത്തിലൂടെ അനുകരിക്കുകയും ചെയ്തു.

നമുക്ക് പരിചിതമല്ലാത്ത കാലത്തെ ഇതിഹാസ കഥാപാത്രങ്ങളായും അങ്കച്ചേകവന്മാരാവാനും ആത്മീയവാദികളും വേദാന്തികളും വിപ്ലവകാരികളുമായുമൊക്കെ മാറ്റാൻ മനസ്സിന് നിമിഷാർദ്ധങ്ങൾ വേണ്ട... ഇവിടെയൊക്കെയും നമ്മുടെ വികാരങ്ങളെ നയിക്കുന്നത് ഒരേയൊരു നാദമാണ്. അതൊരു ജീവസംഗീതമാണ്. അവിടെ കർണ്ണാടകസംഗീതമെന്നോ ഹിന്ദുസ്ഥാനിയെന്നോ പാശ്ചാത്യ സംഗീതമെന്നോ വേർതിരിവുകളില്ല. നമുക്കൊന്നേയുള്ളൂ യേശുദാസിന്റെ സംഗീതം. കമുകറയോ മുൻ തലമുറയിലെ ഗായകരോ പാടിയാൽ അത് ഭാഗവതരുടെ പാട്ടായി. എന്നാൽ, അതേ ശുദ്ധസംഗീതം യേശുദാസ് പാടുമ്പോൾ അതൊരു ആധികാരിക സംഗീതമായി പുതുതലമുറയ്ക്കും തോന്നുന്നതിനു പിന്നിൽ അഭൗമമായ വശ്യതയാർന്ന ശബ്ദം മാത്രമല്ല. അദ്ദേഹം ആലാപനത്തിൽ കരുതിവെക്കുന്ന ഒരു മോഡേണിറ്റികൂടിയാണ്.

ചെറുപ്പക്കാർക്കും മുതിർന്നവർക്കുമെല്ലാം ഇടവേളകളിൽ ചർച്ച

ചെയ്യാനുള്ള മുഖ്യവിഷയം സിനിമാ ഗാനങ്ങളാണ്. സിനിമകൾ സജീവമായ കാലം മുതൽ കോളേജുകളിലെ മുഖ്യ ചർച്ചാ വിഷയം സിനിമയാണ്. വെള്ളിയാഴ്ചകളിൽ മിക്കവാറും എല്ലാവരും ഉച്ചകഴിഞ്ഞാൽ സിനിമാതിയേറ്ററിലായി. പിറ്റേന്ന് ക്ലാസിൽ മുഖ്യ ചർച്ച സിനിമയും അതിലെ പാട്ടുകളുമാണ്. പാട്ടുകൾ തന്നെയായിരുന്നു പലർക്കും മുഖ്യ ആകർഷണം. ഈ പാട്ടുകൾ പിന്നീട് കേൾക്കാനുള്ള ഏകമാർഗ്ഗം ആകാശവാണിയായതിനാൽ അത് മെനക്കെട്ടിരുന്നു കേട്ട് പഠിച്ച് പാടുന്ന ഗായകന്മാർക്ക് സുഹൃത്തുക്കളുടെയിടയിൽ വലിയ വിലയായിരുന്നു. ക്ലാസ് ടൈമിലും കോളേജിന്റെ ഏതെങ്കിലും മൂലയിൽ ഒത്തുചേരുന്നവർ പാടാനറിയാവുന്നവരുടെ പാട്ട് കേട്ട് ആസ്വദിക്കും. ചിലർക്ക് എടുത്തു പറയാൻ വയലാറിന്റെ വരികളായിരിക്കും. മറ്റു ചിലർക്ക് ദേവരാജൻ മാഷിന്റെ സംഗീതവൈഭവമായിരിക്കും. എന്നാൽ, എല്ലാവർക്കും ഒരുപോലെ പറയാനുള്ളത് മലയാളികളുടെ നിത്യവിസ്മയമായ യേശുദാസിന്റെ ആലാപനത്തെക്കുറിച്ചാണ്.

ട്രെയിനിൽ സീസൺ ടിക്കറ്റെടുത്ത് വരുന്നവർ റെയിൽവേ സ്റ്റേഷനിൽ ട്രെയിൻ പിടിച്ചിടുമ്പോഴേ തുടങ്ങും പാട്ട്. അവർക്ക് പ്രചോദനവുമായി സീസൺകാരായ എല്ലാത്തരം യാത്രക്കാരും കാണും. ഇപ്പോഴും ഇതിനൊന്നും കാര്യമായി മാറ്റം വന്നിട്ടില്ല. സീസൺ യാത്രക്കാരിൽ മുതിർന്ന ഉദ്യോഗസ്ഥരുടെ മൊബൈലിൽവരെ കാണുന്നത് ഗാനഗന്ധർവ്വന്റെ അനശ്വര ഗാനങ്ങൾ.

അറുപതുകളിൽ കൗമാരം കടന്നവരുടെ അനുഭവമല്ല യേശുദാസ് എന്ന ഗായകൻ എഴുപതുകളിൽ കൗമാരം കടന്നുപോയവരിൽ ഉണ്ടാക്കിയിട്ടുള്ളത്. അതിലേറെ വ്യത്യസ്തമാണ് എൺപതുകളിലൂടെ കടന്നുപോയവർ. യേശുദാസിന്റെ ഏറ്റവും മനോഹരങ്ങളായ ഗാനങ്ങൾ പിറന്നത് അറുപത്തിയഞ്ചിനും എഴുപത്തിയഞ്ചിനും ഇടയിലുള്ള കാലഘട്ടത്തിലാണ്. എന്നാൽ, എൺപതുകൾ മറ്റൊരു യേശുദാസിനെയാണ് പുതുതലമുറയ്ക്ക് കാട്ടിക്കൊടുത്തത്. ഗാനങ്ങളിൽ പരീക്ഷണങ്ങൾ നടന്ന കാലമാണിത്. എഴുപത്തിയൊമ്പതിൽ കാസറ്റുകൾ പ്രത്യക്ഷപ്പെട്ടു. യേശുദാസിന്റെ തരംഗിണി സ്റ്റുഡിയോ ഒരു സിനിമയിലെ ഗാനങ്ങളുടെ കാസെറ്റ് ആദ്യമിറക്കുന്നത് *ചില്ല്* എന്ന ലെനിൻ രാജേന്ദ്രന്റെ സിനിമയുടെ ഗാനങ്ങളാണ്.

വലിയ മുറംപോലെയുള്ള എൽ പി റെക്കോർഡുകളുടെ സ്ഥാനത്ത് പോക്കറ്റിൽ വെക്കാവുന്ന കാസെറ്റിലേക്കുള്ള മാറ്റം. എൽ പി റെക്കോർഡിന്റെ കവറിൽ വലിയ ചിത്രങ്ങളുമായി വന്ന യേശുദാസ് കാസെറ്റിലെ കവറിൽ ചെറുതായി. ഇതൊരത്ഭുത ബോക്സ് എന്നതിലുപരി അത് പ്രവർത്തിപ്പിക്കുന്ന ടേപ്പ് റെക്കോർഡറും അത്ഭുതമായി.

വസന്തത്തിന്റെ ഇടിമുഴക്കങ്ങൾക്കുശേഷം

എഴുപതുകളിൽ കേരളീയ യുവത്വം അനുഭവിച്ച തൊഴിലില്ലായ്മയ്ക്ക്

പരിഹാരമായി. ഗൾഫിൽനിന്നുള്ള പണംവെച്ച് പല കുടുംബങ്ങളിലേയും ദാരിദ്ര്യം തുടച്ചുനീക്കി അവർ നാട്ടിലെ പൈസക്കാരും ധാരാളിത്തക്കാരുമായി പതിയെ പരിണമിക്കുന്ന കാലം. അതിവിപ്ലവത്തെ അന്നത്തെ പൊലീസ് നയം തച്ചുടച്ചശേഷം കൗമാരത്തിലേക്ക് കാൽവെക്കുന്നവർ വസന്തത്തിന്റെ ഇടിമുഴക്കങ്ങൾ സ്വപ്നം കാണാതെ വായനയിലേക്കും അതിലേറെ പാട്ടുകേൾക്കുന്നതിലേക്കും സിനിമ കാണുന്നതിലേക്കുമൊക്കെ തിരിയുന്ന കാലം. കേരളത്തിലെ ഗ്രാമങ്ങളിലേക്ക് അന്ന് ഇലക്ട്രോണിക് വിപ്ലവം തുടങ്ങിക്കഴിഞ്ഞു.

കിടന്ന് പാടുന്ന നാഷണലിന്റെ ടേപ്പ് റിക്കോർഡറാണ് നാട്ടിൽ വാങ്ങാൻ കിട്ടുക. ഇന്ത്യൻ നിർമ്മിത കാസെറ്റുകളും ലഭ്യമല്ല. കാസെറ്റ് ടേപ്പിൽ മലർത്തിയാണ് വെക്കുക. മോണോ സ്പീക്കറിന്റെ അതിന് യേശുദാസിന്റെ ശബ്ദത്തെ അതിന്റെ തനിമയോടെ ഒരിക്കലും പുറത്തുകൊണ്ടുവരാനാവില്ല.

ഗ്രാമങ്ങളിൽ അന്ന് കുറേ വീട് കഴിഞ്ഞാൽ പിന്നെയൊരു ഗൾഫുകാരന്റെ വീടാണ്. സുകൃതം ചെയ്ത കുട്ടികളൊക്കെ പിറക്കുന്നത് അവിടെയാണെന്ന് സർക്കാർ സ്കൂളിൽ പഠിക്കുന്ന പാവം കുട്ടികളൊക്കെ ചിന്തിക്കും. കാരണം, അവർക്ക് പുസ്തകവും ചോറുമൊക്കെ കൊണ്ടുവരാൻ അലുമിനിയത്തിന്റെയോ സ്റ്റീലിന്റെയോ പെട്ടിയുണ്ടാകും. കാമെലിന്റെ ഏറ്റവും കൂടിയ ഇൻസ്ട്രുമെന്റ് ബോക്സിൽ സ്വർണ്ണം പോലെ തിളങ്ങുന്ന അടപ്പുള്ള ഹീറോ പേന, സുഗന്ധം പരത്തുന്ന റബ്ബർ, ഫോറിൻ പെൻസിൽ, കട്ടർ, അങ്ങോട്ടുമിങ്ങോട്ടും ചരിക്കുമ്പോൾ ചിത്രങ്ങൾ മാറിമറിയുന്ന സ്കെയിൽ. അങ്ങനെ പലതും. പിന്നെ ഫോറിൻ കുട.

കൂട്ടുകാരുടെ വീട് കാണാനെത്തിയാൽ കാണാൻ ഒട്ടേറെ കൗതുകവസ്തുക്കൾ. അതിലേറ്റവും പ്രധാനമായിരുന്നു സ്റ്റീരിയോ ടേപ്പ് റെക്കോർഡറുകൾ. പിന്നെ അടുക്കിവെച്ചിരിക്കുന്ന കാസെറ്റുകൾ അന്നത്തെ രണ്ട് സ്പീക്കറുള്ള നാഷണൽ പാനസോണിക്കിന്റെ സ്റ്റീരിയോ ടേപ്പ് റെക്കോർഡറിന് തലയെടുപ്പുള്ള ഒരു പൂവൻകോഴിയുടെ ലക്ഷണമായിരുന്നു. വിവിധ വർണ്ണങ്ങളിലുള്ള അവന്റെ വാലിലെ കറുപ്പും വെളുപ്പും ഇടകലർന്ന തൂവൽചിത്രം പോലെ വൃത്തങ്ങളിലുള്ള വലിയ രണ്ട് സ്പീക്കറുകൾ മുന്നിൽ. തലയ്ക്ക് മുകളിൽ ഉയർന്നുനില്ക്കുന്ന കോഴിപ്പൂപോലെ മുകളിൽ സ്വിച്ചുകൾ. അവ അമർത്തിയാൽ അവൻ യേശുദാസിനെ കേൾപ്പിച്ചുതരും.

തള്ളവിരലും ചൂണ്ടുവിരലുംകൊണ്ടും മുകളിലേക്കും താഴേക്കും മാറ്റാവുന്ന ചെറിയ സ്വിച്ചിന് താഴെ ജപ്പാൻ കമ്പനികൾ എഴുതിവെച്ചു രണ്ട് വാക്കുകൾ; ട്രെബിൾ, തൊട്ടടുത്ത് ബാസ്.

ബാസ് എന്നാൽ പാശ്ചാത്യ സംഗീതത്തിൽ പ്രയോഗിക്കുന്ന താഴ്ന്ന ശ്രുതി. യേശുദാസിന്റെ ശബ്ദം ഏറ്റവും കൂടുതൽ ആകർഷണീയമാകുന്നത് അതിന്റെ ഏറ്റവും താഴ്ചയിലാണ്. കർണ്ണാടക സംഗീതത്തിൽ ഈ ബേസിനെ അനുയാത്ര ചെയ്യുന്ന വാദ്യോപകരണങ്ങളില്ല. അതിന് കണ്ഠ

നാളം മാത്രമേ ഉള്ളൂ. എന്നാൽ, പാശ്ചാത്യർ അതിനുള്ള ധാരാളം ഉപകരണങ്ങൾ കണ്ടെത്തിയിട്ടുണ്ട്. അതുകൊണ്ട് നമുക്ക് ശബ്ദംകൊണ്ട് കണ്ടെത്താൻ പ്രയാസമുള്ള അനുമന്ദ്രസ്ഥായി അവർ ബേസ് ഗിറ്റാർ, ചെല്ലോ, പിയാനോ തുടങ്ങിയ ഉപകരണങ്ങൾകൊണ്ട് കേൾപ്പിച്ചുതരും.

കർണ്ണാടക സംഗീതത്തിൽ അങ്ങനെ നമുക്ക് അധികം ഉപകരണങ്ങൾ ഇല്ലാത്തതിനാൽ അത് എന്താണെന്ന് നാം ഗാനാസ്വാദകർ കൂടുതൽ കണ്ടെത്തിയിട്ടുള്ളത് പാട്ടുകാരുടെ ശബ്ദത്തിലൂടെയാണ്. അതിന് സപ്പോർട്ട് ചെയ്യാൻ പിന്നെയുള്ളത് തബലയുടെ ഡക്കയാണ്. അല്ലെങ്കിൽ മൃദംഗത്തിന്റെ ഇടംതല. ഇവ തമ്മിലുള്ള കോമ്പിനേഷൻ ഏതാണ്ട് ഒരുപോലെയായിരിക്കും. ഉടുക്കും ഇടയ്ക്കയും എന്തും ദാസിന്റെ ശബ്ദത്തോട് സമഞ്ജസമായി മേളിച്ചുപോകും.

വാൽവ് റേഡിയോയിലൂടെയും പിന്നീട് ഒറ്റ സ്പീക്കറുള്ള മർഫി, ഫിലിപ്സ് റേഡിയോകളിലൂടെയും പിന്നെ തെങ്ങേപ്പാട്ടെന്ന് നാട്ടുകാർ പറയുമായിരുന്ന പഴയ തെങ്ങിന്റെയും മരത്തിന്റെയുമൊക്കെ ഉച്ചാംതലയ്ക്ക് വെക്കുന്ന വലിയ കോളാമ്പിയിലൂടെയുമൊക്കെ പാട്ട് കേൾക്കാൻ വിധിക്കപ്പെട്ട മലയാളിയുടെ ആസ്വാദനബോധത്തെ വിപ്ലവകരമായി മാറ്റിയെടുത്തത് ടേപ്പ് റെക്കോർഡറാണ്.

സോണി, പാനസോണിക്, അക്കായി, ഐവ, ഹിറ്റാച്ചി, ജെ വി സി ഇങ്ങനെ എത്ര വിദേശ കമ്പനികളുടെ വിവിധങ്ങളായ ടേപ്പ് റെക്കോർഡറുകളാണ് ചുരുങ്ങിയ വർഷംകൊണ്ട് നമ്മുടെ വീടുകളിൽ നിരന്നത്. ആഗോളവല്ക്കരണം എന്ന വാക്കുപോലും കേൾക്കാത്ത നാളുകളിൽ അവയിലൂടെയൊക്കെ യേശുദാസിന്റെ ശബ്ദം ഇലക്ട്രോണിക് ശബ്ദത്തിന്റെ ഓരോ ഘടകങ്ങളെയും അതിന്റെ പൂർണ്ണാർത്ഥത്തിൽ കാട്ടിത്തന്നു. അതുകൊണ്ട് തൃപ്തരാകാത്തവർ കൂടുതൽ മുഴക്കമുള്ള കൂടിയ വാട്സിന്റെ സ്പീക്കറുള്ള ടേപ്പുകൾ തേടിപ്പോയി.

പിന്നെ നാട്ടിലെങ്ങും തഴച്ചുപൊന്തിയത് കാസറ്റ് റെക്കോർഡിങ് കടകളായിരുന്നു. കൂടെ ഇലക്ട്രോണിക്സ് സാധനങ്ങളുടെ റിപ്പയറിങ് കടകളും. ഞുണുക്ക് വിദ്യകൊണ്ട് അത്ഭുതം കാട്ടുന്ന നാട്ടിലെ ഇലക്ട്രോണിക്സ് വിദഗ്ദ്ധർ ബാസ് കൂട്ടാനായി അന്നൊരു മാർഗ്ഗം കണ്ടെത്തി; സ്പീക്കർ ഒരു മൺകലത്തിന്റെ വായ്ത്തലയ്ക്കൽ ഫിറ്റ് ചെയ്യുക, യേശുദാസിന്റെ ബേസ് പത്തിരട്ടി വർദ്ധിക്കും. ഇങ്ങനെ നാം മൂന്നാംലോകക്കാർ പോപ് മ്യൂസിക്കും സിംഫണിയുമില്ലാതെ മലയാളത്തിന്റെ സിംഫണിയായ യേശുദാസിനെ വച്ച് ഇലക്ട്രോണിക് ശബ്ദത്തിന്റെ പരീക്ഷണങ്ങൾ നടത്തി.

ശബ്ദം എന്ന ദിവ്യത്വം

ഇന്ത്യയെ സംബന്ധിച്ച് ഒരുപാട് കലാരൂപങ്ങൾ പരിഷ്കരിക്കപ്പെട്ടാണ് സിനിമ രൂപംകൊണ്ടത്. മലയാളത്തിലും ഇന്ത്യയിലെ ഇതര ഭാഷകളിലും സംഗീത നാടകങ്ങളിൽനിന്ന് സിനിമ രൂപപ്പെട്ടത് മുതൽ അതിൽ സംഗീതമുണ്ട്. നിശ്ശബ്ദ ചിത്രത്തിൽനിന്ന് ശബ്ദചിത്രത്തിലേക്കുള്ള നമ്മുടെ കാൽവെപ്പ് നേരെ സംഗീതത്തിലേക്കായിരുന്നു.

കാഴ്ച നഷ്ടപ്പെട്ട ഒരാൾക്ക് കാഴ്ച തിരിച്ചുകിട്ടുമ്പോൾ അയാൾ ആദ്യം കാണാൻ ആഗ്രഹിക്കുന്നത് ഏറ്റവും പ്രിയപ്പെട്ട ആളെയോ അല്ലെങ്കിൽ പ്രിയപ്പെട്ട വസ്തുവിനെയോ ആയിരിക്കും. അതുപോലെ സിനിമയ്ക്ക് ശബ്ദം കിട്ടിയപ്പോൾ നാം അതിൽ ഏറ്റവും കൂടുതൽ സംഗീതമാണ് നിറച്ചത്.

യേശുദാസിന്റെ ജീവിതത്തിൽ ഇങ്ങനെയൊരു മഹത്തായ അനുഭവം കൂടിയുണ്ട്. അദ്ദേഹത്തിന്റെ സംഗീതത്തെയും ശബ്ദത്തെയും ഏതൊരു മലയാളിയേക്കാളുമുപരി സ്നേഹിച്ച വ്യക്തിയാണ് ഹിന്ദി സംഗീത സംവിധായകനായ, യേശുദാസിന് മഹത്തായ ഗാനങ്ങൾ നല്കിയ രവീന്ദ്ര ജയിൻ. 'ഗൊരി തേരാ ഗാവ് ബഡാ പ്യാരാ. മേ തോഗയാ മാരാ...' എന്ന എക്കാലത്തെയും മനോഹരമായ യേശുദാസ് ഗാനം ഇന്ത്യക്ക് സമ്മാനിച്ച മഹാനായ സംഗീതസംവിധായകൻ. എന്നാൽ, നിർഭാഗ്യവാനായ അദ്ദേഹം ജന്മനാ അന്ധനാണ്.

അദ്ദേഹം ഒരിക്കൽ ഒരു ചോദ്യത്തിന് ഉത്തരമായി പറഞ്ഞു: "എനിക്ക് കാഴ്ച തിരിച്ച് കിട്ടുകയാണെങ്കിൽ ഞാൻ ആദ്യം കാണാൻ ആഗ്രഹിക്കുന്നത് യേശുദാസിനെയായിരിക്കും." എത്രത്തോളം ദാസിന്റെ ശബ്ദം ആ മനുഷ്യനെ ആകർഷിച്ചു എന്നത് ഇതിൽനിന്ന് ഊഹിക്കാവുന്നതല്ലേയുള്ളൂ. അടുത്ത ജന്മത്തിൽ തനിക്ക് യേശുദാസിന്റെ ശബ്ദം കിട്ടണമെന്നാഗ്രഹിച്ച മറ്റൊരു മഹാൻ കൂടിയുണ്ട്; അങ്ങനെ ആഗ്രഹിക്കാത്തവർ കുറവായിരിക്കാം. എന്നാൽ, എസ് പി ബാലസുബ്രഹ്മണ്യം എന്ന മഹാനായ ഗായകൻ അങ്ങനെ ആഗ്രഹിക്കുമ്പോൾ അതിന് പകരം വെക്കാൻ വാക്കുകളില്ല.

ആസ്വാദനം തിരുത്തിയ തരംഗിണി

മലയാളത്തിൽ സിനിമയ്ക്ക് മുന്നേ നാടകഗാനങ്ങൾ ജനങ്ങളെ കീഴടക്കി. സിനിമയുടെ കാലത്തും നാടകങ്ങളും നാടകഗാനങ്ങളും തുടർന്നും വന്നെങ്കിലും പിന്നീട് സിനിമയുടെ പ്രഭാവത്തിൽ മങ്ങിപ്പോയി. പിന്നീട് ഉയർന്നുവന്ന മറ്റൊരു ഗാനശാഖയാണ് ആകാശവാണിയുടെ ലളിതഗാനങ്ങൾ. ടെലിവിഷന്റെ വരവും അതിന്റെ തഴച്ചുവളരലും മൂലമുള്ള മഹത്തായ വൈവിദ്ധ്യവല്ക്കരണത്തിലൂടെ ആകാശവാണിയുടെ പ്രഭാവം അസ്തമിക്കുന്നതുവരെ ലളിതഗാനങ്ങൾ സിനിമഗാനങ്ങൾക്കൊപ്പം ഒട്ടേറെ ജനങ്ങളിൽ സ്വാധീനം ചെലുത്തി. പിന്നീട് അതിന്റെ പ്രാധാന്യം പോയി. ഈയൊരു ശൂന്യതയിലേക്ക് തംരഗിണി എന്ന ബ്രാന്റ് നെയിം ഒരു പ്രോഡക്ട് ആയല്ല, മറിച്ച് ഒരു സംസ്കാരമായാണ് വലിയ ജനസാമാന്യത്തെ സ്വാധീനിച്ചത്. തിരുവനന്തപുരത്ത് വെള്ളയമ്പലത്തു നിന്ന് തരംഗിണി തുടങ്ങിയതോടെ ലക്ഷക്കണക്കിന് മലയാളികളുടെ ആസ്വാദനത്തിന്റെ ഗ്രാഫ് യേശുദാസ് തനിക്ക് താല്പര്യമുള്ളിടത്തേക്ക് മാറ്റിവരച്ചു. ഗാനവൈവിദ്ധ്യത്തിന്റെ വസന്തങ്ങളാണ് തരംഗിണി തീർത്തത്.

സ്റ്റുഡിയോയിൽനിന്ന് സ്റ്റുഡിയോകളിലേക്കുള്ള പ്രയാണം യേശു

തരംഗിണി സ്റ്റുഡിയോ ഉദ്ഘാടന വേളയിൽ യേശുദാസ്, ജോതി വെങ്കിടാചലം, യേശുദാസിന്റെ അമ്മ എന്നിവർ

ദാസ് തുടങ്ങിയിട്ട് അരനൂറ്റാണ്ട് കഴിഞ്ഞു. ഇതിനിടയിലാണ് അദ്ദേഹത്തിന് സ്വന്തമായി ഒരു സ്റ്റുഡിയോ വേണമെന്ന ആഗ്രഹം ജനിച്ചത്. അങ്ങനെ ആദ്യമായി തുടങ്ങിയ സ്റ്റുഡിയോ ആണ് ചെന്നൈയിലെ തരംഗിണി. കൊച്ചിയിലാണ് ജനിച്ചു വളർന്നതെങ്കിലും പിന്നീട് അദ്ദേഹത്തിന്റെ പ്രിയപ്പെട്ട സ്ഥലമായത് തിരുവനന്തപുരമാണ്. അവിടെയാണ് കുറച്ചുകൂടി വിപുലമായി തരംഗിണി സ്റ്റുഡിയോ പിന്നീട് തുറന്നത്. കേരളത്തിലെത്തിയാൽ പിന്നെ റെക്കോഡിങ്ങുകളൊക്കെ അവിടെയാണ്.

മദ്രാസിലേക്കു ചാൻസ് തേടിപ്പോയ യേശുദാസ് കഷ്ടപ്പെട്ടതിന് കണക്കില്ല. അന്നത്തെ കൊടുംചൂടിൽ ചെരിപ്പിടാതെ കിലോമീറ്ററുകളോളം നടന്ന് അക്ഷരാർത്ഥത്തിൽ തന്റെ കാലിലെ തൊലി ഉരുകിപ്പോയതായി അദ്ദേഹം പറഞ്ഞിട്ടുണ്ട്. പിന്നീട് പാട്ടുകൾ കിട്ടിത്തുടങ്ങിയപ്പോൾ നിർമ്മാതാക്കൾ കാറിൽവന്ന് സ്റ്റുഡിയോയിലേക്ക് കൂട്ടിക്കൊണ്ടുപോകാൻ തുടങ്ങി. കാരണം പണം മുടക്കുന്ന മുതലാളിക്ക് സമയം പ്രധാനമാണല്ലോ. അല്പം താമസിച്ചാലും വെയ്റ്റ് ചെയ്ത് മുതലാളി അയക്കുന്ന കാർ ഗായകനെ കൊണ്ടുപോകും. എന്നാൽ, മറ്റൊരു വിരോധാഭാസമുണ്ട്. പാട്ടുപാടി പണം കൊടുത്തുകഴിഞ്ഞാൽ പിന്നെ ബസിലോ ഓട്ടോയിലോ പൊയ്ക്കൊള്ളണം. എന്നാൽ, തരംഗിണിയിൽ യേശുദാസ് വിശ്രമിക്കു

ബോൾ സംഗീതസംവിധായകനും നിർമ്മാതാക്കളും ഉൾപ്പെടുന്ന വൻസംഘം അദ്ദേഹത്തെ തേടി വെള്ളയമ്പലത്തെത്തും. ഓരോ പാട്ട് കഴിയുമ്പോഴും ടീമുകൾ മാറിമാറി വന്നു.

കാസറ്റുകളുടെ വൻ പ്രചാരം മലയാളത്തിൽ സംഭവിച്ചത് യഥാർത്ഥത്തിൽ തരംഗിണി കാസറ്റുകളിലൂടെയായിരുന്നു. ഒരു തംബുരുവിന്റെ രൂപം പരിഷ്കരിച്ചെടുത്ത അതിന്റെ ലോഗോ തന്നെ അക്കാലത്ത് കൗമാരക്കാരിലും ചെറുപ്പക്കാരിലും വലിയ സ്വാധീനമാണ് ചെലുത്തിയത്. തരംഗിണി തീർത്തും ഒരു മാർക്കറ്റിങ് സ്ഥാപനമായിരുന്നു. മലയാളികളുടെ ഗാനാഭിരുചികളെ കൃത്യമായി മനസ്സിലാക്കി അവരെ സ്വാധീനിച്ച് കാസറ്റ് കച്ചവടം പരമാവധി നടത്തി പണമുണ്ടാക്കുകയായിരുന്നു തരംഗിണിയുടെ ലക്ഷ്യമെങ്കിലും അങ്ങനെയല്ല ജനം അതിനെ സ്വീകരിച്ചത്. ഏതൊരു കച്ചവട സംസ്കാരത്തെയും കൃത്യമായി മുൻവിധിയോടെയും മാർക്സിയൻ തത്ത്വശാസ്ത്രത്തിന്റെ അളവുകോൽവെച്ചും വിലയിരുത്തി ഇവർ ബൂർഷ്വാസിയാണെന്ന് പറഞ്ഞ് നിരുത്സാഹപ്പെടുത്തുന്ന മലയാളികളിൽ ഒരാളും അങ്ങനെയൊരു വികാരം യേശുദാസ് എന്ന മുഖ്യഗായകന്റെ കാസറ്റിനോട് വെച്ചുപുലർത്തിയില്ല. സിനിമാഗാനങ്ങൾ കേൾക്കുന്ന നമ്മിലേക്ക് പാരലൽ സിനിമാ ഗാനങ്ങൾ അവതരിപ്പിച്ച് അമിത ലാഭം കൊയ്യാനുള്ള തന്ത്രമാണ് ഗാനഗന്ധർവ്വന്റേതെന്ന് ആരും വിലയിരുത്തിയില്ല. കാരണം എല്ലാവർക്കും യേശുദാസ് വികാരമാണ്.

1980 ൽ തരംഗിണി ആദ്യത്തെ 'ഓണപ്പാട്ടുകൾ' എന്ന ആൽബം ഇറക്കിയതോടെ മലയാളത്തിന്റെ ദേശീയോത്സവമായ ഓണം ആഘോഷിക്കുന്ന നമ്മുടെ രീതിക്കും മാറ്റം വന്നു. തുടർന്ന് ഒരു വ്യാഴവട്ടത്തിലേറെ മലയാളി ഓണപ്പുടവയും ഓണസമ്മാനങ്ങളും വാങ്ങുന്നതിനൊപ്പം മുടങ്ങാതെ വാങ്ങി ആ വർഷത്തെ ഓണപ്പാട്ടും.

മൈക്ക്സെറ്റുകാരുടെ മത്സരം

തരംഗിണിയുടെ ഏതെങ്കിലും ആൽബം ഇറങ്ങിയാൽ അത് എത്രയും വേഗം മറ്റുള്ളവരെ കേൾപ്പിക്കുക എന്നതിന് അന്ന് വ്യക്തികളും കടകളും തമ്മിൽ മത്സരിച്ചിരുന്നു. പ്രത്യേകിച്ചും അന്നത്തെ മൈക്ക്സെറ്റുകാർ. അക്കാലത്ത് പാട്ടുകൾക്ക് പ്രചാരമുണ്ടാക്കുന്നതിൽ മൈക്ക് സെറ്റുകാർ നിർണ്ണായകമായ പങ്കാണ് വഹിച്ചത്. അറിഞ്ഞോ അറിയാതെയോ അന്നത്തെ മൈക്ക് സെറ്റുകാർ സാമാന്യം നല്ല ഗാനബോധമുള്ളവരായിരുന്നു. ഒരു കാസറ്റ് കിട്ടിയാൽ അതിൽ ഏത് പാട്ടാണ് വേഗം ഹിറ്റാവുക എന്നത് സംഗീതസംവിധായകരേക്കാൾ മൈക്ക് സെറ്റുകാർക്ക് വേഗം മനസ്സിലാകും.

അന്ന് മിക്ക സ്ഥലത്തുമുണ്ടായിരുന്നു മക്കളുടെ പേരിട്ട് ഒരു മൈക്ക് സെറ്റ് കട. പ്രത്യേകിച്ചും പെൺമക്കളുടെ അതായത് ബിസ്മി സൗണ്ടസ്, ജാസ്മിൻ സൗണ്ട്സ്, ബിന്ദു സൗണ്ട്സ് എന്നിങ്ങനെ. ആ കടയുടെ ഭാഗത്തുകൂടി നടന്നുപോകുമ്പോൾ കേൾക്കാം പുതിയ പുതിയ പാട്ടു

കൾ. കടയുടെ തിണ്ണയിൽ വലിയ ബോക്സുകൾ നിരത്തിവെച്ച് യേശുദാസിന്റെ പാട്ടുകൾ വെച്ച് അങ്ങനെ അലക്കും. കാരണം, നല്ല ബാസിൽ കേട്ടാലേ ഇഫക്ട് ഉള്ളൂ. യേശുദാസിന്റെ ശബ്ദത്തിനേ അതുറപ്പാക്കാൻ കഴിയൂ. വഴിയേ പോകുന്നവരൊക്കെ ഞെട്ടണം – ഒരു തമാശ സിനിമയിലെ സീൻ ഓർമ്മയില്ലേ. വിരഹിയായ കാമുകൻ അഗാധ ദുഃഖത്തോടെ നടന്നുനീങ്ങവെ തൊട്ടടുത്ത മൈക്ക് സെറ്റുകാരന്റെ കടയിൽനിന്ന് 'മംഗളം നേരുന്നു ഞാൻ' എന്ന പാട്ടു കേൾക്കുന്നത്.

ഇതുപോലെ മൈക്ക് സെറ്റുകാർ സ്ഥിരമായി വെച്ച് തരാറുള്ള പാട്ടുകൾ പലരെയും സ്വാധീനിച്ചിട്ടുണ്ട്. പെൺകുട്ടികൾ നടന്നുപോകുമ്പോൾ 'സ്വപ്നങ്ങളൊക്കെയും പങ്കുവെക്കാം' പോലെയുള്ള പാട്ടുകൾവെച്ച് അവരെ ലൈനടിച്ച ഓപ്പറേറ്റർമാർവരെയുണ്ട്. പ്രണയത്തിൽ മാത്രമല്ല എല്ലാ വികാരങ്ങളിലേക്കും സ്വാധീനം ചെലുത്തുന്ന പാട്ടുകൾ മൈക്ക് സെറ്റുകാരിൽനിന്ന് തന്നെ ലഭിക്കാറുണ്ട്.

തെങ്ങേപ്പാട്ടെന്ന അനുഗ്രഹം

അന്നൊക്കെ പാട്ടുകൾ കാത്തിരുന്നാണ് കേട്ടിരുന്നത്. കേൾക്കാൻ അനേകം മാർഗ്ഗങ്ങളില്ല. റേഡിയോ കഴിഞ്ഞാൽ പിന്നെയുള്ള മാർഗ്ഗം അടുത്തെവിടെയെങ്കിലും ഉത്സവമോ കല്യാണമോ മറ്റെന്തെങ്കിലും വിശേഷമോ ഉണ്ടെങ്കിൽ അവിടങ്ങളിൽ വെക്കാറുള്ള റെക്കോർഡാണ്. അക്കാലത്ത് ബോക്സിനായിരുന്നില്ല. പ്രാധാന്യം; മറിച്ച് ഇന്ന് കേരളത്തിൽ പലയിടത്തും നിരോധിച്ച കോളാമ്പി എന്നറിയപ്പെടുന്ന ലൗഡ് സ്പീക്കറായിരുന്നു. അത് വലിയ മരങ്ങളുടെ മുകളിലാണ് കെട്ടിവെക്കുക. ഒന്നു രണ്ട് കിലോമീറ്റർ ചുറ്റളവുവരെ കേൾക്കാം. പ്രധാനമായും പൊക്കമുള്ള തെങ്ങിലാണ് കോളാമ്പി കെട്ടുക. അതുകൊണ്ട് നാട്ടുകാർ ഒരു പേരിട്ടു; തെങ്ങേപ്പാട്ട്.

അന്ന് കാശുള്ള വീടുകളിലെ കല്യാണത്തിന് മൈക്ക് സെറ്റ് പ്രധാനമായിരുന്നു. കല്യാണത്തലേന്ന് പകൽ തന്നെ മൈക്ക് സെറ്റുകാർ സൈക്കിളിന്റെ പിറകിലത്തെ വീലിന്റെ ഇരുവശത്തുമായി കാരിയറിൽ കോളാമ്പികൾ തൂക്കി ഒരു വലിയ പെട്ടിയും പഴയ ബാറ്ററിയും മറ്റ് ഏതാനും സംവിധാനവുമായി എത്തും. ലൗഡ് സ്പീക്കർ നിലത്ത് വെക്കും. ആട്ടിൻപറ്റം അയവിറക്കാനായി നിലത്ത് കിടക്കുന്നതുപോലെ കോളാമ്പികൾ മുറ്റത്ത് വിശ്രമിക്കും. ചുറ്റിയിട്ട ഒരു കൂട്ടം വയറുകൾ അവയെ കെട്ടിയിട്ടതുപോലെ. റെക്കോർഡിടുന്ന പ്ലെയർ, സിനിമാ പോസ്റ്ററുകൾ പോലെ ചലച്ചിത്ര മുഹൂർത്തങ്ങളുടെയും യേശുദാസിന്റെയും ജാനകിയുടെയുമൊക്കെ പടം വെച്ച വലിയ കവറുകളിൽ എൽ പി റെക്കോഡുകൾ, വർണ്ണക്കടലാസ് ചുറ്റിയ ചെറിയ ബൾബുകൾ, മാലപ്പടക്കം പോലെ കൂട്ടിക്കെട്ടിയ വയറുകൾ. കുട്ടികൾക്ക് ഇതെല്ലാം വലിയ കൗതുകങ്ങളായിരുന്നു എല്ലാം റെഡിയാക്കി ശബ്ദം കേട്ട് തുടങ്ങുന്നതോടെ ഒരു വീട്ടിൽ മാത്രമല്ല അയലത്തെ വീടുകളിലും ഒരുപക്ഷേ, ഗ്രാമത്തിലെ നൂറു കണക്കിന് വീടുകളിലും സന്തോഷം കളിയാടും.

അയലത്തെ വീട്ടിൽനിന്നോ അങ്ങ് ദൂരെ ഏതോ ഒരു വീട്ടിൽനിന്നോ സ്ഥാപനത്തിൽനിന്നോ ഒഴുകിയെത്തുന്ന പാട്ടിനും വലിയ പ്രസക്തിയുണ്ടായിരുന്നു. ഗ്രാഫിക് ഇക്വലൈസർകൊണ്ടും സൗണ്ട് ഫോർജ്കൊണ്ടുമൊക്കെ ശബ്ദത്തിന്റെ ഓരോ അടരുകളെയും സസൂക്ഷ്മം ശ്രവിച്ചിട്ടും പുതുതലമുറയ്ക്ക് ലഭിക്കാത്ത അനുഭൂതിയായിരുന്നു അന്ന് അടുക്കളയിൽ പണി ചെയ്തുകൊണ്ടിരിക്കുമ്പോഴോ പറമ്പിൽ പണി ചെയ്തുകൊണ്ടിരിക്കുമ്പോഴോ എവിടെനിന്നെങ്കിലും ഒഴുകിയെത്തുന്ന ലൗഡ്സ്പീക്കറിന്റെ പിച്ചാത്തി രാകുന്നതുപോലെയുള്ള കരുകരുത്ത ശബ്ദത്തിൽ കേൾക്കുന്ന പാട്ടിനുണ്ടായിരുന്നത്.

ആകാശവാണിയുടെ പ്രക്ഷേപണം കേൾക്കാൻ തന്നെ ഭാഗ്യം സിദ്ധിച്ചവർ എത്രയോ കുറവായിരുന്നു. കൂട്ടുകുടുംബങ്ങളിൽ ചിലപ്പോൾ സർക്കാർ ഉദ്യോഗം കിട്ടിയ ഒരാളുടെ കൈയിലാകും റേഡിയോ ഉണ്ടായിരിക്കുക. അയാൾ മുറിയിൽ പാട്ട് വെച്ച് കേൾക്കുമ്പോൾ ജനലിനരികിലും കതകിനടുത്തുമൊക്കെ കൊച്ചു പെൺകുട്ടികളും ആൺകുട്ടികളും യേശുദാസിന്റെ പാട്ടുകൾ കേൾക്കാൻ കാതോർത്ത് നില്ക്കും. അന്നും തമിഴ്, ഹിന്ദി ഗാനങ്ങൾ ഇന്നത്തെപ്പോലെ വ്യാപകമായി നമ്മുടെ ഗ്രാമങ്ങളിലും എത്തിയിരുന്നെങ്കിലും യേശുദാസ് എന്ന വലിയ പർവ്വതത്തെ തകർത്ത് ജനമനസ്സുകളിലേക്ക് കടന്നുകയറാൻ കഴിയുമായിരുന്നില്ല. തന്നെയുമല്ല. തമിഴിൽ അക്കാലത്തെ മിക്ക പ്രമുഖ ചിത്രങ്ങളിലും യേശുദാസിന്റെ പാട്ടുകൾ ഉണ്ടായിരുന്നുതാനും.

ടേപ്പ് റെക്കോർഡുകൾ സർവ്വസാധാരണമായതോടെ ഓണത്തിനും ഉത്സവങ്ങൾക്കും കല്യാണത്തിനും ശബരിമല സീസണിലുമൊക്കെ പണ്ടത്തെ മൈക്ക് സെറ്റുകാരന്റെ റോൾ വീട്ടിലെ ചെറുപ്പക്കാർ ഏറ്റെടുക്കുമായിരുന്നു. രാവിലെ മുതൽ അയലത്തെ വീട്ടിലെ ഗാനാസ്വാദകരിൽ അല്പം അസൂയ ജനിപ്പിക്കുന്ന തരത്തിൽ പാട്ട് ഉറക്കെ വെക്കണം. എല്ലാവരുടെയും പാട്ടുകൾക്ക് അങ്ങനെ അയലത്തെ മരച്ചില്ലകളും വാഴത്തോപ്പും കുറ്റിക്കാടും കടന്ന് ചെന്ന് അവരെ ഒന്നിളക്കാനാവില്ല. അതിന് യേശുദാസിന്റെ മുഴക്കമുള്ള ശബ്ദം തന്നെ വേണം. വിശേഷ ദിവസങ്ങളിലും മറ്റും തരംഗിണിയുടെ പാട്ടുകളിട്ടായിരുന്നു ചെറുപ്പക്കാർ വീടുകളിൽ മത്സരിച്ചിരുന്നത്. അന്നത്തെ ഏറ്റവും ആധുനികമായ റെക്കോർഡിങ് സംവിധാനത്തോടെയുള്ള തരംഗിണിയുടെ റെക്കോർഡിങ് ക്വാളിറ്റി തന്നെ വേണം. തന്നെയുമല്ല, നമ്മുടെ സാധാരണ സ്റ്റീരിയോ ടേപ്പ് റെക്കോർഡിന്റെ ഡബിൾ സ്പീക്കറുകൾ മാത്രം പോര. അതിന് മിക്ക വീടുകളിലും എക്സ്ട്രാ ബോക്സുകൾ തന്നെ ഉണ്ടായിരുന്നു.

ടേപ്പ് റെക്കോർഡറിന്റെ സാങ്കേതിക സംവിധാനം മനസ്സിലാക്കാൻ വളരെ എളുപ്പമായിരുന്നതിനാൽ വീട്ടിലെ ടേപ്പ് റെക്കോർഡറിൽ ആൾട്ടർനേഷൻ വരുത്തുക ചെറുപ്പക്കാരുടെ വിനോദമായിരുന്നു. അവർ തന്നെ ഇലക്ട്രോണിക്സ് കടകളിൽനിന്ന് സ്പീക്കർ വാങ്ങി മൺകലത്തിന്റെ വായ്ത്തലയ്ക്കൽ ഫിറ്റ് ചെയ്ത് മുറിയുടെ മൂലയ്ക്ക് വെച്ച് യേശു

ദാസിന്റെ ബാസ് ഇടും. എക്സ്ട്രാ ആംപ്ലിഫയറും എക്സ്ട്രാ ബോക്സുകളും കൊണ്ട് 'മാക്സിമം ഇഫക്ട്.'

25 ഉം 30 ഉം വർഷം പഴക്കമുള്ള ഭക്തിഗാനങ്ങളും ഓണപ്പാട്ടും ഇന്ന് പൊതുവേദികളിൽ മറ്റും ആധുനിക ബോക്സിലൂടെ കേൾക്കുമ്പോൾ ഓരോ മലയാളിക്കും ആദ്യം അഭിപ്രായം പറയാനുണ്ടാവുക 'ഓ, എന്തൊരു ശബ്ദമാണ് യേശുദാസിന്റേത്' എന്നാണ്. അതിന്റെ മറ്റെല്ലാ ആസ്വാദനതലവും നാം പിന്നെയാണ് ചിന്തിക്കുക.

യേശുദാസിന്റെ ക്ലാസിക്കൽ മ്യൂസിക് ഇങ്ങനെ കാസെറ്റിൽ കേട്ട് കാണാതെ പഠിക്കുമായിരുന്നു; സംഗീതശാസ്ത്രത്തെപ്പറ്റി ഒന്നുമറിയാത്ത ആളുകൾ പോലും. 'വാതാപി ഗണപതിം...' എന്ന കീർത്തനം യേശുദാസ് സ്ഥിരമായി പാടുന്ന ഒരു പാട്ടാണ് എന്ന് വിശ്വസിക്കുന്ന എത്രയോ ആരാധകർ ഇന്നുമുണ്ട്.

ഏത് സാധാരണക്കാരനും അന്ന് പാട്ടുകൾ വിലയിരുത്തിയിരുന്നത് യേശുദാസിനെ മാനദണ്ഡമാക്കിയായിരുന്നു. ടെലിവിഷനുകളോ റിയാലിറ്റി ഷോകളോ ഇല്ലാതിരുന്ന കാലത്ത് ഗാനമേളകൾ കേട്ട് വിലയിരുത്തുക എന്നത് കേരളത്തിലെ ഒരു പൊതുരീതിയാണ്. ഉത്സവപ്പറമ്പുകളിൽ ഗാനമേള കേട്ട് വീട്ടിൽ വന്നശേഷം അയലത്തെ സുഹൃത്തുക്കളുമായി അതിനെ വിലയിരുത്തുക എന്നതും ഒരു വിശേഷപ്പെട്ട കാര്യമായിരുന്നു. യേശുദാസിനെ അനുകരിച്ച് ഏറ്റവും നന്നായി വിജയിക്കുന്നയാൾക്കാണ് നമ്മുടെ കൂടുതൽ മാർക്ക്. ഒരാളുടെ ശബ്ദത്തിന് യേശുദാസിന്റെ ശബ്ദവുമായി ഒട്ടും യോജിക്കാൻ കഴിയില്ലെങ്കിൽ പിന്നെ അയാൾ വെറുതെ മെനക്കെട്ട് അദ്ദേഹത്തിന്റെ പാട്ട് പാടാതിരിക്കുക എന്നതാണ് നമ്മുടെ പോളിസി. പാട്ടിനെയായിരുന്നില്ല ആളുകൾ വിലയിരുത്തിയിരുന്നത്, മറിച്ച് ശബ്ദത്തെയും അനുകരണത്തെയുമായിരുന്നു.

കൃപയാ പാലയാ

'പാലൊളി ചന്ദ്രനണഞ്ഞു വാനം
പൂവുകളാലേ നിറഞ്ഞു
ശീതളഛായയിൽ മുങ്ങി രാക്കിളി
പാടാനിറങ്ങി
പാടാത്ത പാട്ടൊന്ന് പാടാൻ
കരൾക്കാമ്പിനും തീരാത്ത മോഹം..'

സംഗീതവിദ്യാർത്ഥിയായിരുന്ന കാലത്ത് യേശുദാസ് സ്വന്തമായി ട്യൂൺ ചെയ്ത് പാടിയിരുന്ന ഗാനമായിരുന്നു ഇത്. എം ജി രാധാകൃഷ്ണനാണ് മുതിർന്ന ക്ലാസിൽ പഠിച്ച യേശുദാസിനെ തിരുവനന്തപുരം സ്വാതി തിരുനാൾ സംഗീത കോളേജിലെ തന്റെ ക്ലാസിൽ കൊണ്ടു വന്ന് ആ ഗാനം പാടിച്ചത്. ഇന്നും ഈ ഗാനം ഓർമ്മയുള്ള ഒരേയൊരു സഹപാഠിയേ ഉള്ളൂ. സംഗീതജ്ഞനും സ്വാതിതിരുനാൾ സംഗീത കോളേജിലും ആർ എൽ വിയിലും അദ്ധ്യാപകനായിരുന്ന ആര്യനാട് സദാശിവൻ.

അവിടെ നിന്ന് പഠിച്ചിറങ്ങി പത്ത് മുപ്പത് വർഷത്തിനുശേഷം യേശുദാസിനെക്കുറിച്ച് ഒരു ഡോക്യുമെന്ററി ചെയ്യാനായി സദാശിവനും ഒരു സുഹൃത്തും കൂടി യേശുദാസിന്റെ മദ്രാസിലെ വീട്ടിലെത്തി. അവിടെവച്ച് സദാശിവൻ ഈ ഗാനം ഓർമ്മയിൽനിന്ന് പാടികേൾപ്പിച്ചത് യേശുദാസിന് അത്ഭുതമുണ്ടാക്കി. അദ്ദേഹം കുറേ നേരം പഴയ ഓർമ്മകളിലേക്ക് പോവുകയും ചെയ്തു.

തിരുവനന്തപുരത്ത് അന്ന് വിദ്വാൻ കോഴ്സ് പഠിക്കാൻ നാലഞ്ച് വിദ്യാർത്ഥികളേയുള്ളൂ. ഗാനഭൂഷണത്തിനായിരുന്നു കൂടുതൽ പേർ. യേശുദാസ് വിദ്വാൻ കോഴ്സിനായി അവിടെ എത്തുമ്പോൾ ഒരു വർഷം ജൂനിയറായി ഗാനഭൂഷണത്തിന്റെ നാലാം വർഷ വിദ്യാർത്ഥിയായിരുന്നു എം

ജി രാധാകൃഷ്ണൻ. അതേ ക്ലാസിലായിരുന്നു സദാശിവൻ. അന്ന് അഗസ്റ്റിൻ ജോസഫിന്റെ മകനെന്ന നിലയിൽ രാധാകൃഷ്ണന് യേശുദാസിനെ പരിചയമുണ്ടായിരുന്നു. രാധാകൃഷ്ണന്റെ അച്ഛൻ മലബാർ ഗോപാലൻ നായരും യേശുദാസിന്റെ പിതാവ് അഗസ്റ്റിൻ ജോസഫും സുഹൃത്തുക്കളായിരുന്നു. ആ പരിചയം കുടുംബങ്ങൾ തമ്മിലും ഉണ്ടായിരുന്നു.

എം ജി രാധാകൃഷ്ണൻ

ഇവൻ നന്നായി സിനിമാപ്പാട്ട് പാടും എന്നുപറഞ്ഞ് രാധാകൃഷ്ണനാണ് ഗാനഭൂഷണം വിദ്യാർത്ഥികളുടെ ക്ലാസിൽ യേശുദാസിനെ കൊണ്ടുപോയി പാട്ടുപാടാൻ പറഞ്ഞത്.

അന്ന് മുഹമ്മദ് റാഫിയുടെ

'മധുബന്മേ രാധികാ... നാചേരേ..'

എന്ന പ്രശസ്തഗാനമാണ് ദാസ് പാടിയത്. ആദ്യമായി പാടിയ ആ ഒരൊറ്റ ഗാനത്തിലൂടെ അവിടത്തെ സംഗീതവിദ്യാർത്ഥികളെ ഒന്നടങ്കം വിസ്മയിപ്പിക്കാൻ ദാസിന് കഴിഞ്ഞതായി ആര്യനാട് സദാശിവൻ ഓർക്കുന്നു. അദ്ദേഹം ഈ പാട്ടുകേട്ടുകൊണ്ടാണ് ക്ലാസിലേക്ക് കയറിച്ചെല്ലുന്നത്. എന്നാൽ, അന്ന് പരിചയപ്പെട്ടില്ല.

പിന്നീടാണ് 'പാലൊളി ചന്ദ്രനണഞ്ഞു' എന്ന ലളിതഗാനം അവിടെ വന്ന് പാടുന്നത്. പാട്ട് എല്ലാവർക്കും നന്നായി ഇഷ്ടപ്പെട്ടു. ആര്യനാട് പരിചയപ്പെടുന്നത് അപ്പോഴാണ്. ഈ ലളിതഗാനം തനിക്കൊന്ന് പഠിപ്പിച്ച് തരണം എന്നദ്ദേഹം ആവശ്യപ്പെടുകയും യേശുദാസ് പഠിപ്പിച്ച് കൊടുക്കുകയും ചെയ്തു. അതാണ് അൻപതിലേറെ വർഷം കഴിഞ്ഞിട്ടും ആര്യനാട് മറക്കാത്ത ഗാനം.

എന്റെ വീണക്കമ്പിയെല്ലാം വിലയ്ക്കെടുത്തു

തൃപ്പൂണിത്തുറ ആർ എൽ വി കോളേജിൽനിന്ന് ഗാനഭൂഷണം റാങ്കോടെ പാസാകുമ്പോൾ ഏതാണ്ടൊരു താരപരിവേഷം കിട്ടിയിരുന്നു യേശുദാസിന്. അഗസ്റ്റിൻ ജോസഫിന്റെ മകനെന്ന പ്രശസ്തി. അന്നേ തന്റെ ശക്തി ശബ്ദത്തിലാണെന്ന് ചെറുപ്പക്കാരനായ ദാസ് തിരിച്ചറിഞ്ഞിട്ടുണ്ട്. പണക്കാരനല്ലാതെ ജീവിച്ച ഒരു വെറും സാധാരണ കുടുംബത്തിലെ അംഗത്തിന്റെ അത്ര തേജസ്സില്ലാത്ത മുഖഭാവം, മെലിഞ്ഞ രൂപം. കുറഞ്ഞ കോട്ടൺ തുണിയുടെ അരക്കൈയൻ വെളുത്ത ഷർട്ടും മുണ്ടുമുടുത്ത ആ ചെറുപ്പക്കാരന്റെ രൂപം കണ്ടാൽ ആർക്കും അത്ര ആദരം തോന്നിയിരു

ന്നില്ല. എന്നാൽ, സംഗീതവും അഭൗമമായ ശബ്ദവും കൊണ്ടാണ് അദ്ദേഹം സംഗീതലോകത്തിന്റെ ആദരം നേടിയെടുത്തത്.

എന്നാൽ, ലോകം വാഴ്ത്തിയ അദ്ദേഹത്തിന്റെ ശബ്ദത്തിന് ആദ്യ തിരിച്ചടി നേരിടുന്നത് തിരുവനന്തപുരത്തുവെച്ചാണ്. പഠിപ്പിക്കാൻ വിട്ടെങ്കിലും അതിന് ചെലവാകുന്ന പണം അയച്ചുകൊടുക്കാൻ നിർവ്വാഹമില്ലാതിരുന്ന നിർഭാഗ്യവാനായ ഗായകനായിരുന്നു യേശുദാസിന്റെ പിതാവ്. അദ്ദേഹം മകനെയുംകൊണ്ട് തിരുവനന്തപുരത്തെത്തി പരിചയക്കാരനായ തൈക്കാട് മോഡൽ സ്കൂളിനടുത്തുള്ള ഹോട്ടൽ ഉടമയെ പരിചയപ്പെടുത്തിക്കൊടുത്തു. മോഡൽ സ്കൂളിനടുത്ത് മോഡേൺ കഫേ. എന്നും അവിടെ വന്ന് ആഹാരം കഴിക്കാം. പണം ഒരുമിച്ച് തന്നുകൊള്ളാം എന്ന് പറഞ്ഞിട്ട് അച്ഛൻ തിരിച്ചുപോയി. കുറേക്കാലം അവിടെനിന്ന് ആഹാരം കഴിച്ചു. പിന്നെ പണം കൊടുക്കാൻ ഇല്ലാത്തതിനാൽ പോകാൻ മടിയായി. അതിനടുത്തുതന്നെയുള്ള പൈപ്പിൽനിന്ന് വെള്ളം കുടിച്ച് പല ദിവസവും കഴിച്ചുകൂട്ടി.

പാട്ടുപാടി എന്തെങ്കിലും അല്പം പണമുണ്ടാക്കി പിടിച്ചു നില്ക്കാം എന്ന ലക്ഷ്യമുണ്ടായിരുന്നു. അന്ന് ഒരണ കൊടുത്താൽ ദോശ കിട്ടും. 16 അണയാണ് ഒരു രൂപ. ഒരു ഊണിന് 50 പൈസ. ഒരു രൂപയുണ്ടെങ്കിൽ ഒരു ദിവസത്തെ ആഹാരത്തിന് തികയും. ഒരു മാസം 30 രൂപ വേണം ആഹാരത്തിനായി. ലോഡ്ജിൽ താമസിക്കണമെങ്കിലും അത്രയും രൂപ വേണം. പണം ഉണ്ടാക്കാൻ ആദ്യം ലക്ഷ്യം വെച്ചത് ആകാശവാണിയെയാണ്. പാട്ടുകാരന് ആകെ സമീപിക്കാൻ അങ്ങനെയൊരു മാധ്യമമേയുള്ളൂ. ആകാശവാണിയിലെ ലളിതഗാനങ്ങൾ അന്ന് പ്രശസ്തമായിരുന്നു. അവിടെയൊരു കോൺട്രാക്ട് കിട്ടിയാൽ 30 രൂപ കിട്ടും. ഒരു മാസത്തെ ആഹാരത്തിന് അതുമതി. യേശുദാസ് ആകാശവാണിയിൽ ലളിതഗാന ഓഡിഷനായി അപേക്ഷിച്ചു.

അന്ന് പ്രതാപശാലികൾ വാഴുന്നയിടമാണ് ആകാശവാണി. അവരുടെ മുന്നിലായിരുന്നു ഓഡിഷൻ ടെസ്റ്റ്. കണ്ടാൽ പട്ടിണി കിടക്കുന്ന വീട്ടിലേതെന്ന് തോന്നിക്കുന്ന മുഖഭാവത്തോടെയും ശരീരത്തോടെയും ഓഡിഷനെത്തിയ ക്രിസ്ത്യൻ പയ്യനെ ഏതായാലും അവർ തഴഞ്ഞു. ഏതാനും ദിവസം കഴിഞ്ഞ് യേശുദാസിന് ഓൾ ഇന്ത്യാ റേഡിയോയുടെ സർക്കാർ ഷീറ്റിൽ ഒരു ഔദ്യോഗിക അറിയിപ്പും കിട്ടി. 'Your sound is not suitable for recording' എന്ന് കവാടത്തിൽ ആർച്ച് രൂപത്തിൽ വച്ച കറുത്ത ബോർഡിൽ വെളുത്ത അക്ഷരത്തിൽ ആകാശവാണി എന്ന് മലയാളത്തിലെഴുതിയ തിരുവനന്തപുരത്തെ ഭക്തിവിലാസം ബംഗ്ലാവെന്ന ആകാശവാണിയുടെ കവാടം അതോടെ ആ ഗായകന് മുന്നിൽ അടഞ്ഞു. അത് അദ്ദേഹത്തെ ഒട്ടേറെ നൊമ്പരപ്പെടുത്തി. എന്നാൽ, അധികകാലം കഴിയും മുമ്പേ അദ്ദേഹത്തിന്റെ പാട്ടുകൾ തേടി ആകാശവാണിക്കാർക്ക് പിറകേ പോകേണ്ടിവന്നു എന്നത് ചരിത്രം. തിരുവനന്തപുരം ആകാശവാണിക്ക് മുമ്പേ മദ്രാസ് നിലയം അദ്ദേഹത്തിന്റെ സംഗീതക്കച്ചേരി

കേൾപ്പിച്ചു. ആകാശവാണിയുടെ ആർക്കൈവ്സിൽ മഹാരഥന്മാരുടെ കച്ചേരികൾക്കൊപ്പം യേശുദാസിന്റെ ശബ്ദശേഖരവുമായി.

ഗാനമേളയിലെ കണക്കുതീർക്കൽ

സിനിമയിലൂടെ കുറച്ചുകാലംകൊണ്ട് പ്രശസ്തനായ യേശുദാസ് തിരുവനന്തപുരത്ത് ഗാനമേള അവതരിപ്പിക്കുന്നു. തിങ്ങിനിറഞ്ഞ ഹാൾ. വെള്ള ഷർട്ടും വെള്ള പാന്റ്സും വെള്ള ഷൂസുമണിഞ്ഞ് സുമുഖനായ ദാസ്, ഗാനമേള തുടങ്ങുംമുമ്പ് തന്നെ അദ്ദേഹം ഒരു കാര്യം ശ്രദ്ധിച്ചു സ്റ്റേജിന്റെ സൈഡിലായി ഒരു മൈക്രോഫോണും കുറേ റെക്കോർഡിങ് ഉപകരണങ്ങളും. മൈക്രോ ഫോണിൽ 'എ, ഐ, ആർ' എന്ന് മുദ്രണം. ദാസ് പറഞ്ഞു. ആ മൈക്ക് എടുത്ത് മാറ്റണം. എന്തുചെയ്യണമെന്നറിയാതെ ബുദ്ധിമുട്ടിലായ ജീവനക്കാർ അപേക്ഷിച്ചിട്ടും അദ്ദേഹം അനുവദിച്ചില്ല. നിരാശരായി ആകാശവാണി പ്രവർത്തകർക്ക് മടങ്ങേണ്ടിവന്നു.

പങ്കജ് മല്ലിക്, മുകേഷ്, സൈഗാൾ, മുഹമ്മദ് റാഫി തുടങ്ങിയവരുടെ പാട്ടുകളാണ് ചെറുപ്പകാലം മുതൽ യേശുദാസ് കേൾക്കുന്നത്. ഇവരുടെയെല്ലാം ഗാനങ്ങളിൽനിന്ന് ഊർജ്ജമുൾക്കൊണ്ടാണ് അദ്ദേഹം സ്വന്തം ഗാനസാമ്രാജ്യം കെട്ടിപ്പടുത്തത്. റാഫിയെ മാനസഗുരുവായും അദ്ദേഹം സങ്കല്പിച്ചിട്ടുണ്ട്. എന്നാൽ, മുഹമ്മദ് റാഫിയോടൊപ്പം ഒരു പാട്ട് പാടാനുള്ള അവസരം അദ്ദേഹത്തിനുണ്ടായില്ല. യേശുദാസിന്റെ ശ്രദ്ധേയമായ നിരവധി ഗാനങ്ങളുള്ള *സാവൻ കോ ആനെ ദോ* എന്ന ചിത്രത്തിൽ മുഹമ്മദ് റാഫിയും പാടിയിട്ടുണ്ട്. എന്നാൽ ഒരുമിച്ച് പാടാൻ അവസരമുണ്ടായില്ല. അത് അദ്ദേഹത്തിന്റെ മനസ്സിൽ നോവായി.

അങ്ങനെയൊരവസരം ഒരിക്കൽ വന്നതാണ്. ഹിന്ദി ഗാനലോകത്തെ കളികളുടെ ഭാഗമായി ആ അവസരം നിഷേധിക്കപ്പെട്ടു. പിന്നീട് അതേ ഗാനം കിഷോർകുമാറിനൊപ്പമാണ് പാടിയത്. കിഷോറിനെയും അദ്ദേഹത്തിനിഷ്ടമായിരുന്നു. രണ്ടുപേരും ചേർന്ന് ഒരിക്കൽ എറണാകുളം മറൈൻ ഡ്രൈവിൽ നടത്തിയ കിഷോർ-യേശുദാസ് നൈറ്റ് വലിയ അനുഭവമായിരുന്നു ഗാനാസ്വാദകർക്ക്.

ശെമ്മാങ്കുടിയുടെ കാർഷെഡിൽ

സ്വാതിതിരുനാൾ കോളേജിലെ മൃദംഗ വിദ്യാർത്ഥിയായിരുന്നു കുമാരൻ നായർ. കോളേജിൽ പലതുകൊണ്ടും ശ്രദ്ധേയനായിരുന്നു കുമാരൻ. എവിടെയും ഇടിച്ചു കയറുന്ന ഒരു സ്വഭാവം. അന്ന് അദ്ധ്യാപകർപോലും ഭയപ്പാടോടെ കണ്ടിരുന്ന സാക്ഷാൽ ശെമ്മാങ്കുടി ശ്രീനിവാസയ്യരെ കൈയിലെടുത്ത വിദ്യാർത്ഥി. സ്വാമിക്ക് ചില്ലറ സഹായങ്ങളൊക്കെ ചെയ്തുകൊടുത്താണ് കുമാരൻ നായർ അദ്ദേഹത്തിന്റെ ബംഗ്ലാവിൽ വരെ കയറിപ്പറ്റിയത്. എപ്പോൾ കണ്ടാലും കാലിൽ വീണ് നമസ്കരിക്കും ഇതൊക്കെ സ്വാമിക്ക് വളരെ ഇഷ്ടമായിരുന്നു.

സാമാന്യം കാശുള്ള വീട്ടിൽനിന്നാണ് കുമാരൻ നായർ വരുന്നത്. നല്ല ആനക്കമ്പമുള്ള ആളായിരുന്നു. പഠിക്കുന്ന കാലത്തും പ്രധാന ബിസിനസ് ആനക്കച്ചവടമായിരുന്നു. ആനയെ വാങ്ങാൻ ഇടയ്ക്കിടെ ആസാമിലൊക്കെ പോയിരുന്ന കുമാരൻ നായർ തിരിച്ച് ദിവസങ്ങളോളം എടുത്ത് ആനപ്പുറത്തിരുന്നായിരുന്നു വന്നിരുന്നതെന്ന് പറഞ്ഞ് കേൾക്കുന്നു.

യേശുദാസുമായി കുമാരൻ നായർ വേഗം അടുത്തു. യേശുദാസിന്റെ പാട്ട് നന്നായി തിരിച്ചറിയുകയും ചെയ്തു. വൈകുന്നേരം ക്ലാസ് കഴിഞ്ഞാലും കോളേജ് വിട്ടുപോകാതെ ഒരു ക്ലാസിൽ ഒത്തുകൂടി യേശുദാസിനെക്കൊണ്ട് അദ്ദേഹം പാട്ടുകൾ പാടിച്ചു. ഒപ്പം മൃദംഗം വായിക്കുന്നതായിരുന്നു കുമാരൻ നായർക്ക് പ്രിയം. കുമാരൻ നായർ ഒരു ലോഡ്ജിലാണ് കഴിഞ്ഞിരുന്നത്. യേശുദാസിന് അന്ന് താമസിക്കാൻ ഇടമില്ല. അതിന് പരിഹാരം കണ്ടെത്തിയതും കുമാരൻ നായരാണ്.

പ്രിൻസിപ്പൽ ശെമ്മാങ്കുടി ശ്രീനിവാസയ്യർ സർക്കാർ അതിഥിയായി തൈക്കാട്ടെ ബംഗ്ലാവിലായിരുന്നു താമസം. ബംഗ്ലാവിന് മുന്നിൽ വിശാലമായ ഒരു കാർ പോർച്ചുണ്ട്. എന്നാൽ കാറില്ല. ഒരു ദിവസം കുമാരൻ നായർ യേശുദാസിനെയും കൂട്ടി പോയി സ്വാമിയുടെ മുന്നിൽ സാഷ്ടാംഗം വീണു. എന്നിട്ട് പറഞ്ഞു: "സാർ ഇവന് താമസിക്കാൻ വീടില്ല. സാറിന്റെ കാർപ്പോർച്ചിൽ ഒരല്പം സ്ഥലം ഇവന് കൊടുക്കണം." സ്വാമി ആദ്യമൊന്ന് മടിച്ചു. പിന്നെ പറഞ്ഞു: "ആഹാരമൊന്നും കൊടുക്കാൻ പറ്റില്ല. വേണമെങ്കിൽ അവിടെ കഴിഞ്ഞോട്ടെ." അങ്ങനെ കുമാരൻ നായർ യേശുദാസിന് കഴിയാൻ ഒരു പരിമിതമായ സൗകര്യം ചെയ്തുകൊടുത്തു.

ഒരു ദിവസം കുമാരൻ നായർ യേശുദാസിനോട് വന്നു പറഞ്ഞു. "എടാ, നീ ഒരു കച്ചേരി അവതരിപ്പിക്കണം. നിനക്ക് 30 രൂപ ഞാൻ വാങ്ങി

ശെമ്മാങ്കുടിയുടെ കാർഷെഡ്

ശെമ്മാങ്കുടി ശ്രീനിവാസ അയ്യർ

ത്തരാം. അന്നൊരു തുടക്കക്കാരന് ലഭിക്കാവുന്ന വലിയ തുകയാണ് 30 രൂപ. കുമാരൻ നായർ വഴുതക്കാട്ടുള്ള കാഴ്ച വൈകല്യമുള്ള കുട്ടികളുടെ സ്കൂളിൽ മൃദംഗം പഠിപ്പിക്കാൻ പോയിരുന്നു. അവിടത്തെ വാർഷികത്തിനാണ് യേശുദാസിന്റെ കച്ചേരി വെച്ചത്. സംഘാടകരെ പറഞ്ഞു സമ്മതിപ്പിച്ച് 30 രൂപ വാങ്ങിക്കൊടുത്തു. നേരത്തെ പറഞ്ഞിരുന്നു. തനിക്ക് അതിൽനിന്ന് ഒന്നും തരേണ്ട എന്ന്. അതിൽ ഒരു രൂപയും വാങ്ങാതെ കുമാരൻ നായർ പണം ദാസിന് കൊടുത്തു.

അക്കാദമിയിൽനിന്ന് പോയി അധികകാലം കഴിയും മുമ്പേ യേശുദാസ് മലയാള സിനിമയിൽ അവിഭാജ്യഘടകമായി ഉന്നതനിലയിലേക്കുയർന്നു. എന്നാൽ, അക്കാദമി പഠനത്തിന് ശേഷവും വലിയ മൃദംഗവിദ്വാനൊന്നും ആയില്ല കുമാരൻ നായർ. അദ്ദേഹത്തിന് അപ്പോഴും കമ്പം ആനകളോടായിരുന്നു. എങ്കിലും നാട്ടിൽ അറിയപ്പെടുന്ന മൃദംഗവാദകനായിരുന്നു.

വർഷങ്ങൾക്കുശേഷം ഒരു ദിവസം കുമാരൻ നായർ മദ്രാസിൽ യേശുദാസിന്റെ വീട്ടിലെത്തുന്നു. സാധാരണ വേഷത്തിൽ വന്നയാൾ സെക്യൂരിറ്റിയോട് പറഞ്ഞു: "യേശുദാസ് ഉണ്ടെങ്കിൽ ഞാൻ വിളിക്കുന്നു എന്ന് പറ." ഏതോ വഴിപോക്കന്റെ ജല്പനമാണെന്ന മട്ടിൽ സെക്യൂരിറ്റി പറഞ്ഞുവിടാനൊരുങ്ങി. എന്നാൽ, കുമാരൻ നായർ വഴങ്ങിയില്ല. യേശുദാസ് എത്തുമ്പോൾ പഴയ സഹപാഠി. അദ്ദേഹം സ്നേഹത്തോടെ സ്വീകരിച്ചിരുത്തി.

നായർ പറഞ്ഞു: "ഞാൻ വന്നത് എനിക്ക് 10,000 രൂപ വേണം. ആസാമിൽനിന്ന് ഒരു ആനക്കുട്ടിയെ വാങ്ങാനാണ്. ഇത് എപ്പോഴെങ്കിലുമേ തിരിച്ചുതരൂ." യേശുദാസ് പണം നല്കി. കുമാരൻനായർ അതുമായി ആസാമിലേക്ക് പോയി.

പ്രിൻസിപ്പലിനെ ഞെട്ടിച്ച കച്ചേരി

സ്വാതിതിരുനാൾ സംഗീതകോളേജിന്റെ 25-ാം വർഷികാഘോഷം അവിടത്തെ പൂർവ്വവിദ്യാർത്ഥിയായിരുന്ന യേശുദാസിനെ ഉദ്ഘാടനത്തിനും കച്ചേരിക്കുമായി ക്ഷണിച്ചു. പ്രമുഖരെല്ലാം കച്ചേരി കേൾക്കാനുണ്ടായിരുന്നു. യേശുദാസ് തന്റെ സ്വന്തം സൗണ്ട് സിസ്റ്റവുമായാണ് വന്നത്. അതു നിയന്ത്രിക്കാൻ സൗണ്ട് എഞ്ചിനീയറും. മൈക്കിന്റെ പൊസിഷനും ശബ്ദത്തിന്റെ ലെവലുമെല്ലാം യേശുദാസിന്റെ നിർദ്ദേശപ്രകാരമാണ് സെറ്റ് ചെയ്യാറുള്ളത്.

കച്ചേരി തുടങ്ങി. ആഭോഗി വർണ്ണത്തിലാണ് തുടങ്ങിയത്. അത് തിസ്രപ്പെടുത്തി പാടിയത് എല്ലാവരെയും അത്ഭുതപ്പെടുത്തി. യേശുദാസിന്റെ ശബ്ദം ഹാളിലാകെ പ്രകമ്പനം കൊണ്ടു. എല്ലാവരും അക്ഷരാർത്ഥത്തിൽ സ്തബ്ധരായി. അന്നോളം ഇത്രയും ഘനഗംഭീരമാർന്ന യുവശബ്ദം അവർ കേട്ടിരുന്നില്ല. അന്നത് കേൾക്കാനുണ്ടായിരുന്ന ആര്യനാട് സദാശിവന് ഇന്നലത്തെപ്പോലെ ഓർമ്മയുണ്ട്. കല്യാണിയായിരുന്നു മെയിനായി പാടിയത്. കുറേനേരം കഴിഞ്ഞപ്പോൾ ഹാൾ കുലുങ്ങുന്നതുപോലുള്ള പ്രതീതി.

കുമാരസ്വാമി അയ്യരാണ് അന്നത്തെ പ്രിൻസിപ്പൽ. അദ്ദേഹത്തിന് എന്തോ ഒരു അസ്സഹനീയത തോന്നിയിട്ട് സൗണ്ട് എഞ്ചിനീയറോട് ആംഗ്യം കാണിച്ചു. സൗണ്ട് അല്പം കുറയ്ക്കാൻ. എന്നാൽ, അയാൾ വഴങ്ങിയില്ല. എല്ലാം സാർ തന്നെ സെറ്റ് ചെയ്തതാണ്. അത് മാറ്റാൻ പാടില്ലെന്ന് മറുപടിയും കൊടുത്തു. എന്നാൽ, ഒരു പ്രശ്നവുമില്ലെന്ന മട്ടിൽ പ്രിൻസിപ്പൽ തലയാട്ടിയിട്ട് പോയി സ്വസ്ഥമായിരുന്ന് കച്ചേരി കേട്ടു.

ക്രിസ്ത്യാനിക്ക് എന്ത് സംഗീതമെന്ന് സംഗീതത്തിന്റെ ശ്രീകോവിലായ സംഗീതകോളെജിൽവച്ച് യേശുദാസ് കേൾക്കേണ്ടിവന്ന അപമാനത്തിന് ഒരു മറുപടികൂടിയായിരുന്നു ആ കച്ചേരി.

ശെമ്മാങ്കുടി സ്വാമി അക്കാലത്ത് താമസിച്ചിരുന്ന തിരുവനന്തപുരം തൈക്കാട്ടെ വീടിനടുത്ത് ഒരു ചെറിയ ക്ഷേത്രമുണ്ട്. ഉച്ചുമാളിയമ്മൻ ക്ഷേത്രം. റോഡുവക്കിലെ ചെറിയൊരു കോവിലാണ്. സ്വാതിതിരുനാൾ സംഗീത കോളേജിലെ പ്രിൻസിപ്പലായിരുന്ന കാലത്ത് മഹാനായ ഗായകൻ ജി എൻ ബാലസുബ്രഹ്മണ്യം ഈ കോവിലിൽ വന്ന് പാടുമായിരുന്നു. മിക്ക ദിവസവും വൈകുന്നേരം യേശുദാസ് ഈ കോവിലിന്റെ മതിലിൽ ചാരി അവിടത്തെ പൂജകളും ദീപാരാധനകളുമൊക്കെ നോക്കി നില്ക്കും. അങ്ങനെയിരിക്കെ തന്നെ ദേവി അനുഗ്രഹിച്ചു എന്നാണ് അദ്ദേഹം വിശ്വസിക്കുന്നത്. "പൊയ്ക്കോളൂ. നിന്റെ സംഗീതപഠനത്തിൽ ഞാൻ സംതൃപ്തയായിരിക്കുന്നു. നീ പോയി സംഗീതലോകം കീഴടക്കൂ." എന്ന് ദേവി പറഞ്ഞതുപോലെ. ചിക്കൻ പോക്സ് പിടിപെട്ടാണ് യേശുദാസ് തിരുവനന്തപുരത്തുനിന്ന് പോകുന്നത്. അതോടെ പഠനം ഉപേക്ഷിക്കേണ്ടിവന്നു. പിന്നീട് സിനിമാ ലോകത്തേക്കായിരുന്നു.

കോളേജിൽനിന്ന് യേശുദാസ് പോയി രണ്ടുവർഷം കഴിഞ്ഞ് ഞങ്ങൾ പാളയത്ത് കൂടി നടന്നുപോകുമ്പോൾ മൈക്കിലൂടെ ഒരു പാട്ട് കേൾക്കുന്നു.

'പറയാൻ വയ്യല്ലോ ജനനീ. പാടാൻ വയ്യല്ലോ.' പാട്ടു കേൾക്കാനായി സിനിമ പോയി കണ്ടു. സിനിമയിൽ പേർ എഴുതിക്കാണിച്ചപ്പോഴാണ് ഞങ്ങൾ അറിയുന്നത് ഇതു പാടിയത് യേശുദാസാണെന്ന്. സിനിമ *ഭാഗ്യജാതകം*. ആര്യനാട് സദാശിവൻ ഓർക്കുന്നു. അന്ന് അദ്ദേഹത്തിന്റെ സഹപാഠികൾ പോലും പ്രതീക്ഷിച്ചില്ല കാട്ടുതീ പോലെ പടർന്നേറിയ പ്രശസ്തി ദശാബ്ദങ്ങളോളം നിലനിർത്തി ഈ ഗായകൻ മലയാളത്തിന്റെ ആത്മാവിന്റെ സംഗീതമാകുമെന്ന്.

ഗാനലോകവീഥികളിൽ...

ശ്രുതിയും താളവും ലയവും ഒക്കെ ശാസ്ത്രീയമായി വിവക്ഷിക്കുന്ന കർണ്ണാടകസംഗീതനിബദ്ധമായിരിക്കണം എല്ലാ പാട്ടുകളുമെന്ന് കർണ്ണാടക സംഗീതം പഠിച്ചവർക്കെല്ലാം നിർബ്ബന്ധമുള്ളതുപോലെയാണ്. ഗുരുവിന്റെ മുന്നിൽ പോയിരുന്ന് 'സരിഗമപധനി' പാടിത്തുടങ്ങിയവർക്കേ ശ്രുതിയെപ്പറ്റിയും താളത്തെപ്പറ്റിയും പറയാൻ അവകാശമുള്ളൂ എന്നൊരു അലിഖിതനിയമമുള്ളതുപോലെയാണ് സമൂഹത്തിൽ. പലരുമങ്ങനെ വിശ്വസിക്കുന്നു. ശാസ്ത്രീയസംഗീതമറിയാത്തവർ പാട്ടിന്റെ ഏഴയലത്തുപോലും വന്നുപോകരുതെന്ന തരത്തിലാണ് നമ്മുടെ ടെലിവിഷൻ റിയാലിറ്റിഷോകളിലെ വിലയിരുത്തൽകാരും ഗായകരുമൊക്കെ പറഞ്ഞു വെക്കുന്നത്.

സംഗീതം അനന്തസാഗരമാണെന്നും അതാർക്കും പഠിച്ചു തീർക്കാൻ കഴിയില്ലെന്നതുമൊക്കെ ഒരുപാട് പറഞ്ഞു പഴകിയ പല്ലവികളാണ്. അറിവിന്റെ എല്ലാ വകഭേദങ്ങൾക്കും ഈ വിവക്ഷ ശരിയുമാണ്. ഏതൊരു കലാരൂപത്തിന്റെ കാര്യവും അങ്ങനെതന്നെയാണ്. എന്നാൽ, ഇതൊക്കെ ആരെങ്കിലും പറയുമ്പോഴേ പാട്ടുപഠിക്കാത്ത പാവങ്ങൾ തലകുനിച്ചുപോകും. എന്നാൽ, ഒരു കാലത്ത് നിലനിന്ന ഇത്തരം ഹുങ്കിനെ ധൈര്യമായി ചോദ്യം ചെയ്തത് നമ്മുടെ സിനിമാ സംഗീതമാണ്. ലളിതഗാനങ്ങൾ എന്ന ഗാനശാഖ ഇന്ത്യയിൽ രൂപപ്പെട്ടത് സിനിമയിലൂടെയാണ്.

യേശുദാസ് ശാസ്ത്രീയസംഗീതത്തിന്റെ മാത്രമല്ല, ലളിതസംഗീതത്തിന്റെയും വിശാലമായ വിവിധവിതാനങ്ങൾ മനസ്സിലാക്കിയശേഷമാണ് സിനിമാഗാനരംഗത്തെത്തുന്നത്. ശാസ്ത്രീയ സംഗീതത്തിന്റെ ചിട്ടവട്ടങ്ങളിൽ മാത്രമൊതുങ്ങിനിന്നെങ്കിൽ അദ്ദേഹം അന്നത്തെ ഗായകരിൽനിന്ന് വ്യത്യസ്തനാകുമായിരുന്നില്ല.

അത്രമേൽ ശ്രദ്ധിക്കപ്പെടാത്ത അദ്ദേഹത്തിന്റെ ആദ്യകാല ഗാനങ്ങളായ 'മധുരപ്പതിന്നേഴുകാരി', 'ചെല്ലച്ചെറുകിളിയേ' തുടങ്ങിയ ഗാനങ്ങളിൽ മുഹമ്മദ് റഫിയുടെ ആലാപനത്തിന്റെ സൂക്ഷ്മതകളെ അദ്ദേഹം അനുകരിക്കാനും ഉൾക്കൊള്ളാനും ശ്രമിച്ചിട്ടുള്ളതായി ഗാനനിരീക്ഷകനായ രാജൻലാൽ വിലയിരുത്തുന്നു. റാഫിയുടെ വലിയ ആരാധകനായ യേശുദാസ് ആദ്യകാലത്ത് റാഫിയുടെ ആലാപനം നന്നായി അനുകരിച്ചിരുന്നു.

എന്നാൽ, അദ്ദേഹത്തിന്റെ മലയാളത്തിലെ പശ്ചാത്തലം അന്നങ്ങനെയായിരുന്നില്ല. ഗാനങ്ങളുടെ ഘടനയെപ്പറ്റി വ്യക്തമായ ഒരു രൂപരേഖയുമില്ലാതെ അനുകരണഗാനങ്ങൾ പിറന്നിരുന്ന ഒരു കാലത്തുനിന്ന് മലയാളം പതിയെ അതിന്റെ തനിമ കണ്ടെത്താൻ തുടങ്ങിയിട്ടേയുണ്ടായിരുന്നുള്ളൂ.

അവിടെയൊരെളിയ തുടക്കം. എങ്കിലും അത് നമ്മുടെ സാംസ്കാരികതയെ, പുരോഗമന ചിന്താധാരകളെ ഊട്ടിയുറപ്പിച്ച മഹത്തായ ഗുരുവചനം തന്നെയായി.

'ജാതിഭേദം മതദ്വേഷം ഏതുമില്ലാതെ സർവ്വരും
സോദരത്വേന വാഴുന്ന മാതൃകാസ്ഥാനമാണിത്'

കാല്പാടുകൾ എന്ന ചിത്രത്തിനുവേണ്ടി എം ബി ശ്രീനിവാസന്റെ സംഗീതത്തിൽ അന്നു ഗന്ധർവ്വനാദം ശബ്ദലേഖനം ചെയ്യപ്പെട്ടു. 1961 നവംബർ പതിനാലിനായിരുന്നു അത്. അതേ ചിത്രത്തിൽത്തന്നെ ഒരു സമ്പൂർണ്ണ ഗാനം നല്കണം എന്ന നിർമ്മാതാവിന്റെ നിർബ്ബന്ധത്തിനു വഴങ്ങി.

'അറ്റൻഷൻ പെണ്ണേ അറ്റൻഷൻ
കാണുമ്പോൾ ഞാൻ നല്ല കാരിരുമ്പ്
കൈയിൽ പിടിച്ചാലോ പൂങ്കരിമ്പ്'

എന്ന ഒരു യുഗ്മഗാനം ശാന്താ പി നായരോടൊപ്പം പാടി.

ദാരിദ്ര്യത്തിലലഞ്ഞു നടക്കെ വീണുകിട്ടിയ അവസരങ്ങളിലെ ശുഷ്കഗാനങ്ങളായിരുന്നു കുറേ കാലത്തോളം യേശുദാസിന്. എന്നിട്ടും തനിക്കു കിട്ടിയ ഓരോ ഗാനത്തിലും ആലാപനത്തിന്റെ വ്യക്തിത്വം അദ്ദേഹം ആലേഖനം ചെയ്തത് ആദ്യകാല ഗാനങ്ങൾ വീണ്ടും കേൾക്കുമ്പോൾ നമുക്ക് മനസ്സിലാകും.

ആദ്യ ചലച്ചിത്രം പുറത്തിറങ്ങും മുമ്പേ മറ്റൊരു സിനിമയിൽ ഒരു ശ്ലോകം യേശുദാസ് പാടി. അതാണ് ആദ്യം സിനിമയിലൂടെ പുറത്തിറങ്ങുന്നത്. *വേലുത്തമ്പിദളവ* എന്ന ചിത്രത്തിനു വേണ്ടിയായിരുന്നു അത്. ആ ചിത്രത്തിലെ മറ്റു ഗാനങ്ങൾ എൽ പി റെക്കോർഡിലൂടെയും ആകാശവാണിയിലൂടെയും പലരും കേട്ടെങ്കിലും ഈ ഗാനം പിന്നീടാർക്കും കേൾക്കാൻ അവസരം കിട്ടിയില്ല. കാരണം അന്നത്തെ റെക്കോഡിങ്ങിൽ സിനിമയുടെ ടൈറ്റിൽ സോങ്ങായ ഈ ഗാനം ഉൾപ്പെടുത്തിയിരുന്നില്ല.

'പുഷ്പാഞ്ജലികൾ... പുഷ്പാഞ്ജലികൾ...
പുരുഷ സിംഹമേ ജന്മഭൂമിയെ തുയിലുണർത്തിയ

ശബ്ദബ്രഹ്മമേ...
നൂപുരശിഞ്ജിതമോടെ കാലം ഗോപുരവാതിൽ തുറന്നു...'

എന്ന ആ ശ്ലോകം സിനിമ കാണുന്നവർക്കു മാത്രമേ കേൾക്കാൻ കഴിഞ്ഞുള്ളൂ. മകനെ ഗായകനാക്കണം എന്നു മാത്രം ആഗ്രഹിച്ച് അതിനായി മനമുരുകിയ യേശുദാസിന്റെ പിതാവ് അഗസ്റ്റിൻ ജോസഫ് സിനിമാഗാനമായി മകന്റെ ശബ്ദം ആദ്യം കേൾക്കുന്നതും ഈ ശ്ലോകത്തിലൂടെയാണ്.

അന്ന് എറണാകുളത്തെ മേനക തിയേറ്ററിലായിരുന്നു *വേലുത്തമ്പി ദളവ* റിലീസായത്. മകന്റെ പാട്ടുകേൾക്കാനായി അഗസ്റ്റിൻ ജോസഫ് സിനിമ കണ്ടു.

വീണ്ടും കേൾക്കാനായി വീണ്ടും സിനിമ കണ്ടു. പിന്നീടും കേൾക്കാൻ ടിക്കറ്റിന് പണമില്ലാത്തതിനാൽ അദ്ദേഹം തിയേറ്ററിന് പുറത്തുപോയി നിന്ന് സിനിമയുടെ തുടക്കത്തിലുള്ള ശ്ലോകം കേട്ടുനിന്നു. അക്കാലത്ത് അഗസ്റ്റിൻ ജോസഫിന്റെ വീട്ടിൽ റേഡിയോ ഇല്ല. അടുത്ത വീട്ടിൽ ഒരു വാൽവ് റേഡിയോ ഉണ്ട്. എപ്പോഴെങ്കിലും റേഡിയോയിലൂടെ യേശുദാസിന്റെ പാട്ട് എന്നു പറയുമ്പോൾ ഓടി അടുത്ത വീട്ടിൽ പോയി യേശുദാസിന്റെ അപ്പച്ചൻ പാട്ടു കേട്ടിരുന്നു.

അക്കാലത്ത് മലയാളത്തിലേക്കാൾ കൂടുതൽ സിനിമകൾ തമിഴിലും തെലുങ്കിലുമായിരുന്നു ഇറങ്ങിയിരുന്നത്. അവയിൽ ഹിറ്റാകുന്ന പലതും ഇവിടേക്ക് റീമേക്ക് ചെയ്തിരുന്നു. അങ്ങനെ 1961 ൽ ഭാനു ഫിലിംസ് തെലുങ്കിൽ നിർമ്മിച്ച *ശാന്തിനിവാസിന്റെ* മലയാളം പതിപ്പിൽ യേശുദാസ്

പാടി. ഒപ്പം അഭയദേവ്-ദക്ഷിണാമൂർത്തി കൂട്ടുകെട്ടിന്റെ *ശ്രീകോവിൽ* എന്ന ചിത്രത്തിലും. 'വേദവാക്യം നരനൊന്നേയതു മാതൃവാക്യം തന്നെ' എന്ന ഗാനമാണ് ശ്രീകോവിലിനുവേണ്ടി പാടിയത്.

ഉദയായുടെ *പാലാട്ടുകോമൻ* എന്ന ചിത്രത്തിലാണ് തെന്നിന്ത്യയിലെ അന്നത്തെ പ്രമുഖ ഗായികയായിരുന്ന പി സുശീലയുമൊത്ത് യേശുദാസ് പാടുന്നത്. എന്നാൽ, അതൊരു പ്രമുഖ ഗാനമൊന്നുമല്ല. ചിത്രത്തിൽ യേശുദാസിന് പാട്ടുകൾ നിശ്ചയിച്ചിരുന്നില്ല. റീറെക്കോർഡിങ് സമയത്ത് ഒരു പാട്ടിന്റെ ആവശ്യം വന്നപ്പോൾ പെട്ടെന്നുണ്ടാക്കിയ ഒരു ഗാനമായിരുന്നു അത്.

'ആനക്കാരാ ആനക്കാരാ ആരെക്കാണാൻ വന്നു നീ...
പെണ്ണുങ്ങൾ നീരാടും കടവിൽ ആരെക്കാണാൻ വന്നുനീ..'

ഇത്തരത്തിലുള്ള നിരവധി അപ്രസക്ത ഗാനങ്ങളാണ് യേശുദാസ് ആദ്യകാലത്ത് പാടിയിരുന്നത്. നിരവധി ഗാനങ്ങൾക്ക് അക്കാലത്തദ്ദേഹം കോറസ് പാടിയിട്ടുണ്ട്. *പാലാട്ടുകോമ*നിലെ 'ആനകേറാമലയിലെ...' എന്ന ഉദയഭാനു മാഷിന്റെ പാട്ടിലൊക്കെ യേശുദാസ് കോറസ് പാടിയിട്ടുണ്ട്. എന്നാൽ, പിന്നീട് എം ബി ശ്രീനിവാസൻ തന്നെ പറഞ്ഞു കോറസ് പാടേണ്ടെന്ന്. പിന്നീട് കോറസ് ഗായകനായി ഒതുങ്ങാൻ പാടില്ലെന്ന് കരുതിയാണ് അദ്ദേഹം പറഞ്ഞത്. അങ്ങനെ കോറസ് പാട്ടുകൾ നിർത്തി. യേശുദാസിനായി ആർക്കും നിശ്ചയിക്കാനാവാത്ത ഒരു നീണ്ടകാലം കാത്തുനിന്നു.

പറയൂ നിൻ ഗാനത്തിൽ

ഓണനിലാവിന്റെ നൈർമ്മല്യമാണ് യേശുദാസിന്റെ നാദം. അത് പൂക്കുമ്പോൾ മനസ്സ് കാഴ്ചകൾ കാണാൻ തുടങ്ങും. ഓർമ്മകളെ താലോലിക്കാൻ തുടങ്ങും. അവിടെ വെയിൽ തുടിച്ചുണരും. ഓണത്തുമ്പികൾ പറന്നുവരും. വീട്ടുമുറ്റത്തും പാതയോരത്തും റോഡരികിലും വയൽവരമ്പിലും നാട്ടുവഴിയിലും മേടുകളിലും നീണ്ട പാടത്തുമൊക്കെ ഓണം സന്തോഷത്തിന്റെ സ്മൃതിമന്ത്രമുണർത്തി മന്ദഹസിക്കും.

'ഓണപ്പൂവേ... ഓമൽപ്പൂവേ...
പൂങ്കൊതിയൻ വണ്ടിനു തേനും...
മാവേലിക്കുയിരും നല്കും.
സർവ്വസ്വദാത്രീ സൗവർണ്ണ ഗാത്രീ...'

ഗതകാലത്തെപ്പോഴോ നമ്മൾ കേട്ട് മറന്നതുപോലെ ഒരു ഗാനം യൂസഫലി കേച്ചേരി എഴുതിയ മനോഹരമായ ആ വരിയുടെ അർത്ഥമല്ല നാം അപ്പോൾ ചിന്തിക്കുക, അല്ലെങ്കിൽ എം എസ് വിശ്വനാഥൻ ഒരുക്കിയ ഈണമല്ല. പാട്ടിനൊപ്പം ഒഴുകുന്ന വാദ്യോപകരണങ്ങളോ താളവാദ്യങ്ങളോ ഒന്നും ചിന്തിക്കുന്നതേയില്ല. യേശുദാസിന്റെ ആർദ്രമായ ശബ്ദം. അതുമാത്രമാണ് ഇത്തരം ഗാനങ്ങളിലൂടെ നമ്മെ സ്വപ്നം കാണാൻ പഠിപ്പിക്കുന്നത്.

'നിറയോ നിറനിറയോ... പൊന്നാവണി നിറപറ വച്ചു.'

അതിന്റെ താളാത്മകതയോ മലയാളത്തിന്റെ തനിമയും പൊലിമയുമൂറുന്ന വാക്കുകളോ അല്ല, മറിച്ച് സമൃദ്ധമായ കൊയ്ത്തു കാലത്തിന്റെ സ്മൃതിയാണ് ഈ ഗാനത്തിലൂടെ സഞ്ചരിക്കുമ്പോൾ മനസ്സിലേക്കോടിയെത്തുക. ആ സമൃദ്ധിയാണ് യേശുദാസിന്റെ ശബ്ദം കൊണ്ടുവരുന്നത്.

'വസന്തബന്ധുര' വനഹൃദയം
പൂങ്കുയിലായ് പാടുന്നു'

എന്ന ഗാനം മുന്നിൽ വരച്ചുവെക്കുന്ന ചിത്രം മറ്റൊന്നല്ല. ഒ എൻ വിയുടെ ഭാവനാസുരഭിലമായ വരികൾ കേൾക്കുമ്പോൾ ഒരു ത്രിസന്ധ്യയുടെ ധന്യമായ കാഴ്ചയാണ് മുന്നിൽ. ഒ എൻ വിയുടെ മനസ്സല്ല. യേശുദാസിന്റെ മനസ്സാണ്. നമ്മെ അത് കാട്ടിത്തരുന്നത്. ഇങ്ങനെ ഓരോ വികാരങ്ങൾക്കും ജീവവായുവാണ് ദാസിന്റെ സംഗീതം മലയാളികൾക്ക്.

ഓണം ഒരു കാലത്ത് ആബാലവൃദ്ധം ജനങ്ങളുടെയും ആഘോഷമായിരുന്നു അന്ന് കുട്ടികൾ മുതലുള്ളവരെ തരംഗിണിയുടെ ഓണപ്പാട്ടുകൾ സ്വാധീനിച്ചു കൃത്യമായ കോമ്പിനേഷനായിരുന്നു അന്നത്തെ ഓരോ ആൽബവും.

ആദ്യമായി തരംഗിണി പുറത്തിറക്കിയ ഓണപ്പാട്ടുകൾ എഴുതിയത് ഒ എൻ വിയാണ്. സംഗീതസംവിധാനം ആലപ്പി രംഗനാഥ്. വാക്കുകളുടെയും ചിന്തയുടെയും ഗാംഭീര്യംകൊണ്ട് അല്പം ഉയർന്ന നിലവാരമാണ് ആ ഗാനങ്ങൾ പുലർത്തിയത്. അതിനാൽ, അത്രയധികം ജനകീയമായി എന്നു പറയാനാവില്ല. കാരണം, അക്കാലത്ത് കാസറ്റും ടേപ്പ് റെക്കോർഡറുമൊക്കെ പ്രചാരത്തിലെത്തുന്നതേയുള്ളൂ. എങ്കിലും.

'നാലുമണിപ്പൂവേ...' 'കണ്ണനെ കണികാണാൻ' എന്നീ ഗാനങ്ങൾ പിന്നീട് വളരെ പോപ്പുലറായി. അക്കാലത്തെ ഗാനമേളക്കാരാണ് ഈ പാട്ടുകൾക്ക് ഇത്രയധികം പ്രചാരം നല്കിയത്. കെ ജി മാർക്കോസിന്റെയും ഇടവാ ബഷീറിന്റെയും ഗാനമേളകളിൽ ഈ പാട്ടുകൾ പാടിയിരുന്നു. അല്പം കൂടി ഉയർന്ന നിലവാരം പുലർത്തിയ ഗാനമാണ്.

'വസന്തബന്ധുര വനഹൃദയം
പൂങ്കുയിലായി പാടുന്നു...'

എന്നത്. അക്കാലത്ത് സ്കൂൾ യുവജനോത്സവങ്ങളിൽ ലളിതഗാനമായി നിരവധി പേർ ഈ ഗാനം എടുത്തുപാടി. യേശുദാസിന്റെ ബേസ് വോയിസും ഉയർന്ന സ്ഥായീസഞ്ചാരവും നന്നായി ഉപയോഗിക്കപ്പെട്ട ഗാനമാണിത്. മനോഹരമായ കവിത എന്നതുകൊണ്ടും ആ ഗാനം ശ്രദ്ധേയമായി.

എന്നാൽ, ആ ആൽബത്തിലെ ഏറ്റവും മനോഹരമായ ഗാനം
'പറയൂ നിൻ ഗാനത്തിൻ നുകരാത്ത തേനിന്റെ
മധുരിമയെങ്ങനെവന്നു...'

എന്നതാണ്. സാധാരണക്കാരുടെയിടയിൽ ഈ ഗാനം അത്ര ശ്രദ്ധേയമായില്ല. എന്നാൽ, ഗാനാസ്വാദകരെ പിടിച്ചുകുലുക്കിയ ഗാനമാണിത്. യേശുദാസിന്റെ ആലാപനവശ്യതകൊണ്ട് ഇത്രയും മനോഹരമായ ഗാനം അക്കാലത്ത് ഇറങ്ങിയിരുന്നില്ല.

ഓണം അതിന്റെ അന്ത്യയാമങ്ങളോടടുക്കുന്ന വേളകളിൽ ഓണത്തുമ്പികളും ഓണപ്പൂക്കളുമൊക്കെയുറങ്ങുമ്പോൾ ഉണർന്നിരുന്ന് പാടുന്നത് പൂങ്കുയിൽ മാത്രം. കവിയുടെ മനസ്സിൽ അങ്ങനെയൊരു രാത്രി നോവായി

ഉണ്ടായിക്കാണണം. മലയാളത്തിലെ ഏത് ഉന്നത സ്ഥാനീയരായ സംഗീത സംവിധായകരുടെ ഗാനങ്ങളോടും ചേർത്തുവെക്കാവുന്ന നിലവാര ത്തോടെ ഭാവാർദ്രമായ ഈണത്തിന്റെ യഥാർത്ഥ സ്പർശമായിരുന്നു സംഗീതസംവിധായകനായ ആലപ്പി രംഗനാഥ് ഒരുക്കിയത്. ഈണം പോലെ മനോഹരമായിരുന്നു അതിന്റെ ഓർക്കസ്ട്രേഷനും. വീണയും ഫ്ളൂട്ടും ഇടയ്ക്കയും മറ്റും ചേർന്ന അത്യപൂർവ്വ ചാരുതയാർന്ന മേളനം.

ഒരു കവിതയുടെ ശക്തി അതിനുള്ളിൽ അലിഞ്ഞുചേർന്നിരിക്കുന്ന സംഗീതമാണെന്ന് ഈ ഗാനം കേൾക്കുമ്പോൾ നാം തിരിച്ചറിയും. ഒരിക്കലും ഒരു കവിക്ക് തിരിച്ചറിയാൻ കഴിയില്ല അതിനുള്ളിലെ സംഗീതം. ഒരുപക്ഷേ, കവിയുടെ മനസ്സ് കൂടി വായിക്കാനറിയാവുന്ന പ്രതിഭാധന നായ സംഗീത സംവിധായകനു മാത്രം കണ്ടെത്താൻ കഴിയുന്നതാണ് ആ സംഗീതം. അതുകൊണ്ട് നമുക്ക് തോന്നും ഈ ഗാനം മറ്റാരും ചെയ്തിരുന്നെങ്കിലും ഇതുപോലെ മനോഹരമാവുകയില്ലായിരുന്നു എന്ന്. അങ്ങനെ അടിവരയിട്ട് പറയാവുന്ന ഗാനമാണിത്.

അതിലെ ഓരോ വരിക്കും ഓരോ വാക്കിനും ഓരോ ഭാവനയ്ക്കും യേശുദാസ് എന്ന അഭൗമഗായകൻ കൊടുത്തിരിക്കുന്ന ശബ്ദസുഖം ചിരന്തനമായ അവാച്യസുഖമാണ് സമ്മാനിക്കുന്നത്.

ഭാവാത്മകതയുടെ ആഴങ്ങളോളം രാഗഛായയുടെ ചാരുതകളെ സീമയോളം ചെന്ന് കാട്ടിക്കൊണ്ടുവരുമ്പോഴും മിതത്വം കൈവിടാതെ പാടിവെച്ച ഗാനം. ഇടയ്ക്കയുടെ നാദം, വീണയും ഫ്ളൂട്ടും ചേർന്ന പശ്ചാത്തലം. നേർത്ത് നേർത്ത് പാട്ടിനോട് ചേർന്നലിയുന്നതുപോലെയാണ് ഈ ഗാനം അവസാനിക്കുന്നത്.

'പറയൂ നിൻ ഗാനത്തിൻ നുകരാത്ത തേനിന്റെ മധുരിമയെങ്ങനെ വന്നു...'

മധുരിമയെങ്ങനെ വന്നു എന്ന വരി ആവർത്തിച്ചാവർത്തിച്ച് നേർത്ത് ഇല്ലാതെയാകുന്നു. അതിന്റെ ഓരോ ആവർത്തനങ്ങളിലും യേശുദാസ് പാടുന്ന സംഗതി ആസ്വാദകന്റെ ഹൃദയമിടിപ്പ് വർദ്ധിപ്പിക്കുന്നതാണ് നിർവൃതിയിൽ വലിഞ്ഞ് മുറുക്കുന്നവയാണ്. ഓണം അതിന്റെ എല്ലാ ഭാവ സ്വരൂപവും വിടർത്തി നേർത്ത് മറയുന്നു.

ഇതേ അനുഭൂതി പകരുന്നതാണ് തുടർന്നുള്ള വർഷത്തിലിറങ്ങിയ 'ഉത്സവഗാനങ്ങൾ' എന്ന ആൽബത്തിലെ

'എന്നും ചിരിക്കുന്ന സൂര്യന്റെ ചെങ്കതിർ
ഇന്നത്രെ ധന്യതയാർന്നു'

എന്ന ഗാനം. എന്നാൽ, ഇതിനേക്കാൾ പ്രശസ്തിയാർന്ന ഗാനം 'ഉത്രാടപ്പൂനിലാവേ വാ..' ആണ്. ഹംസധ്വനിയുടെ ലയഭംഗി തുളുമ്പുന്ന സ്വരങ്ങൾകൊണ്ടും മനോഹരമായ ഓർക്കസ്ട്രേഷൻകൊണ്ടും ഗാനത്തെ ഓണത്തിന്റെ പ്രതീതിയിലേക്ക് കൊണ്ടുവന്നു രവീന്ദ്രൻ. ഓണത്തിന്റെ എല്ലാ ചേരുവകളും വാക്കുകളിലൂടെ ആവർത്തിച്ചാണ് ഇതിലെ മൊത്തം ഗാനങ്ങൾ ഓണാഘോഷത്തിന്റെ പര്യായം പോലെ ജനം സ്വീകരിച്ചത്. ശ്രീകുമാരൻ തമ്പിയുടേതാണ് രചന.

ഓണം, ഒരു പ്രണയാർദ്രമാമോർമ്മ

ഓണം കാമുകമനസ്സുകളിലൂടെ സഞ്ചരിക്കുമ്പോൾ പ്രണയിനിയൊത്തുള്ള നിമിഷങ്ങൾ ഒരു ധന്യതയാകുന്നു. മൊബൈൽ ഫോണും ടെലിവിഷനും കമ്പ്യൂട്ടറും ഇന്റർനെറ്റുമില്ലാത്ത കാലത്ത് പ്രണയം വിശുദ്ധിയുടെകൂടി ഭാഗമായിരുന്നു. കാരണം, പരമാവധി അകലെ നിന്നുള്ള അടുപ്പം മാത്രം. നേരിട്ട് കാണുവാനോ ഒന്നിച്ച് നില്ക്കാനോ അവസരങ്ങൾ അത്യപൂർവ്വം മാത്രം കിട്ടിയിരുന്ന കാലത്ത് അതിന്റെ നോവെല്ലാം തീർത്തിരുന്നത് മനസ്സിന്റെ ഭാവനകളാണ്.

എന്നാൽ, ഓണം കുറച്ച് കൂടി സ്വാതന്ത്ര്യം നല്കി. കുടുംബങ്ങളുടെ, അയൽക്കാരുടെ കൂട്ടായ്മ. പെൺകുട്ടികളെ അടുത്ത് കാണാൻ അവസരം. കളിചിരികൾക്കും പ്രണയഭാവങ്ങൾ പങ്കുവെക്കുവാനും കുസൃതികൾക്കും അവസരം.

അന്യനാടുകളിൽനിന്ന് കൂട്ടുകുടുംബങ്ങളിലേക്കൊക്കെ എത്തുന്ന പരിഷ്കാരികളായ ബന്ധുക്കൾ. അവരുടെ നാടുകാണലിൽ കൗതുകങ്ങളും സന്തോഷങ്ങളും മാത്രമേയുള്ളൂ.

വിശാലമായ വീട്ടുമുറ്റങ്ങളും മൺപാതകളും കൈതോലകൾ മതിൽ തീർത്ത നീണ്ട വിശാലമായ പറമ്പുകളും മരത്തണലുകളും ഇല്ലിക്കാടുകളും പൂക്കളും പക്ഷികളും കാട്ടരുവികളും വയലേലകളും കളിത്തോപ്പുകളും ഒക്കെ ചേർന്ന നാടിന്റെ തെളിവാർന്ന കാഴ്ചകളും അന്തരീക്ഷവും. ഇതൊന്നും അനുഭവിക്കാതെ വളരുന്ന കൗമാരങ്ങൾക്ക് ഇത്തരം കാഴ്ചകൾ നിർവൃതിധന്യമായ വികാരഭാവങ്ങളാണ് ഉണർത്തിവിടുക. ഇടവേളകൾ ഓണം എന്ന വികാരത്തോടൊപ്പം ആഘോഷസമൃദ്ധമാകുന്നു. ഇവരിൽ കാമുകിമാരും കാമുകന്മാരുമുണ്ട്. നാലുകെട്ടിന്റെ പശ്ചാത്തലത്തിലെ ഇത്തരം കൂട്ടായ്മകൾ പ്രണയത്തിന്റെ മധുരഭാവങ്ങൾ ചേർത്തുവെക്കും. ഇതൊക്കെയാണ് ശ്രീകുമാരൻ തമ്പിയെപ്പോലെയും യൂസഫലി കേച്ചേരിയെപ്പോലെയുമുള്ള കവികൾ എഴുതിവെച്ചത്. അവരിൽനിന്ന് ഉൽകൃഷ്ട സൃഷ്ടികൾ വാങ്ങിയെടുക്കുന്നതിൽ അന്ന് തരംഗിണി വലിയ പങ്കുവഹിച്ചു.

'അമലേ നാമൊരുമിച്ച്
ചാർത്തുമീ പുളകങ്ങൾ
മറവിക്കും മായ്ക്കുവാനാകുമോ..' എന്ന ശ്രീകുമാരൻ തമ്പിയുടെ വരികൾ യേശുദാസ് പാടുമ്പോൾ ഏതൊരാളുടെ മനസ്സിലും പ്രണയത്തിന്റെ മിന്നലാട്ടങ്ങൾ ഉണർന്നുവരും.

'ഋതുകന്യപെയ്യുമീ
നിറമെല്ലാം മാഞ്ഞാലും
ഹൃദയത്തിൽ പൊന്നോണം തുടരും...'
എന്ന പ്രത്യാശയോടെയാണീ ഗാനം അവസാനിക്കുന്നത്.
'ഒരു നുള്ള് കാക്കപ്പൂ കടം തരാമോ...,
ഒരു സ്വരം മധുരതരം...'

തുടങ്ങിയ ഗാനങ്ങൾ കേൾക്കുമ്പോഴും ഓണത്തിന്റെയും പ്രണയത്തിന്റെയും പരസ്പര ബന്ധം നാമറിയുന്നു.

മറ്റൊരു ആൽബത്തിൽ
'പൊന്നോണം വന്നു പൂമ്പട്ടു
വിരിക്കുമീ പൊന്നിലഞ്ഞിത്തണലിൽ..
ഒന്നുമറിയാത്ത പിഞ്ചോമനകളായ് വന്നു നില്ക്കുന്നു നമ്മൾ'

എന്ന ഗാനത്തിൽ ഒ എൻ വി ഒരു ബാല്യപ്രണയത്തിന്റെ കൗതുകകരമായ ഓർമ്മകൾ വരച്ചിടുന്നു.

'കിനാവിലിന്നലെ വന്നു നീയെൻ
കിസലയ മൃദുലാംഗീ
കുടമുല്ലച്ചിരിയുമായ് നിന്നു നീയെൻ
കുവലയ ചടുലാക്ഷീ.'

'ത്രിസന്ധ്യ വിടചൊല്ലും നേരം
തൃശൂർ നടക്കാവിന്നോരം...'

എന്നീ യൂസഫലി ഗാനങ്ങളിലുമൊക്കെ കാമുക ഹൃദയങ്ങളുടെ പ്രണയാതുരമായ ഓണസ്മരണകളാണ് നമുക്ക് കേൾക്കാൻ കഴിയുക.

വിരഹത്തിന്റെ നോവുകളും തറവാടുകളിലെ തകർച്ചയുടെ ചിത്രങ്ങളുമൊക്കെ കവികൾ പകർത്തിവെക്കുന്നതിന് ആർദ്രമായ ആലാപനത്തിലൂടെ യേശുദാസ് ശില്പഭംഗി നല്കുന്നു. ഒരിക്കലും മായാതെ കാഴ്ചകൾക്ക് അതിരു തീർത്ത് നിലകൊള്ളുന്ന വലിയ പർവ്വതങ്ങളെപ്പോലെ പ്രകൃതി തീർത്ത ശില്പം പോലെ ഇത്തരം ഗാനങ്ങൾക്ക് ആലാപനഭദ്രതകൊണ്ട് ശില്പധന്യത നല്കുന്നു യേശുദാസ്. മായ്ച്ചാലും മായാതെ അവയൊക്കെ മനസ്സിൽ പ്രതിഷ്ഠിക്കപ്പെടുന്നു.

ഉത്തരേന്ത്യൻ മലയാളിപ്പെണ്ണിന്റെ യേശുദാസ്

കേരളത്തിന് പുറത്ത് മലയാളി ദമ്പതികളുടെ മകളായി പിറന്ന് ഒരു മഹാനഗരത്തിൽ ജീവിക്കുന്ന ചെറുപ്പക്കാരി തന്റെ കാമുകനെ കണ്ടെത്തിയത് യേശുദാസിന്റെ ശബ്ദത്തിലൂടെയായിരുന്നു. വീട്ടിൽ കുറച്ചൊക്കെ മലയാളമേ പറയാറുള്ളൂ. എന്നാൽ, ലാന്റ് ഫോൺ മാത്രമുണ്ടായിരുന്ന കാലത്ത് നാട്ടിൽനിന്ന് ട്രങ്ക് ബുക്ക് ചെയ്ത് വിളിച്ചിരുന്ന സാധാരണക്കാരായ മറ്റെല്ലാ കുടുംബാംഗങ്ങളോടും നാടൻ മലയാളം പറഞ്ഞ് ശീലിക്കുകയും വെക്കേഷനും ഓണത്തിനും കല്യാണങ്ങൾക്കുമൊക്കെ സ്നേഹാദരങ്ങൾ ആവോളം ആസ്വദിച്ച് മടങ്ങുമ്പോഴും ഇടയ്ക്ക് വീണുകിട്ടിയ മഹാസംഭവമാണ് യേശുദാസ്. ഒരിക്കലും പറിച്ചെറിയാനാവാത്ത ഒരു നാട്ടുശീലം.

തമിഴിലെയും ഹിന്ദിയിലെയും തട്ടുപൊളിപ്പൻ ഗാനങ്ങൾ, ഗസലുകൾ എല്ലാം കേട്ട് തഴമ്പിച്ചിട്ടും യേശുദാസ് പാടിയ മലയാളം ഗാനങ്ങൾ അവൾക്ക് എല്ലാം തികഞ്ഞ ആശ്വാസം സമ്മാനിച്ചു. ഗാനങ്ങളുടെ

അർത്ഥം നാട്ടിൽനിന്നുള്ളവർ വിശദീകരിച്ചുതന്നതോടെ യേശുദാസ് ഒരു കാമുകരൂപമായി മനസ്സിൽ. നീണ്ട താടിയും മുടിയുമുള്ള ഒരു സാത്വിക രൂപം. മനസ്സിൽ ആരാധനാപുരുഷനായി. വരയ്ക്കാനറിയാവുന്ന അവൾ ആദ്യമായി വരയ്ക്കാൻ ശ്രമിച്ച മുഖം ആ മഹാനായ വ്യക്തിയുടേതായി.

നിലാവുള്ള രാത്രികളിലൊക്കെ നഗരത്തിലെ വീട്ടുമുറ്റത്തെ ബോഗൻവില്ലകളിൽ നിലാവ് കൊടുത്ത വർണ്ണമണിഞ്ഞ് ഒരുകൂട്ടം സുന്ദരിമാരെ പോലെ കുണുങ്ങിനിന്ന ബോഗൻവില്ലപ്പൂക്കളെ കണ്ടപ്പോൾ അവളുടെ കാമുകനെ സങ്കല്പിച്ചു നാട്ടിലെ വീടിന്റെ നീണ്ട ഇറയത്ത് ഇതുപോലെ ഇരിക്കുമ്പോൾ കൂടുതൽ തണുപ്പുള്ള കാറ്റ്. കൂടുതൽ നിറമാർന്ന മണ്ണ്, ധന്യമായ നിശ്ശബ്ദത, കൂടുതൽ ചാരുതയാർന്ന പ്രകൃതി. എത്ര വൈവിദ്ധ്യമാർന്ന ചെടികൾ, പേരറിയാത്ത എത്രയോ കാട്ടുപൂക്കൾ. അവയ്ക്കൊക്കെയും ഇത്രയും അഴകുണ്ടെന്ന് ആദ്യമായി തിരിച്ചറിഞ്ഞ നാളുകൾ. അവളുടെ സ്വപ്നകാമുകൻ അന്ന് അടുത്തിരുന്ന് അളകങ്ങളിൽ നിലാവ് സ്വർണ്ണം ചാർത്തിയതും കവിളിണകൾ ഇരുളിൽ കുളിരാർന്ന് വിടരുന്നതും നോക്കി കാതോരം പാടിക്കൊടുത്തു.

'നിൻമേനി... നെൻമേനി വാകപ്പൂവോ..'

ഈ മുഖം നാൻമുഖ കൈവിരുതോ

അന്ന് എന്താണ് നെൻമേനിവാകപ്പൂ എന്ന് കണ്ടിട്ടുപോലുമില്ല. എങ്കിലും അവൾ സങ്കല്പത്തിൽ കണ്ടു, ഒരുപാട്ടിന് ഇത്രയും വലിയ സ്വർഗ്ഗീയാനുഭൂതി തരാൻ കഴിയുമെന്ന് തിരിച്ചറിഞ്ഞു.

'കാതിൽ തേൻമഴയായ്...' എന്ന് പിന്നീട് കേൾക്കുമ്പോൾ അവൾ സ്വന്തം ഭാഷയിൽ പാട്ടും കവിതയുമൊക്കെ സ്വയം മനസ്സിലാക്കാൻ പഠിച്ചതോടെ മനസ്സിൽ തിരിച്ചറിഞ്ഞു. കാതിൽ തേൻമഴ എന്നാൽ യേശുദാസിന്റെ ശബ്ദം തന്നെയെന്ന്.

ആഘോഷങ്ങളും ആചാരങ്ങളുമൊക്കെ നേരിൽ കണ്ടപ്പോഴാണ് നാട് എന്നത് നമ്മുടെ സ്വത്വമാണെന്ന് തിരിച്ചറിഞ്ഞത്. നിലവിളക്കിന്റെ നിറദീപങ്ങൾ നല്കിയ ആത്മീയഭാവം. ചന്ദനത്തിരിയുടെ ഗന്ധം, വാഴയിലച്ചീന്ത്, നിറപറ, പൂവുകൾ, തുളസിക്കതിർ, നിറക്കൂട്ടുകൾ തീർത്ത കളമെഴുത്ത്, കാളീസങ്കല്പത്തിന്റെ ദുരൂഹത, നാലുകെട്ടിന്റെ മച്ചകങ്ങളിൽ നൂറ്റാണ്ടുകൾ പറയാൻ വെച്ച ദുരൂഹതകൾ, യക്ഷിക്കഥകൾ ഇങ്ങനെ നാടെന്ന സാംസ്കാരിക വൈവിദ്ധ്യം കെട്ടഴിയാക്കഥകളുടെ ദുരൂഹതകൾ. എണ്ണിയാൽത്തീരാത്ത ആചാരങ്ങൾ.

വല്ലപ്പോഴുമുള്ള യാത്രകളിൽത്തന്നെ നാടിങ്ങനെ വല്ലാത്ത വികാരമായി വളർന്നു. നഗരത്തിന്റെ മടുപ്പിക്കുന്ന ജീവിതത്തിനിടയിലും അപൂർവ്വമായി വീണ് കിട്ടുന്ന ഇടവേളകളിൽ നാടെന്ന വൈവിദ്ധ്യം യേശുദാസിന്റെ ഒരു കൂട്ടം പാട്ടുകളായി. കാസെറ്റുകൾ തേടിനടന്ന കാലം. ആഗ്രഹിച്ച പലതും കിട്ടിയില്ലെങ്കിലും കിട്ടിയതൊക്കെയും വിസ്മയങ്ങളായിരുന്നു. ഇങ്ങനെയും സങ്കല്പങ്ങളോ... ഇങ്ങനെയും ഗാനങ്ങളോ.. എന്നൊക്കെ... എന്നാൽ, ഇതൊന്നും പങ്കുവെക്കാൻ അവിടെ ആരും ഇല്ലാതായി. ഇപ്പോൾ

വലിയ ബിസിനസ് ഭാരത്തിനിടയിലും വീണുകിട്ടിൻ അമൂല്യമായ ഒന്നായി സമയം. മൊബൈലിലും കമ്പ്യൂട്ടറിലും നിറയെ പാട്ടുകളുണ്ട്. ടെക്നോളജി സമ്മാനിച്ച പുണ്യം മലയാളിയായി ജനിച്ചതുകൊണ്ടാവാം. ഒരു ഗസലിനും തരാൻ കഴിയില്ല. 'കള്ളിപ്പാലകൾ പൂത്തു. കാടൊരു വെള്ളിപൂക്കുട തീർത്തു...' എന്ന യേശുദാസ് ഗാനം തരുന്ന ദുരൂഹതയിലൂന്നിയ സൗന്ദര്യം ഒരു നാടിന്റെ സംസ്കൃതിയുടെ, പ്രിയതമന്റെ ഒക്കെ സാന്നിദ്ധ്യം. ഏത് കാലത്തും നിറം മങ്ങാത്ത ഓർമ്മകളാണ് പഴയകാല ഗാനങ്ങൾ വെറും മൂന്ന് മിനിട്ട് കൊണ്ട് സമ്മാനിക്കുന്നത്.

ആയിരമജന്താ ചിത്രങ്ങൾ

ആദ്യത്തെ റെക്കോർഡിങ്

യേശുദാസും സംഗീതസംവിധായകൻ അർജ്ജുനൻ മാഷും ഒരേ നാട്ടുകാരാണ്. ഫോർട്ട് കൊച്ചിക്കാർ. കുട്ടിക്കാലത്തെ അറിയും. എന്നാൽ, യേശുദാസുമായി അങ്ങനെ വലിയ സൗഹൃദമില്ല. അഗസ്റ്റിൻ ജോസഫിന്റെ മകനെന്ന നിലയിൽ യേശുദാസിനെ എല്ലാവരും അറിയും എന്നതിൽ കവിഞ്ഞ് ഒരു വലിയ അത്ഭുതകരമായ കഴിവുള്ളയാളെന്നൊന്നും അന്ന് നാട്ടുകാർ തിരിച്ചറിഞ്ഞിരുന്നില്ലെന്ന് അർജ്ജുനൻ മാഷ് ഓർക്കുന്നു. എപ്പോഴും സംഗീതവുമായി നടക്കുന്ന കുട്ടി എന്ന നിലയിലായിരുന്നു നാട്ടുകാർ ദാസിനെ കണ്ടിരുന്നത്.

എവിടെ കച്ചേരിയുണ്ടെങ്കിലും അവിടെയെല്ലാം മകനെയും കൂട്ടി അഗസ്റ്റിൻ ഭാഗവതർ പോകുന്നതു കാണാം. എത്ര രാത്രിയായാലും കച്ചേരി കഴിഞ്ഞേ തിരിച്ചു പോകൂ. പലരുടെയടുത്തും പാട്ടുപഠിക്കാൻ യേശുദാസ് പോകുന്നതും കാണുന്നുണ്ട്. ആദ്യം തോപ്പുംപടിയിലായിരുന്നു താമസിച്ചിരുന്നത്. പിന്നീടാണ് ഫോർട്ടുകൊച്ചിയിലേക്ക് കുടുംബം മാറുന്നത്.

എട്ടാം വയസ്സിലാണ് യേശുദാസെന്ന ഗാനവിസ്മയം പാട്ടിന് സമ്മാനം വാങ്ങിത്തുടങ്ങിയത്. 1948; രാജ്യം സ്വതന്ത്രമായിട്ട് ഒരു വർഷം പിന്നിടുന്നതിന്റെ ആഘോഷം എറണാകുളം ടി ഡി എം ഹാളിൽ നടക്കുന്നു. എട്ട് വയസ്സുകാരനായ യേശുദാസാണ് അന്ന് രാഷ്ട്രപിതാവിനെ പ്രകീർത്തിച്ചുകൊണ്ടുള്ള ഗാനം ആലപിച്ചത്. അന്നാണ് ആദ്യമായി പാട്ടിന് സമ്മാനം ലഭിക്കുന്നത്; ഒരു വെള്ളിക്കപ്പ്.

'വന്ദേമാതരം വാഴ്ത്തിയ മുനിയേ പാരിൽ..

വൻ പുകഴ്കൊണ്ട കൃപാനിധിയേ,

എന്ന ആ ഗാനം ഇന്നും അദ്ദേഹത്തിന് ഓർമ്മയുണ്ട്. 2002 ൽ ഒരു ഉദ്ഘാടനവേദിയിൽ അദ്ദേഹം അത് പാടിയിരുന്നു.

വളർന്നപ്പോൾ സംഗീതപഠനം കഴിഞ്ഞ് യേശുദാസ് കച്ചേരിയൊക്കെ ചെയ്യാൻ തുടങ്ങി. ആ സമയത്താണ് സംഗീത പഠനം കഴിഞ്ഞ് അർജ്ജുനനും നാട്ടിൽ തിരിച്ചെത്തുന്നത്. സംഗീതം കൊണ്ട് ജീവിക്കാം എന്ന് തീരുമാനിച്ച് പാട്ടുകാരനാവാനൊരുങ്ങി. അവിടെയുമിവിടെയുമൊക്കെ പാട്ടും ഹാർമ്മോണിയം വായനയുമായി നടന്നു. അങ്ങനെയിരിക്കെ ഒരുപത്രത്തിൽ ഒരു കവിത വന്നു. വിപ്ലവധ്വനിയുള്ള കവിതയാണ്. അത് ട്യൂൺ ചെയ്യണം. സംഗീതമൊക്കെ പഠിച്ച അർജ്ജുനനെക്കൊണ്ട് ചെയ്യിക്കാമെന്ന് ചിലർ നിർദ്ദേശിച്ചു. അർജ്ജുനൻ നോക്കാമെന്ന് പറഞ്ഞു. അങ്ങനെ കവിത ട്യൂൺ ചെയ്തു. അപ്പോഴാണ് ആലോചിച്ചത് ഇതാരെക്കൊണ്ട് പാടിക്കും. അന്ന് കേരളം യേശുദാസ് എന്നു കേട്ടുതുടങ്ങിയിട്ടേയില്ല.

കൂട്ടുകാർ ചേർന്ന് തീരുമാനിച്ചു യേശുദാസിനെക്കൊണ്ട് പാടിക്കാം. അർജ്ജുനൻ മാഷ് യേശു എന്നാണ് വിളിക്കുക. കാര്യം കാർന്നോരോട് പറഞ്ഞുനോക്കാം; അതായത് അഗസ്റ്റിൻ ജോസഫിനോട് കാര്യം പറഞ്ഞു. അദ്ദേഹം സമ്മതിച്ചു.

യേശുദാസ് സിനിമ സ്വപ്നമായി മാത്രം കൊണ്ടുനടക്കുന്ന കാലം; അർജ്ജുനൻ മാഷും. എന്നാൽ, പിന്നീട് മലയാളത്തിന്റെ ഗാനചരിത്രത്തിൽ ഓരേടായിത്തീർന്ന അർജ്ജുനൻ മാഷ്– യേശുദാസ് കൂട്ടുകെട്ടിന് അന്ന് കൊച്ചി സാക്ഷിയായി. അന്ന് റെക്കോർഡിങ് സ്റ്റുഡിയോ കേരളത്തിൽത്തന്നെയില്ല. പാട്ട് റെക്കോർഡ് ചെയ്തത് അക്കാലത്ത് അപൂർവ്വമായി ഉണ്ടായിരുന്ന ഗ്രൺഡിഗ് റെക്കോർഡറിൽ. അക്കാലത്ത് കലാകാരന്മാരുണ്ടായിരുന്ന ഫോർട്ട് കൊച്ചിയിലെ ഇലഞ്ഞിക്കൽ തറവാട്ടിൽ വച്ചായിരുന്നു റെക്കോർഡിങ്. ഈ പാട്ടിന്റെ ചരിത്രപരമായ പ്രാധാന്യം എന്തെന്നാൽ, ഈ പാട്ടിലൂടെയാണ് റെക്കോർഡ് ചെയ്ത തന്റെ ശബ്ദം യേശുദാസ് ആദ്യമായി കേൾക്കുന്നത്. എന്നാൽ, നിർഭാഗ്യവശാൽ ആ ഗാനം അർജ്ജുനൻ മാഷിന് ഓർമ്മയില്ല.

യേശുദാസ് സംഗീതത്തിൽ ഉപരിപഠനത്തിനായി തിരുവനന്തപുരത്തേക്കും പിന്നീട് സിനിമയിലേക്കും പോയി പ്രശസ്തിയിലേക്കുയർന്നു. അർജ്ജുനൻ മാഷിനൊപ്പം സംഗീതം പഠിച്ച ജ്യേഷ്ഠൻ സംഗീതം വിട്ട് വർക്ക്ഷോപ്പ് പണിക്ക് തിരിഞ്ഞിട്ടും സംഗീതം കൈവിടാതെ അർജ്ജുനൻ മാഷ് നാടക സംഗീതരംഗത്തേക്കു പോയി.

അന്ന് കോഴിക്കോട്ടെ ഒരു നാടകസമിതി കൊച്ചിയിൽ ക്യാമ്പ് ചെയ്തപ്പോൾ *പള്ളിക്കുറ്റം* എന്നൊരു നാടകമെടുത്തു. അതിൽ സംഗീത സംവിധാനം ചെയ്യാൻ അവസരം ലഭിച്ചതോടെ മാഷ് സംഗീതസംവിധാനം തനിക്ക് വഴങ്ങുന്നതാണെന്ന് തിരിച്ചറിയുന്നത്. അതിൽ മൂന്നോ നാലോ പാട്ടുകളുണ്ടായിരുന്നു. ഇതിറങ്ങി കുറച്ചുകാലം കഴിഞ്ഞപ്പോൾത്തന്നെ ഒരു ബദൽനാടകമിറങ്ങി. *എന്നിട്ടും കുറ്റംപള്ളിക്ക്* എന്ന പേരിൽ അതിലും സംഗീതം അർജ്ജുനൻമാഷ് തന്നെയായിരുന്നു.

അതിനുശേഷം കെ പി എ സിയിൽനിന്ന് തെറ്റിപ്പിരിഞ്ഞ് ഒ മാധവൻ കാളിദാസകലാകേന്ദ്രം തുടങ്ങിയപ്പോൾ ഹാർമ്മോണിയം വായിക്കാനായി

അർജ്ജുനൻ മാഷ് നിയോഗിക്കപ്പെട്ടു. പിന്നീട് അവിടത്തെ സംഗീത സംവിധായകനായ ദേവരാജൻ മാഷ് സിനിമയിൽ തിരക്കായതോടെ സംഗീതസംവിധായകനായും അവരോധിക്കപ്പെട്ടു. സി ഒ ആന്റോ കൊട കര മാധവൻ, വർഗ്ഗീസ് തുടങ്ങിയവരായിരുന്നു ഗായകർ.

പിന്നീട് യേശുദാസുമായി അടുക്കുന്നത് അദ്ദേഹം രാജ്യമറിയുന്ന ഗായകനായ ശേഷമാണ്. 1968 ൽ അർജ്ജുനൻ മാഷ് സിനിമയിൽ സംഗീ തസംവിധായകനായി എത്തുന്നു. തന്റെ ആദ്യഗാനം പാടിക്കാനാണ് പിന്നീട് യേശുദാസിനെ സമീപിക്കുന്നത്.

പി ഭാസ്കരൻ മാഷിന്റേതായിരുന്നു രചന. ആദ്യം സിനിമയിൽ ചാൻസ് കിട്ടിയപ്പോൾ അതിന് പാരയും വന്നു. സി പി ആന്റണി എന്ന സ്ക്രിപ്റ്റ് എഴുത്തുകാരനാണ് സിനിമയിലേക്ക് ക്ഷണിച്ചത്. എന്നാൽ, പ്രൊഡ്യൂസർമാർക്ക് താല്പര്യം ബാബുരാജിനെക്കൊണ്ട് ചെയ്യിക്കണം എന്നായിരുന്നു. ഒടുവിൽ തീരുമാനം ഭാസ്കരൻ മാഷിനു വിട്ടു. അദ്ദേ ഹം പറഞ്ഞു: "അർജ്ജുനൻ ചെയ്യട്ടെ. നല്ലതല്ലെങ്കിൽ വേണ്ടെന്നു വെക്കാം." എന്നാൽ, 'മാനത്തിൻ മുറ്റത്ത് മഴവില്ലാലയക്കെട്ടും മധുമാസ സന്ധ്യകളേ' എന്ന ഭാസ്കരൻമാഷിന്റെ വരികൾക്ക് മനോഹരമായി സംഗീതം നല്കിയതോടെ മാഷ് അത് നിറഞ്ഞ മനസ്സോടെ അംഗീകരി ക്കുകയായിരുന്നു. നിങ്ങൾ ധൈര്യമായിട്ട് അർജ്ജുനന്റെ പേര് അനൗൺസ് ചെയ്യണം എന്നാണ് അദ്ദേഹം പറഞ്ഞത്.

എന്നാൽ, പാട്ട് ആര് പാടണം എന്ന കാര്യത്തിൽ ആർക്കും എതിര ഭിപ്രായമുണ്ടായിരുന്നില്ല. യേശുദാസ് തന്നെയായിരുന്നു മാഷിന്റെയും മന സ്സിൽ. അന്നത്തെ അമച്വർ ഗാനത്തിനുശേഷം തന്റെ കുട്ടിക്കാലത്തെ ചങ്ങാതി കൂടിയായ ദാസിന് ഗാനം നല്കുമ്പോൾ മാഷിന്റെ പ്രതീക്ഷ കൾക്കും എത്രയോ ദൂരം യേശുദാസ് സഞ്ചരിച്ചുകഴിഞ്ഞിരുന്നു. ആദ്യ ഗാനം മദ്രാസിലെ യേശുദാസ് താമസിച്ചിരുന്ന വീട്ടിൽ പോയാണ് മാഷ് പഠിപ്പിച്ചത്. അന്ന് പിതാവിനോടൊപ്പം മദ്രാസിലെ വാടകവീട്ടിലായിരുന്നു ദാസ് താമസിച്ചിരുന്നത്.

ശബ്ദത്തിന്റെ ശക്തിയാണ് യേശുദാസിന്റെ ഏറ്റവും വലിയ പ്രത്യേ കതയായി അർജ്ജുനൻമാഷിന് തോന്നിയിട്ടുള്ളത്. പിന്നെ ശ്രുതിശുദ്ധ ത, അക്ഷരശുദ്ധി, ഭാവശുദ്ധി, സ്വരശുദ്ധി അങ്ങനെ എന്തിനും മാതൃക യാണദ്ദേഹം. ശരീരം മുഴുവൻ സംഗീതമാണെന്ന് പറയാം. ഒരു രാഗ ത്തിന്റെ ഭാവം നമ്മൾ കൊടുക്കുന്നത് പത്തിരട്ടിയായി ഇങ്ങോട്ട് തിരിച്ചു തരും. ആ ശബ്ദത്തിലൂടെ കടന്നുവരുമ്പോൾ അങ്ങനെയാണ് അനുഭവി ക്കാൻ കഴിയുക. സംഗീതവുമായുള്ള അദ്ദേഹത്തിന്റെ നിരന്തര ബന്ധ ത്തിന്റെയും കൃത്യമായ പഠനത്തിന്റെയും പ്രത്യേകതയാണത്. മറ്റൊ രാൾക്കും അത് കാണാൻ കഴിയില്ല. പുതിയ തലമുറയിലാരും അങ്ങനെ യൊന്നും ശ്രമിക്കാറുമില്ല.

"ഇന്ന് ശ്രുതിചേർക്കാനൊക്കെ മെഷീനുണ്ട്. എന്നാൽ, അന്നങ്ങനെ യൊന്നുമില്ല. അതൊക്കെ ഇത്ര കൃത്യമായി പാടിയ യേശുദാസ് അത്ഭുതം

വയലാറിനും സലിൽ ചൗധരിക്കുമൊപ്പം

തന്നെയല്ലേ. അദ്ദേഹത്തെ മനസ്സിൽ കരുതിക്കൊണ്ട് പാട്ടുചെയ്താൽ ഏതു റേഞ്ചും കൊടുക്കാം. ഏതു സംഗതിയും ഇടാം. ഇതെല്ലാം അദ്ദേഹത്തിന്റെ തൊണ്ടയിൽ വരും. എന്നാൽ മറ്റു പലർക്കും അത് പറ്റില്ല."

'കസ്തൂരി മണക്കുന്നല്ലോ കാറ്റേ' എന്ന ഗാനം 35 വർഷത്തിനു ശേഷം യേശുദാസ് വീണ്ടും പാടുമ്പോഴും അർജ്ജുനൻ മാഷ് സ്റ്റുഡിയോയിലുണ്ടായിരുന്നു. അന്നത്തെ ഗാനചിത്രീകരണത്തിന്റെ പുനരാവർത്തനം പോലെ. എന്നാൽ, കാലഘട്ടം രണ്ടുപേരെയും ശാരീരികമായി ഒരുപാട് മാറ്റി. ഗാനത്തിനു മാത്രം കാലം ഒട്ടും മാറ്റം വരുത്തിയില്ല. യേശുദാസ് എന്ന ഗാനവിസ്മയം അതാണ്.

യേശുദാസ് കടുത്ത പനിയുള്ളപ്പോൾ പാടിയ പാട്ടുപോലും ആസ്വാദക ഹൃദയത്തിൽ നിത്യവസന്തം തീർക്കുന്നു.

അർജ്ജുനൻ മാഷും ശ്രീകുമാരൻ തമ്പിയും ആദ്യമായി ഒന്നിച്ച *റെസ്റ്റ് ഹൗസ്* എന്ന ചിത്രത്തിലെ 'പൗർണ്ണമിചന്ദ്രിക തൊട്ടുവിളിച്ചു. പത്മരാഗം പുഞ്ചിരിച്ചു' എന്ന ഗാനം പാടുമ്പോൾ യേശുദാസിന് പനിയുണ്ടായിരുന്നു. പൂജാ സമയമായിരുന്നതിനാൽ ഒഴിവാക്കാനാകുമായിരുന്നില്ല. പൂജയ്ക്ക് റെക്കോഡ് ചെയ്യുന്ന ഗാനം ഒഴിവാക്കാറുമില്ല. എന്നാൽ, യേശുദാസിന്റെ കാര്യത്തിൽ ഇത്തരം പരിമിതികളൊന്നും നിഴലിക്കാറില്ല.

സ്റ്റേജിൽ ജനിച്ച ആയിരമജന്താ ചിത്രങ്ങളിൽ...

പണ്ടുമുതലേ ഗാനാസ്വാദകർക്ക് ഏറെ താല്പര്യമുള്ള കാര്യമാണ് അവർ ആരാധിക്കുന്ന ഗായകർ സ്റ്റുഡിയോയിൽ പാടുന്നത് നേരിട്ട് കേൾക്കുക എന്നത്; പ്രത്യേകിച്ചും യേശുദാസ് പാടുന്നത്. എന്നാൽ, ഇത്

സാധിക്കാറില്ല. അതുകൊണ്ടാണ് എഴുപത്തിയാറ് കാലഘട്ടത്തിൽ ബോംബെയിലെ പ്രശസ്തമായ ഷൺമുഖാനന്ദ ഹാളിൽ അർജ്ജുനൻ മാഷ്– ശ്രീകുമാരൻ തമ്പി നൈറ്റ് നടന്നപ്പോൾ സംഘാടകർ അപൂർവ്വമായൊരു വിരുന്നൊരുക്കിയത്. ഒരുഗാനം പിറക്കുന്നതെങ്ങനെ എന്നത് ലൈവായി സ്റ്റേജിൽ അവതരിപ്പിച്ചു കാണിക്കുക എന്നതായിരുന്നു അത്.

ആദ്യം ശ്രീകുമാരൻ തമ്പിയെക്കൊണ്ട് ഒരു പാട്ടിന്റെ പല്ലവി എഴുതിച്ചു. അത് സ്റ്റേജിൽവെച്ചു തന്നെ അർജ്ജുനൻ മാഷ് കംപോസ് ചെയ്തു.

പിന്നെ ഒരുചെറിയ അഭിനയമായിരുന്നു. ആർട്ടിസ്റ്റുകൾ എല്ലാവരും വന്നോ എന്ന് ചോദിക്കുന്നു. ആർട്ടിസ്റ്റുകൾക്ക് ലിസ്റ്റ് കൊടുക്കുന്നു. അതായത് അവരവർ വായിക്കേണ്ട ബിറ്റ് മ്യൂസിക്കിന്റെ നൊട്ടേഷൻ പറഞ്ഞു കൊടുക്കുകയാണ്. അത് കിട്ടിക്കഴിഞ്ഞാൽ ആർട്ടിസ്റ്റുകൾ അത് പ്രാക്ടീസ് ചെയ്യുന്നു. പിന്നീട് ഗായകൻ വന്നോ എന്നീ ചോദിക്കുന്നു. അസിസ്റ്റന്റ് വന്ന് സാർ ഇപ്പോൾ വന്നുകൊണ്ടിരിക്കുകയാണെന്നറിയിക്കുന്നു. കുറച്ച് കഴിഞ്ഞ് ഗായകൻ വരുന്നു.

ഗായകനെ സ്വീകരിച്ച് സംഗീതസംവിധായകൻ ലൈവായി പാട്ടു പഠിപ്പിക്കുകയും ഗായകൻ അത് കാണികളുടെ മുന്നിൽ പാടുകയും ചെയ്യുന്നതായിരുന്നു പരിപാടി.

അന്ന് ഷൺമുഖാനന്ദ ഹാളിൽ കൂടിയ മഹാസദസ്സിനെ അങ്ങനെ വിസ്മയിപ്പിച്ചവർ രണ്ടുപേരായിരുന്നു. യേശുദാസും അർജ്ജുനൻ മാഷും. അർജ്ജുനൻ മാഷിന്റെ നിമിഷ സംഗീതം വളരെ വേഗം പഠിച്ചു പാടി യേശുദാസ് സദസ്സിനെ ഹർഷപുളകിതരാക്കി. അതേഗാനം പിന്നീട് സിനിമയിൽ വന്നതോടെയാണ് അവരുടെ പ്രതിഭ ആസ്വാദക സഹസ്രം തിരിച്ചറിഞ്ഞത്.

ഇന്നും ഗാനാസ്വാദകർക്ക് സുപരിചിതമായ 'ആയിരമജന്താ ചിത്രങ്ങളിൽ... ആ മഹാബലിപുര ശില്പങ്ങളിൽ...' എന്ന മഹത്തായ ഗാനമായിരുന്നു അന്ന് ഷൺമുഖാനന്ദ ഹാളിൽ പിറന്നത്.

അന്നത്തെ രീതി എട്ടു മണിക്ക് റെക്കോർഡിങ് എങ്കിൽ ഏഴ് മണിക്കുതന്നെ ആർട്ടിസ്റ്റുകൾ വരും. എല്ലാവരും വട്ടംവളഞ്ഞിരുന്ന് അവരവരുടെ നൊട്ടേഷന്റെ ലിസ്റ്റ് എഴുതിയെടുക്കും.

ഇതിനിടെ ഗായകൻ വരും. അടുത്ത മുറിയിലിരുന്ന് പാട്ട് എഴുതിയെടുക്കുകയും പഠിക്കുകയും ചെയ്യും. ഇതേസമയം ഓർക്കെസ്ട്രാക്കാർ അവരുടെ ഭാഗം പ്രാക്ടീസ് ചെയ്യുകയായിരിക്കും. രണ്ടുപേരും ഒരു ലെവലായിക്കഴിയുമ്പോൾ ഒരുമിച്ചിരുന്നു റിഹേഴ്സൽ.

റിഹേഴ്സൽ കഴിഞ്ഞ് സെറ്റപ്പ് പറഞ്ഞു കഴിയുമ്പോഴേക്കും പാട്ടുകാർ അവരുടെ സ്റ്റുഡിയോ ഹാളിലേക്കും ഓർക്കെസ്ട്രാക്കാർ അവിടെത്തന്നെ മൈക്കിന്റെ മുന്നിലും റെഡിയായിരിക്കും. അതു കഴിഞ്ഞാൽ ബാലൻസ്. പിന്നെ ഒരുമിച്ചുള്ള റെക്കോർഡിങ്. ഇത്രയധികം സമയം അവിടെ കേൾക്കുന്നത് ഈ ഗാനം മാത്രമായിരിക്കും. അത്രത്തോളം മനസ്സിൽ പതിഞ്ഞാണ് അന്ന് ഗാനങ്ങൾ പാടുന്നത്. ഇതായിരുന്നു അന്നത്തെ ഗാനങ്ങളുടെ ശക്തി എന്നും അർജ്ജുനൻ മാഷ് പറയുന്നു.

നിന്റെ മനോരഥം സ്വപ്നത്തിലോ ഭൂമിയിലോ

ടൗണുകളിലെ തിയേറ്ററുകളിൽ റെക്കോർഡ് ഇടുന്നത് കുറേയധികം ആളുകൾക്ക് വലിയ അനുഗ്രഹമായിരുന്നു ഒരുകാലത്ത് ഉച്ചയ്ക്ക് രണ്ടരയ്ക്കുള്ള മാറ്റിനി ഷോയ്ക്കും ഫസ്റ്റ്ഷോയ്ക്കും സെക്കൻഡ് ഷോയ്ക്കും മുമ്പ് ആ കാലത്തെ ഹിറ്റ് ഗാനങ്ങൾ കേൾപ്പിക്കും. ഒരു ചെറിയ കാലയളവിൽ ഏതാണ്ട് ഒരേ പാട്ടുകളായിരിക്കും കേൾക്കുക. അതുകൊണ്ട് പിറ്റേന്ന് അതേ സമയം കാത്തുനിന്നാൽ ആ ഗാനം വീണ്ടും കേൾക്കാം. ഒരു തിയേറ്ററിന് ചുറ്റുമുള്ള പ്രദേശത്തെ കടക്കാർ, അവിടത്തെ പണിക്കാർ, വഴിപോക്കർ, ബസ് കാത്തുനില്ക്കുന്നവർ, കുട്ടികൾ ഇങ്ങനെ പലരും ഒരേ സമയം പാട്ട് ആസ്വദിക്കുന്നവരായിരുന്നു. റേഡിയോയിൽ ചലച്ചിത്രഗാനങ്ങളും രഞ്ജിനിയുമൊക്കെ പലരുടെയും ജീവിതചര്യയിലെ ചിട്ടവട്ടങ്ങളുടെ ഭാഗമായിരുന്നു.

രാത്രി ഒമ്പത് മണിക്ക് തൊട്ടടുത്തുള്ള തിയേറ്ററിൽ പാട്ട് വെക്കുന്നത് വീട്ടുമുറ്റത്തെ കിണറിനടുത്ത് നിന്നാൽ വ്യക്തമായി കേൾക്കാം അറുപത് പിന്നിട്ട ഒരു വീട്ടമ്മയുടെ ഓർമ്മയാണ്.

*കാവ്യമേള*യിലെയും *ഭാർഗ്ഗവീനിലയ*ത്തിലെയും പാട്ടുകളിറങ്ങിയ കാലം അന്ന് പത്ത് പതിനൊന്ന് വയസ്സുള്ള പെൺകുട്ടി. എന്നും ആ നേരത്താണ് വെള്ളം കോരാൻ പോകുന്നത്. കലങ്ങളൊക്കെ എടുത്തുവെച്ച് കൃത്യസമയത്ത് വെള്ളം കോരാൻ പോകാൻ വലിയ ഉത്സാഹമാണ്. തൊട്ടി കപ്പിയിലെ കയർ വഴി താഴേക്കിറക്കിയിട്ട് കയറിൽപ്പിടിച്ചുകൊണ്ട് പലപ്പോഴും മതിമറന്ന് നില്ക്കും. നിലാവുള്ള ആകാശത്തുനിന്ന് മരച്ചില്ലകൾക്കിടയിലൂടെ എത്തുന്ന ചന്ദ്രകിരണങ്ങൾക്കും കാറ്റിനുമൊപ്പം യേശുദാസിന്റെ നാദം ഒഴുകിയെത്തുന്നത് ആസ്വദിക്കാൻ കപ്പിയുടെ കരച്ചിൽകൊണ്ട് ഒരു വാക്കിനും തടസ്സമുണ്ടാകാതിരിക്കാൻ വെള്ളം കോരൽ

മറന്ന് അങ്ങനെ എത്ര പെൺകുട്ടികൾ നിന്നിട്ടുണ്ടാകും. ഇവരൊക്കെ ഇത്രയേറെ ബുദ്ധിമുട്ടിയാണ് താമസമെന്തേ വരുവാനും അല്ലിയാമ്പലും പ്രാണസഖിയുമൊക്കെ ഹൃദിസ്ഥമാക്കിവെച്ചത്. അവർക്ക് ശേഷം തലമുറകൾ രണ്ടും മൂന്നും കഴിഞ്ഞിട്ടും ഈ പാട്ടുകൾക്ക് മാധുര്യം നിലനില്ക്കുന്നത് ഇങ്ങനെ ബുദ്ധിമുട്ടി ഒരു തലമുറ മുഴുവൻ പാടിപ്പതിഞ്ഞതുകൊണ്ടായിരിക്കണം.

നിലാവലിഞ്ഞ ആകാശത്തിന്റെ എവിടെയൊക്കെയോ നിന്ന് പാടിയ ആ ഗന്ധർവ്വൻ എത്ര വേഗത്തിലായിരിക്കും ഈ പാട്ടുകൾ പഠിച്ചിട്ടുണ്ടാവുക! അദ്ദേഹത്തിന് പഠിക്കാൻ രണ്ടോ മൂന്നോ പ്രാവശ്യം ഒന്ന് കേൾക്കുക മാത്രം. മനസ്സിന്റെ അടിത്തട്ടിൽ പ്രവഹിച്ചുകൊണ്ടിരിക്കുന്ന രാഗശേഖരങ്ങളുടെ തരംഗങ്ങളിലൊന്നിനെ സംഗീത സംവിധായകൻ നിർമ്മിച്ച രാഗഛായയുമായി വേഗം ഇണക്കാൻ ഗായകന് കഴിയും. വെള്ളപ്പേപ്പറിൽ എഴുതിയെടുത്ത പാട്ടിന്റെ വരികൾക്കിടയിൽ ഏതാനും നൊട്ടേഷൻ, ചില ചിഹ്നങ്ങൾ, പിന്നെയെല്ലാം മനസ്സിന്റെ ഉള്ളറകളിൽ സംഭവിക്കുന്നത്; തൊണ്ടയുടെ വഴക്കത്തിൽ അതിന് അഭൗമഭാവം.

ഗ്രാമങ്ങളിൽ ആദ്യകാലങ്ങളിൽ സിനിമാ വാർത്തകൾ എത്തിക്കുന്നത് സിനിമാ മാസികകളാണ്. കോട്ടയത്തുനിന്ന് *സിനിമാ മാസിക* എന്ന പേരിൽ തന്നെയുള്ള ഒരു മാസിക ഉണ്ടായിരുന്നു. പുസ്തകരൂപത്തിലായിരുന്നു അത്. *പഴയ ദേവത*, *നിത്യകന്യക* തുടങ്ങിയ ചിത്രങ്ങളുടെയൊക്കെ പരസ്യം അതിൽ വന്നിരുന്നു.

എ എം രാജയും പി ബി ശ്രീനിവാസുമൊക്കെ നിറഞ്ഞുനിന്ന കാലത്ത് യേശുദാസിനെ തിരിച്ചറിഞ്ഞത് നഗരവാസികൾ മാത്രമായിരുന്നു. യേശുദാസിനെക്കുറിച്ചുള്ള വാർത്തകൾ ഗ്രാമങ്ങളിലേക്ക് പരന്നത് അന്നത്തെ സാങ്കേതികതയിൽ വളരെ വൈകിയായിരുന്നു. 'താമസമെന്തേ വരുവാൻ' എന്ന ഗാനത്തോടെയാണ് യഥാർത്ഥത്തിൽ സാധാരണക്കാരുടെയിടയിൽ ദാസ് ഒരു വികാരമായി നിറയുന്നത്. ഒപ്പം *ശകുന്തള*യിലെയും മറ്റും പാട്ടുകൾ.

ആദ്യകാലത്ത് എ എം രാജയുടെയും പി ബി ശ്രീനിവാസിന്റെയുമൊക്കെ ചിത്രങ്ങളിൽ ഒപ്പം ഒന്നോ രണ്ടോ പാട്ട് എന്ന നിലയിൽ പൊതുവേ അപ്രധാനമായ പാട്ടുകളായിരുന്നു. യേശുദാസിന് കിട്ടിയിരുന്നത് *സ്കൂൾ മാസ്റ്റർ* എന്ന ചിത്രത്തിൽ ഒരു യുഗ്മഗാനം മാത്രമേ യേശുദാസിനുള്ളൂ. 'ഇനിയെന്റെയിണക്കിളിക്കെന്തുവേണം.' എന്നാൽ അതിലെ പ്രധാനഗാനമായ 'നിറഞ്ഞ കണ്ണുകളോടെ' പി ബി ശ്രീനിവാസനാണ് പാടിയത്. അതായിരുന്നു ചിത്രത്തിൽ ശ്രദ്ധേയമായതും. അതേ ചിത്രത്തിലെ 'ജയജയ ജന്മഭൂമി....' എന്ന ഗാനം കമുകറയാണ് പാടിയത്.

അതുപോലെ *ഭാര്യ*യിലെ പ്രമുഖ ഗാനങ്ങൾ പാടിയത് എ എം രാജയാണ്. 'പെരിയാറേ, പെരിയാറേ' വൻഹിറ്റ് ഗാനമാണ്. *കാട്ടുതുളസി*യിലെ 'വെള്ളിച്ചിലങ്കയണിഞ്ഞുംകൊണ്ടൊരു പെണ്ണ്' യേശുദാസിന്റെ ഗാനമാണ്. എന്നാൽ, അതിൽ ഹിറ്റായത് 'തുളസീ തുളസീ വിളികേൾക്കൂ' എന്ന

ഗാനം. അക്കാലത്ത് പാട്ടുപുസ്തകത്തിലും മറ്റും യേശുദാസിന്റെ പേര് 'ഏശുദാസ്' എന്നായിരുന്നു അച്ചടിച്ചിരുന്നത്. ഇത് നിരീക്ഷിച്ചത് കഥാകൃത്തും ബാങ്ക് ഉദ്യോഗസ്ഥനുമായ എ നാസർ.

'പാട്ടുകൾ ഹിറ്റാകുമെങ്കിലും അക്കാലത്ത് ആരുപാടി എന്ന് അധികമാരും ശ്രദ്ധിച്ചിരുന്നില്ല. നസീറിന്റെ പാട്ട്, സത്യന്റെ പാട്ട് എന്നൊക്കെയാണ് ആളുകൾ പറയുക. എന്നാൽ, വിദ്യാഭ്യാസമുള്ള മുതിർന്നവർ പറഞ്ഞുതരും സത്യനും നസീറുമൊന്നുമല്ല പാടുന്നത്. അതുവേറെയാണ്. ഇവർ ചുണ്ടനക്കുകയേ ഉള്ളൂ എന്നൊക്കെ. അത് വിശ്വസിക്കാൻ കുട്ടികൾക്ക് പ്രയാസമായിരുന്നു. അത്തരം സങ്കല്പങ്ങളും കൗതുകങ്ങളും കൈമാറിവന്ന തലമുറകളൊക്കെ യേശുദാസ് ഗാനങ്ങൾക്ക് ആയിരക്കണക്കിന് ആസ്വാദ്യതലങ്ങൾ നല്കി.

ഗൃഹാതുരത്വത്തിന്റെ പാട്ടുകൾ

പണവും സമയവും ചെലവാക്കിയാണ് നാം യാത്ര ചെയ്യുക. യാത്ര പലപ്പോഴും അനിവാര്യതയാണ്. നാമെല്ലാം ജീവിക്കാനായി ഒരുപാട് യാത്രകൾ ചെയ്യുന്നു. അന്യദേശങ്ങളിൽപ്പോയി താമസിക്കുന്നു. അവിടെ നമ്മൾ ഏകാകികളാണ്. സുഹൃത്തുക്കളുമായുള്ള ഒത്തുചേരലുകളിലൊക്കെ നാം ആ ഏകാന്തതകൾ പങ്കുവെക്കുന്നു. കുത്തിനോവിക്കുന്ന ഏകാന്തതകൾക്ക് പലപ്പോഴും നമ്മുടെ മുന്നിൽ ഒരേയൊരു മരുന്നേയുള്ളൂ. ലഹരി ശരിക്കും സംഗീത ലഹരി. കലാസ്വാദകനായ ഒരു മിത മദ്യപാനി മദ്യത്തെയല്ല, കലയെയാണ് ലഹരിയാക്കുന്നത്. ഇന്ത്യയിലെ തന്നെ ഏറ്റവും വലിയ പ്രവാസി സമൂഹമായ മലയാളികൾ ഈ നോവും ലഹരിയും അനുഭവിക്കുന്നവരാണ്. അവരിൽ ഏറ്റവും ദൗർഭാഗ്യവാന്മാരായവർ ഗൾഫിൽ ജോലി ചെയ്യുന്നവരാണ്.

മനസ്സിന്റെ നീറ്റൽ എത്ര വർദ്ധിച്ചാലും പാവം പ്രവാസികൾക്ക് അത് കടിച്ചൊതുക്കുകയേ നിവൃത്തിയുള്ളൂ. അപ്പോഴൊക്കെയും അവർക്ക് ആശ്വാസമേകുന്നത് ഗാനഗന്ധർവ്വന്റെ പാട്ടുകളാണ്. സമ്മിശ്ര വികാരങ്ങളൊരുക്കി വയലാറും ദേവരാജനും ദക്ഷിണാമൂർത്തിയും ബാബുരാജുമൊക്കെ നെയ്തുകൂട്ടിയ ഗാനങ്ങൾ നിശ്ശബ്ദമായ രാത്രിയിൽ ഗൾഫിലെ ചൂടിൽ പങ്കകളുടെ വനരോദനങ്ങളെ അകറ്റി അവരുടെ കാതുകളിൽ മന്ത്രമായി, സുഖമുള്ള നോവായി, പ്രണയത്തിന്റെ നിർവൃതിയായി ദുഃഖത്തിന്റെ കനലായി. ഭാവനയുടെ മർമ്മരങ്ങളായി എത്തിക്കുന്നത് ആ മാസ്മരിക ശബ്ദമാണ്. ചിലരെ കരയിക്കുന്നു. അന്തരാളങ്ങളെ ആക്രമിക്കുമ്പോഴും ഏതോ തരളത തഴുകുന്നു. ദാസിന്റെ ശബ്ദത്തിലൂടെ.

'കിനാവിലിന്നലെ വന്നു നീയെൻ

കിസലയ മൃദുലാംഗി... എന്നോ' 'എന്നും ചിരിക്കുന്ന സൂര്യന്റെ ചെങ്കതിർ ഇന്നെത്ര ധന്യതയാർന്നു.' എന്നോ ഉള്ള പാട്ടുകൾ വീണ്ടും കേൾക്കുമ്പോൾ ഏതുവരണ്ട മരുഭൂമിയിലും പൂക്കൾ വിടരുന്നതുപോലെയും ഓണ

പ്പൂവെയിൽ തഴുകുന്നതുപോലെയും തോന്നും. അപ്പോൾ യാത്ര ചെയ്യാവുന്ന ദൂരമാണെങ്കിൽ നമ്മൾ യാത്ര ചെയ്ത് നാടിന്റെ ഉൾത്തുടിപ്പുകളിലേക്ക് വരാൻ ആഗ്രഹിക്കും. അങ്ങനെ വന്നുപോയവരുമുണ്ട്.

പത്രപ്രവർത്തനം പഠിക്കാനാണ് കണ്ണൂരിന്റെ വടക്കേയറ്റത്തുനിന്ന് ഉണ്ണിക്കൃഷ്ണൻ ശ്രീകണ്ഠപുരം കോട്ടയത്തെത്തിയത്. ചെറിയ മുറിക്കുള്ളിൽ മൂന്ന് കട്ടിലുകൾ മുട്ടിച്ചുമുട്ടിച്ച് ഇട്ട് ഓരോ ബെഡിനും കഴുത്തറുപ്പൻ വാടക വാങ്ങുന്നവരിൽ വിരുതന്മാരാണ് കോട്ടയത്തെ ഹൗസ് ഓണർമാർ. അങ്ങനെ മറ്റ് രണ്ടുപേരോടൊപ്പം ഉണ്ണിക്കൃഷ്ണൻ താമസിച്ചു. പഠനവും അലച്ചിലും കഴിഞ്ഞ് മുറിയിലെത്തുമ്പോൾ ആശ്വാസം പകരുന്ന അനുഭവമല്ല ഉള്ളത്. ചെറിയ മുറി, ചൂട്, കൊതുക്, എങ്കിലും ഉറപ്പുള്ള സൗഹൃദം ആശ്വാസം പകർന്നു. കൂട്ടത്തിലൊരാൾ പാട്ട് പാടും. ഇടയ്ക്കൊക്കെ അയാളുടെ പാട്ട് കേട്ടിരിക്കും. മൊബൈലും എം പി ത്രീയും ഉള്ള കാലമല്ല. സുഹൃത്തുക്കൾ ദുഃഖമോ പ്രണയമോ ഒക്കെ മനസ്സിൽ തോന്നുമ്പോൾ കൂട്ടുകാരന് ലിസ്റ്റ് പറഞ്ഞ് പാട്ടുപാടിക്കും.

ഒരു ദിവസം യാദൃച്ഛികമായി സുഹൃത്ത് പാടിയത് തരംഗിണിയിലൂടെ ഹിറ്റായ രവീന്ദ്രൻ ഈണമിട്ട 'മുടിപ്പൂക്കൾ വാടിയാലെന്നോമനേ..' എന്ന ഗാനം.

ആ ഗാനത്തിന്റെ മാസ്മരികത അയാളുടെ മനസ്സിനെ വേട്ടയാടി. നാട്ടിൽ കുറേക്കാലം മുമ്പ് പ്രേമിച്ചിരുന്ന പെണ്ണിന്റെ ഓർമ്മകൾ പലപ്പോഴും യേശുദാസിന്റെ ശബ്ദത്തിൽ ഈ ഗാനം കേൾക്കുമ്പോൾ ഉണ്ടാകും. ഇപ്പോഴും അതുണ്ടായി. പിറ്റേന്ന് ക്ലാസിനുപോകാതെ ആരോടും പറയാതെ ഉണ്ണി കണ്ണൂർക്കുള്ള ട്രെയിൻ കയറി കുറച്ചു ദിവസം കഴിഞ്ഞ് തിരികെ വരുമ്പോൾ അയാൾ തീരെ വിഷണ്ണനായിരുന്നു.

ഇടയ്ക്ക് മുറിഞ്ഞുപോയ പ്രണയം കൂട്ടിയോജിപ്പിക്കാൻ വല്ലാതെ പ്രേരണയുമായാണ് അയാൾ പോയത്. എന്നാൽ, നാട്ടിലെത്തി അന്വേഷിച്ചപ്പോൾ അറിഞ്ഞു. പിറ്റേദിവസം അവളുടെ വിവാഹം. അതിൽ അയാൾ പിന്നീടധികം ദുഃഖിച്ചില്ല. ഇപ്പോഴും ദാസിന്റെ ശബ്ദം ആ ഗാനത്തിന്റെ വികാരമുണർത്തുമ്പോൾ അയാൾ മനസ്സിൽ പ്രണയമെന്തെന്നറിയും. കാമുകിയുടെ നിശ്ശബ്ദസാന്നിദ്ധ്യമറിയും. ഇങ്ങനെ എത്ര ലക്ഷങ്ങളുടെ ഹൃദയം മാറ്റിച്ചലിപ്പിക്കുന്നു യേശുദാസിന്റെ ഗാനങ്ങൾ.

റഫി കി യാദേം

സംഗീതസംവിധായകനും ഗായകനുമായ രാജൻലാൽ റിട്ട. സംഗീത അദ്ധ്യാപകൻ കൂടിയാണ്. കൊല്ലം ആശ്രാമത്തിനടുത്ത് താമസിക്കുന്ന അദ്ദേഹം നിരവധി പേരുടെ സംഗീത ഗുരുവുമാണ്. സംഗീത സംവിധായകൻ ശരത്തിന്റെ അമ്മാവനും ആദ്യ ഗുരുവുമാണ്.

കൊല്ലത്തെ ആദ്യകാല ഗാനമേളകളിലെ ഗായകൻകൂടിയായ രാജൻലാലിന്റെ ഗാനങ്ങളോടുള്ള തികഞ്ഞ ആത്മാർത്ഥത അദ്ദേഹം ആസ്വാദ്യതയിലും നിലനിർത്തിയിരിക്കുന്നു. ഒരേസമയം ഗായകനും തികഞ്ഞ ആസ്വാദകനുമായിരിക്കുക എന്നത് ഗാനങ്ങളോടുള്ള ഒരാളുടെ തീർത്തും നൈർമ്മല്യമാർന്ന സമീപനം കൊണ്ടു മാത്രം നേടാൻ കഴിയുന്ന ഒന്നാണ്. തന്റെ കുട്ടിക്കാലം മുതൽ കേട്ടുവളർന്ന ഇന്ത്യയിലെ പ്രമുഖ ഭാഷകളിലെ ഗായകരെ ഒന്നടങ്കം ഉൾക്കൊണ്ടുകൊണ്ടുള്ള ആസ്വാദനമാണ് അദ്ദേഹത്തിന്റേത്.

ഓരോ ഗായകന്റെയും ഗായികയുടെയും പാട്ടുകൾ ആസ്വാദ്യതയുടെ എല്ലാ അളവുകോലും വച്ച് അങ്ങേയറ്റം ഹൃദയം കൊടുത്താണ് ആസ്വദിക്കുന്നതെന്ന് ഗാനങ്ങളെ വിലയിരുത്താനുള്ള അദ്ദേഹത്തിന്റെ അന്യാദൃശമായ പാടവം നേരിൽ കേൾക്കുമ്പോൾ മനസ്സിലാകും. ഒരു നേരമ്പോക്കിനുവേണ്ടി ഒരിക്കലും പാട്ട് കേൾക്കുകയോ പാടുകയോ ചെയ്യുന്നില്ല. ഓരോ കേൾവിയിലും പാട്ടിന്റെ അതിസൂക്ഷ്മ കണങ്ങളിലേക്ക് ശ്രദ്ധ കൊടുത്ത് അതിനെ ഉൾക്കൊള്ളുകയാണദ്ദേഹം. അതുകൊണ്ടുതന്നെ ഒരു സംഗീത സംവിധായകനേക്കാൾ ഉപരിയായ അറിവാണ് അദ്ദേഹത്തിന് യേശുദാസിന്റെ ഗാനങ്ങളെക്കുറിച്ച്.

സംഗീതാദ്ധ്യാപകൻ കൂടിയായിരുന്നതിനാൽ പാട്ടിന്റെ പ്രത്യേകതകൾ നന്നായി വിവരിച്ചുതരാനും അതിന്റെ സൂക്ഷ്മ സംഗതികൾ പോലും

രാജൻ ലാൽ

പാടിക്കേൾപ്പിക്കാനും അദ്ദേഹത്തിന് കഴിയുന്നു. സമഗ്രതയോടെ അദ്ദേഹം പറയുന്ന ഒരു കാര്യം കേരളത്തിന് പുറത്ത് അല്ലെങ്കിൽ ഇന്ത്യക്ക് പുറത്ത്, അതായത് ലോകത്തെവിടെയും മലയാളിയുടെ ഒരു പ്രതീകമായി എടുത്തുയർത്താൻ കഴിയുന്ന ഏറ്റവും ഉന്നതമായ വ്യക്തിത്വമാണ് യേശുദാസ് എന്നാണ്. ഏറ്റവും പ്രശസ്തനും സർവ്വസമ്മതനുമായ മലയാളി എന്ന നിലയിൽ ലോകത്തിന്റെ നെറുകിൽ നിർത്താൻ കഴിയുന്ന മലയാളത്തിന്റെ തിലകക്കുറിയായി അദ്ദേഹം യേശുദാസിനെ വിലയിരുത്തുന്നു.

പാട്ടിന്റെ 'പൊടി' എന്ന് രാജൻലാലിന്റെ ഭാഷ. യേശുദാസിന്റെ ശബ്ദത്തിൽ ഇങ്ങനെ ധാരാളം പൊടികളുണ്ട്. പാട്ടിനെ അണുവോളം ചെറുതാക്കിയാൽ കിട്ടുന്ന ഇത്തരം പൊടികൾ വരെ വ്യക്തമായി കേൾപ്പിക്കാനുള്ള അഭൗമമായ സിദ്ധിയാണ് യേശുദാസിന്റെ ശബ്ദത്തിനുള്ളതത്രെ.

മുഹമ്മദ് റഫി പാട്ടിൽ കൊണ്ടുവന്ന സൗന്ദര്യം യഥാർത്ഥത്തിൽ അന്ന് സിനിമയുടെ സ്ക്രീനിൽ ഉണ്ടായിരുന്നില്ല. അതിനു പറ്റിയ നടന്മാരെ പിന്നീട് കണ്ടെത്തുകയായിരുന്നു. അങ്ങനെയാണ് ദിലീപ്കുമാറും ഷമ്മി കപൂറുമൊക്കെ വരുന്നത്.

പാട്ടിന്റെ 'ഹെഡ്‌വോയ്സ്' ഇത്ര മനോഹരമായി ഉപയോഗിക്കുന്ന ഗായകൻ അദ്ദേഹമല്ലാതെ പിന്നെയുള്ളത് യേശുദാസാണ്. ഇതുൾപ്പെടെ അനേകം ശൈലികൾ യേശുദാസിന് റഫിയിൽനിന്ന് കിട്ടിയതായി അദ്ദേഹം നിരീക്ഷിച്ചിട്ടുണ്ട്.

'യഹാ ബത്‌ലാ... വഹാ കാ. ബേവഫായേ' തുടങ്ങിയ പാട്ടുകളിൽ റഫി കൊണ്ടുവന്ന ശൈലി ആദ്യകാലത്തെ പാട്ടുകളിൽ ദാസേട്ടൻ അനുകരിച്ച് പാടുകയായിരുന്നു. ഉദാഹരണത്തിന്,

'കണ്ണുനീർമുത്തുമായ് കാണാനെത്തിയ കതിരുകാണാക്കിളി ഞാൻ.'

എന്ന പാട്ടിലൊക്കെ യേശുദാസിന്റെ പ്രതിഭ സംഗീത സംവിധായകൻ തിരിച്ചറിയുകയായിരുന്നു.

വളരെ പ്രധാനപ്പെട്ട ഗാനമായിരുന്നു രാഘവൻ മാഷ് ഈണമിട്ട

'മധുരപ്പതിനേഴുകാരീ... എന്റെ മധുരപ്പതിനേഴുകാരി'

എന്ന ഗാനം. റഫിയുടെ ടച്ചസ് അതിസൂക്ഷ്മമായി ഈ ഗാനത്തിൽ

അദ്ദേഹം കൊണ്ടുവന്നിട്ടുണ്ട്. 'സിന്ദഗീ ഫർ' പോലെയുള്ള ആലാപന ശൈലിയാണ് യേശുദാസ് സ്വാംശീകരിച്ചത്.

ബാബുരാജിന്റെ ആദ്യകാലത്തെ മനോഹരമായ പാട്ടുകൾ ദാസിന് കൂടുതൽ സ്വാതന്ത്ര്യം പകർന്നു നല്കി. എന്നാൽ, ദേവരാജൻമാഷിന്റെ പാട്ടുകളിലും യേശുദാസിന്റെ ശൈലി അപാരമായ ഭംഗിയാണ് കൊണ്ടുവന്നത്.

ഗമഗവും ആകാരവുംകൂടി ചേർന്നുവരുന്ന ഒരു പുത്തൻ രീതി റഫി കൊണ്ടുവന്നത് അതിമനോഹരമായി മലയാളത്തിൽ ഉപയോഗിക്കാമെന്ന് യേശുദാസ് തെളിയിച്ചു 'സങ്കല്പങ്ങളെ ചന്ദനം ചാർത്തിയ മന്ദസ്മേരവുമായ്' എന്ന ഭാഗത്തൊക്കെ ആദ്യകാലത്ത് പ്രയോഗിച്ചത് സംഗീതസംവിധായകരെ ഞെട്ടിച്ചു. ഇന്നിപ്പോൾ 'മധുരപ്പതിനേഴുകാരി' അദ്ദേഹം പാടിയാൽ അന്നത്തേതിന്റെ പത്തിരട്ടി വെയിറ്റ് നമുക്ക് തോന്നും. കാരണം അത്രത്തോളം അദ്ദേഹത്തിന്റെ ശബ്ദം കട്ടിയായി. എന്നാൽ, അന്നങ്ങനെയല്ല. ഇത്രത്തോളം ടെക്നോളജി ഇല്ലാതിരുന്നിട്ടും അത് അദ്ദേഹം പാട്ടിൽ കൊണ്ടുവന്നു; രാജൻ ലാലിന്റെ വാക്കുകൾ.

"ആദ്യമായി ഞാൻ അദ്ദേഹത്തിന്റെ ഗാനമേള കേൾക്കുന്നത് എസ് വി ടാക്കീസിൽ 1964 ലാണ്. കൊല്ലത്ത്, അതാണ് അദ്ദേഹത്തിന്റെ ആദ്യ ഗാനമേള എന്ന് തോന്നുന്നു. അന്നദ്ദേഹം കുറേ നല്ല പാട്ടുകൾ പാടി അതിപ്രശസ്തനായി നില്ക്കുകയാണ്."

ഒറ്റ നില്പിൽ എട്ടു പാട്ടുവരെ പാടുന്നത് കേട്ടതോടെ അദ്ദേഹത്തിന്റെ കപ്പാസിറ്റി അത്ഭുതപ്പെടുത്തി. കാഞ്ഞിരപ്പള്ളിക്കാരി ഒരു ശാന്താ ജോസായിരുന്നു അന്ന് കൂടെ പാടിയത്. ഇത്രയും ഭാഗ്യം ചെയ്ത മലയാളി എന്ന അസൂയ കലർന്ന ആരാധനയായിരുന്നു ഞങ്ങൾക്കൊക്കെ. ലക്ഷങ്ങളുടെ ആരാധനയോടെയാണ് യേശുദാസിന്റെ ഓരോ നിമിഷവും കടന്നുപോകുന്നത്.

കൊല്ലം പീരങ്കി മൈതാനിയിൽ ഒരിക്കൽ ദാസും എസ് ജാനകിയും ഒത്തുള്ള ഗാനമേള. അത് കേൾക്കാൻ അന്നവിടെ കൂടിയത് ഇന്നുവരെ ആ വലിയ മൈതാനം കണ്ടിട്ടില്ലാത്ത ജനാവലി. വെള്ള അരക്കയ്യൻ ഷർട്ടും പാന്റ്സും ധരിച്ച് മുഖം ക്ലീൻ ഷേവ് ചെയ്ത സുന്ദരനായ തേജസ്സാർന്ന യേശുദാസ് കടന്നുവരുമ്പോൾ ആളുകൾ പൊതിയുകയാണ്.

അന്ന് കൊല്ലത്തെ ഏറ്റവും പ്രബല കുടുംബങ്ങളിലെ അതിസുന്ദരികളായ ചെറുപ്പക്കാരികളാണ് അദ്ദേഹത്തെ ഉറുമ്പിൻ കൂട്ടത്തെപോലെ പൊതിഞ്ഞത്. ഇത്രയും സ്നേഹവാത്സല്യങ്ങൾ നുകരാൻ കഴിഞ്ഞ മലയാളി മറ്റൊരാളുണ്ടോ?

സ്റ്റേജിൽനിന്ന് അത്യുന്നതമായ ഗാനധാരകൂടി കേട്ടതോടെ നിർവൃതിയിലാർന്ന ജനങ്ങൾക്ക് എന്തു ചെയ്യണമെന്നറിയാത്ത അവസ്ഥ. ഓരോ പാട്ടിനും ആവേശത്തിരയിളക്കിയ ജനാവലിയുടെ ഹർഷാരവം.

ഇത് കേരളത്തിൽ ഒരിടത്തല്ല, എത്രയോ നഗരങ്ങളിൽ ചെറുപട്ടണങ്ങളിൽ, ഇടത്തരം ടൗണുകളിൽ ഉത്സവപ്പറമ്പുകളിൽ, ഓഡിറ്റോറിയങ്ങ

ളിൽ എവിടെയും എല്ലാ കാലത്തും നിറഞ്ഞു കവിയുന്ന ജനങ്ങൾ. അമ്പത് വർഷത്തെ ജനങ്ങളുടെ ഈ ശീലത്തിന് ഇന്നും മാറ്റമില്ല. മലയാളി പരിശീലിച്ച ഒട്ടേറെ ശീലങ്ങളിൽ ഒന്നാണ് യേശുദാസ്. പിന്നെ ഈ വഴിയിൽ എത്ര ശീലങ്ങൾ നാം മറന്നുപോയി.

എത്ര ശീലങ്ങൾ നാം ഉപേക്ഷിച്ചു. ആദ്യം ഗ്രാമഫോൺ റെക്കോർഡ്, വാൽവ് റേഡിയോ, പിന്നീട് ട്രാൻസിസ്റ്റർ റേഡിയോ, എൽ പി റെക്കോർഡ്, സ്പൂൾ ടേപ്പ്, ടേപ്പ് റെക്കോർഡർ, ഡെക്ക്, സി ഡി പ്ലേയർ, ഓഡിയോ സി ഡി, എം പി ത്രീ, എം പി ഫോർ, ഐപോഡ്, മൊബൈൽ മെമ്മറി കാർഡ്, എഫ് എം ഇങ്ങനെയിങ്ങനെ എത്രയെത്ര രൂപഭേദങ്ങളിൽ യേശുദാസിനെ സൂക്ഷിച്ചുവെച്ച് കേട്ടു. ഇതിലോരോന്നും ഓരോ കാലത്ത് മനഃപൂർവ്വം നമ്മൾ മറന്നുപോയി.

വെയിൽ കൊണ്ടും കഴുകിയും നരച്ചുപോയ വസ്ത്രങ്ങൾ കീറിക്കളഞ്ഞിട്ട് പുതിയവ ധരിക്കുകയും അതിന്റെ പുതുമണം ശ്വസിക്കുകയും ചെയ്യുന്നതുപോലെ ഈ വക ശീലങ്ങളൊക്കെ മാറ്റി മാറ്റി പരീക്ഷിച്ചപ്പോഴും നാം ഒന്നു മാത്രം മറന്നില്ല; ആ ഗന്ധർവ്വനാദം. ഒരിക്കലും മാറ്റ് കുറയാത്ത തങ്കം പോലെ.

എത്രയെത്ര മഹാനഗരങ്ങളിൽ എത്രരാത്രികളിൽ ജനങ്ങൾ ആ കണ്ഠനാദം കേൾക്കാൻ തടിച്ചുകൂടി. കേരളത്തിന് പുറത്തും ആ സ്നേഹവായ്പിന് ഒട്ടും കുറവുണ്ടായില്ല.

ഒരു കാലത്ത് ഇന്ത്യയിലെ മഹാനഗരങ്ങളായ കൽക്കത്തയിലും ബോംബെയിലും ഡൽഹിയിലുമൊക്കെ മാസങ്ങൾ നീളുന്ന ഗാനമേളകൾ ഉണ്ടായിരുന്നു. ഒരേ സ്റ്റേജിൽ ഒരു മാസം മുഴുവൻ മുടങ്ങാതെ യേശുദാസിന്റെ ഗാനമേള. ഓരോ ദിവസവും ആസ്വാദകർ മാറിമാറി വരും. എത്ര കേട്ടാലും മതിവരാതെ വീണ്ടും വീണ്ടും ആസ്വാദകർ. അടുത്ത ദിവസം അതേ പരിപാടി ബോംബെയിലെ ഷൺമുഖാനന്ദ ഹാളിൽ. അടുത്ത മാസം മറ്റൊരു മഹാനഗരത്തിലേക്ക്. ഇന്ത്യയിൽ മറ്റൊരു ഗായകനും ഇങ്ങനെ ഗാനമേളകൾ നടത്തിയിട്ടില്ല. അദ്ദേഹത്തോടൊപ്പം ഓർക്കെസ്ട്രയ്ക്ക് പോയവരൊക്കെ മാസങ്ങളോളം വീട്ടിൽ വരാനാകാതെ കുടുങ്ങിയിട്ടുണ്ട്. അവരൊക്കെ അത്രയും ജനാവലിയും ആരാധനയും കണ്ട് അത്ഭുതംകൂറിയിട്ടുമുണ്ട്.

ഉദയഭാനുമാഷെന്ന നിമിത്തം

മലയാള സിനിമാഗാന ചരിത്രത്തിൽ നിർണ്ണായകമായ സ്ഥാനമാണ് ഗായകൻ കെ പി ഉദയഭാനുവിനുള്ളത്. യേശുദാസിന് മുമ്പ് മലയാളം കണ്ടെത്തിയ ഭാവഗായകൻ. പാടിയ ഏതാണ്ടെല്ലാ ഗാനങ്ങളും വൻഹിറ്റായ ജനങ്ങളുടെ പ്രിയപ്പെട്ട ഗായകൻ. പാലക്കാട് തരൂർ ഗ്രാമത്തിൽ ജനിച്ചു വളർന്ന ഉദയഭാനു ആകാശവാണി കോഴിക്കോട് നിലയത്തിൽ അനൗൺസറായിരുന്നു. കൂടാതെ കോഴിക്കോട്ടെ പ്രമുഖ ഗായകനും. അവിടെ വച്ച് രാഘവൻ മാഷുമായി ഒന്നിച്ച് ജോലി ചെയ്യുകയും സൗഹൃദ

കെ പി ഉദയഭാനു

മുണ്ടാവുകയും ചെയ്തതാണ് ഈ ഗായകനെ സിനിമയിലെത്തിച്ചത്. മറ്റൊരുതരത്തിൽ പറഞ്ഞാൽ രാഘവൻ മാഷ് ഉദയഭാനുവിൽ തന്റെ മനസ്സിനിണങ്ങിയ ഗായകനെ കണ്ടെത്തുകയായിരുന്നു.

'കാനനഛായയിലാടുമേയ്ക്കാൻ', 'വെള്ളി നക്ഷത്രമേ', 'ചുടുകണ്ണീരാലെൻ' തുടങ്ങിയ ഗാനങ്ങളിലൂടെ ചെറിയ കാലം കൊണ്ടുതന്നെ ആസ്വാദകരെ കീഴടക്കിയ ഗായകനാണദ്ദേഹം. എ എം രാജയും പി ബി ശ്രീനിവാസുമൊക്കെ നിറഞ്ഞുനിന്ന സമയത്ത് മലയാളത്തിന്റെ തനിമയാർന്ന സ്വരവുമായാണ് കെ പി ഉദയഭാനു വരുന്നത്.

അദ്ദേഹം മലയാളത്തിലെ ഏറ്റവും പ്രമുഖ ഗായകനായി വളർന്നുവരുന്ന കാലത്ത് തന്നെയാണ് യേശുദാസ് രംഗത്തെത്തുന്നതും. താൻ പാടേണ്ടിയിരുന്ന ഒരു പ്രമുഖഗാനം ആസ്ത്മയുടെ പ്രശ്നമുള്ളതിനാൽ പാടാൻ കഴിയാതെവന്ന സാഹചര്യത്തിൽ ഒട്ടും മടികൂടാതെ യേശുദാസിനുവേണ്ടി സമ്മാനിച്ച മഹാമനസ്കൻ കൂടിയാണ് ഉദയഭാനു. അങ്ങനെ യേശുദാസിന്റെ ജീവിതത്തിൽ നിർണ്ണായകമായ സ്ഥാനമാണ് ഉദയഭാനുവിനുള്ളത്.

കാല്പാടുകൾ എന്ന കെ എസ് ആന്റണിയുടെ ചിത്രത്തിനുവേണ്ടി സ്റ്റുഡിയോയിൽ ഉദയഭാനു പാടിക്കൊണ്ടിരിക്കുമ്പോഴാണ് സിനിമയിൽ പാടാനായി യേശുദാസ് കടന്നുവരുന്നത്.

കരുണാസാഗരമേ... കനിയൂ ഗുരുദേവാ.. തുടങ്ങി ആ ചിത്രത്തിലെ എല്ലാ ഗാനങ്ങളും ഉദയഭാനു തന്നെയായിരുന്നു പാടിയിരുന്നത്. റെക്കോഡിങ് നടക്കുന്നതിനിടെയാണ് പടത്തിന്റെ നിർമ്മാതാവും സംവിധായകനുമായ കെ എസ് ആന്റണി ഒരു പയ്യനെയും കൂട്ടിവരുന്നത്. ഭരണി സ്റ്റുഡിയോയിലായിരുന്നു റെക്കോർഡിങ്. അദ്ദേഹം സംഗീതസംവിധായകനായ എം ബി ശ്രീനിവാസനോട് പറഞ്ഞു: "ഇത് അഗസ്റ്റിൻ ജോസഫിന്റെ മകനാണ്. ഇയാൾക്കൊരു പാട്ട് കൊടുക്കണം." എന്നാൽ എം ബി ശ്രീനിവാസന് ഒട്ടും താല്പര്യമുണ്ടായിരുന്നില്ല. ഒടുവിൽ നിർബ്ബന്ധിച്ചപ്പോൾ പറഞ്ഞു: "ഒരു നാലുവരി ശ്ലോകമുണ്ട് അതു പാടിക്കാം അല്ലാതെ ഒരു മുഴുവൻ പാട്ട് പാടേണ്ടാ എന്ന്."

ഉദയഭാനു പറയുന്നു: "നിർമ്മാതാവ് എന്നോടു വന്ന് അഭിപ്രായം ചോദിച്ചു: ഞാൻ പറഞ്ഞു. ഒന്നോ രണ്ടോ പാട്ട് പാടിക്കോട്ടെ എനിക്ക്

ഒരു വിരോധവുമില്ലെന്ന്. അങ്ങനെയാണ് പ്രശസ്തമായ ജാതിഭേദം മത ദ്വേഷം എന്ന ശ്ലോകം പാടിയത്. വളരെ നന്നായി പാടി. എന്നാൽ, പ്രത്യേകിച്ച് പരിചയപ്പെടുകയൊന്നുമുണ്ടായില്ല. ശ്ലോകം പാടിച്ചത് കെ എസ് ആന്റണിക്ക് വിഷമമായി. അയാൾ പിന്നെയും പറഞ്ഞു. ഞാൻ പാട്ടു പാടിക്കാനായി വിളിച്ചുകൊണ്ടു വന്നിട്ട് ഒരുപാട്ടെങ്കിലും പാടിച്ചില്ലെങ്കിൽ മോശമല്ലേ എന്ന്. അപ്പോഴേക്കും എല്ലാ പാട്ടുകളും റെക്കോർഡ് ചെയ്തുതീർന്നിരുന്നു. പിന്നീട് ഒരു പുതിയ പാട്ട് പി ഭാസ്കരൻ മാഷെഴുതി എം ബി എസ് ട്യൂൺ ചെയ്യുകയായിരുന്നു. ശാന്താ പി നായരോടൊപ്പം പാടിയ 'അറ്റൻഷൻ പെണ്ണേ അറ്റൻഷൻ', എന്നായിരുന്നു ആ ഗാനം.

അന്നു കണ്ടശേഷം വല്ലപ്പോഴുമൊക്കെ സ്റ്റുഡിയോകളിൽ യേശുദാസിനെ കണ്ടിരുന്നു. ഇതിനിടെ ഏതാനും ചിത്രങ്ങളിൽ പാടി. അന്ന് ചെന്നൈയിൽ പെരുമ്പത്തൂരിലെ ഒരു ബന്ധുവിന്റെ വീട്ടിലായിരുന്നു യേശുദാസ് താമസിച്ചിരുന്നത്. ഞാനും മഹാലിംഗപുരത്ത് ഒരു ബന്ധുവിനൊപ്പം താമസിക്കുകയായിരുന്നു. അന്നത്തെ മിക്ക പ്രൊഡ്യൂസർമാരും യേശുദാസിനെ പ്രോത്സാഹിപ്പിച്ചിരുന്നു. ഇടയ്ക്കിടെ പാട്ടുകൾ കിട്ടിയിരുന്നതിനാൽ പിന്നെ അധികം കാണാതായി. ഞാൻ എന്റെ പാട്ടുകളുമായി തിരക്കിലായിരുന്നു.

അല്ലിയാമ്പൽ കടവിലേക്ക്

യേശുദാസ് നന്നായി പാടും എന്ന് ചിലരൊക്കെ പറയുന്നതല്ലാതെ ആരും അങ്ങനെ എടുത്തുപറഞ്ഞിരുന്നില്ല. അങ്ങനെയിരിക്കവെയാണ് *റോസി* എന്ന ചിത്രത്തിലെ 'അല്ലിയാമ്പൽ കടവിലന്നരയ്ക്കുവെള്ളം' എന്ന പാട്ട് വരുന്നത്. എനിക്ക് ഒട്ടും സുഖമില്ല. ആസ്ത്മയുടെ പ്രശ്നമുണ്ടായിരുന്നു. അതിനാൽ പാടാൻ കഴിയില്ല. ഞാൻ പ്രൊഡക്ഷൻ മാനേജർ പി ജെ ആന്റണിയോട് പറഞ്ഞു: "യേശുദാസ് എന്നൊരു പയ്യനുണ്ട്. അയാളെക്കൊണ്ട് പാടിക്കാമെന്ന്". ഞാൻ പാട്ടെല്ലാം പഠിച്ച് റെക്കോർഡിങ്ങിനായി തയ്യാറെടുക്കുന്നതിനിടെയാണ് അസുഖം വന്നത്. അവർക്കാണെങ്കിൽ പിറ്റേന്ന് ഷൂട്ടിങ്ങിനായി പാട്ട് വേണം.

ഞാൻ പറഞ്ഞത് ആന്റണിക്കും അംഗീകരിക്കാൻ കഴിഞ്ഞില്ല. അയാൾ മടിച്ചപ്പോൾ ഞാൻ തന്നെ യേശുദാസിനെ വിളിച്ചു പറഞ്ഞു:

"ചേട്ടൻ പാടേണ്ടതല്ലേ" എന്ന് യേശുദാസ് പറഞ്ഞു. ഞാൻ പറഞ്ഞു അതൊന്നും സാരമില്ലെന്ന്. അങ്ങനെ യേശുദാസ് ആ ഗാനം വളരെ നന്നായി പാടി. എന്നാൽ ഈ ഗാനം വളരെ ഹിറ്റായി എന്നൊക്കെ പിന്നീടാണ് അറിയുന്നത്.

അന്ന് മദ്രാസിലുള്ളപ്പോൾ സ്റ്റുഡിയോയിൽ പാടിക്കഴിഞ്ഞാൽ പിന്നെ പാട്ട് ഗായകരാരും അങ്ങനെ കേൾക്കാറില്ല. മദ്രാസിൽ ഈ സിനിമകളൊന്നും റിലീസ് ചെയ്യാത്തതിനാൽ പാട്ട് കേൾക്കാൻ പിന്നീടൊരു മാർഗ്ഗവുമില്ല. വല്ലപ്പോഴും നാട്ടിൽനിന്ന് വല്ലവരും വരുമ്പോഴാണ് ഇതിന്റെയൊക്കെ റെസ്പോൺസ് അറിയുന്നത്. പിന്നീടാണ് അല്ലിയാമ്പൽ വലിയ

എം ബി ശ്രീനിവാസൻ

ഹിറ്റായി എന്നറിയുന്നത്. അതേ കാലയളവിൽ തന്നെയാണ് *ഭാർഗ്ഗവീനില* യത്തിലെ 'താമസമെന്തേ വരുവാൻ' യേശുദാസ് പാടുന്നത്. ഇതോടെയാണ് യേശുദാസ് ഒരു വലിയ തരംഗമാകുന്നത്.

അന്ന് പാട്ടുകൾ കേൾക്കാൻ സിനിമയും റേഡിയോയും കഴിഞ്ഞാൽ ആകെയുള്ള മാർഗ്ഗം ഗ്രാമ ഫോൺ റെക്കോഡുകളാണ്. അത് അപൂർവ്വം ആളുകളേ വാങ്ങാറുള്ളൂ. അതും എല്ലാ സിനിമകളുടെയും റെക്കോഡുകൾ ഇറങ്ങാറില്ല, ഞാൻ പാടിയ പല പാട്ടുകളും ഞാൻ പിന്നീട് കേൾക്കുന്നത് വർഷങ്ങൾക്കുശേഷം കാസെറ്റൊക്കെ വന്നശേഷമാണ്.

യേശുദാസ് കാലത്തെ ഗാനജീവിതം

കോടമ്പക്കത്തെ യേശുദാസ്

സംഗീതസംവിധായകൻ കണ്ണൂർ രാജന്റെ സഹായിയായി മദ്രാസ് ജീവിതം തുടങ്ങിയ രാജേന്ദ്രബാബു *കോടമ്പാക്കം കുറിപ്പുകൾ* എന്ന തന്റെ പുസ്തകത്തോടെയാണ് ശ്രദ്ധേയനാവുന്നത്. ഗായിക ലതികയുടെ സഹോദരൻ കൂടിയാണ്. സംഗീതം മനസ്സിൽ നിറഞ്ഞുനിന്നപ്പോഴും പാട്ടുകാരനും സംഗീതസംവിധായകനുമാകാതെ കോടമ്പാക്കം എന്ന സിനിമാ സംഗീത തലസ്ഥാനത്തിന്റെ അര നൂറ്റാണ്ടിലേറെ നീണ്ട സിനിമാ സംഗീതലോകത്തെ ഒരു ആസ്വാദകന്റെയും വിമർശകന്റെയും മനസ്സോടെ ഒരുപോലെ കാണാനും പലതിനും നേരിട്ട് ഭാഗഭാക്കാകാനും യേശുദാസ് ഉൾപ്പെടെയുള്ള ഒരുപാട് മഹാന്മാരുടെ സൗഹൃദം സ്ഥാപിക്കാനും കഴിഞ്ഞ അപൂർവ്വ വ്യക്തിയാണ് കൊല്ലം സ്വദേശിയായ പത്രപ്രവർത്തകൻ രാജേന്ദ്രബാബു. അദ്ദേഹത്തിന്റെ യേശുദാസ് ഓർമ്മകൾ.

'എന്റെ മനസ്സിനെ ആദ്യം സ്വാധീനിക്കുന്ന പാട്ട് യേശുദാസിന്റെ 'താമസമെന്തേ വരുവാൻ'. കുട്ടിക്കാലം മുതലേ ഞാൻ പാട്ട് നന്നായി ശ്രദ്ധിക്കുമായിരുന്നു. സ്കൂളിൽ പാടാനായി ഈ ഗാനം കൂടുതൽ ശ്രദ്ധിച്ചു. അപ്പോഴാണ് അതുവരെ മലയാളത്തിലിറങ്ങിയിരുന്ന ഗാനങ്ങളേക്കാൾ വളരെ വ്യത്യസ്തമായിട്ടുള്ള പാട്ടായി ഇത് തോന്നിയത്. പ്രത്യേകിച്ചും ദാസേട്ടന്റെ ആലാപനം. പിന്നെ ഇതേ കാലയളവിൽത്തന്നെയിറങ്ങിയ 'കരയുന്നോ പുഴ ചിരിക്കുന്നോ' ആ ഗാനം യഥാർത്ഥത്തിൽ താമസമെന്തേ വരുവാൻ' മുമ്പേ റെക്കോർഡ് ചെയ്തിരുന്നു; റിലീസിങ് വൈകി. ഒപ്പം 'ചൊട്ടമുതൽ ചുടല വരെ' തുടങ്ങിയ ഗാനങ്ങൾ. അതുവരെ കേട്ടിട്ടില്ലാത്ത മധുരമുള്ള ശബ്ദമാണ് അന്നെല്ലാവരെയും ആകർഷിച്ചത്. പിന്നെ

രാജേന്ദ്രബാബു

മറ്റൊരു പ്രത്യേകത അതുവരെ മലയാളഗാനങ്ങളിലില്ലാതിരുന്ന ഉച്ചാരണശുദ്ധി.

ദാസേട്ടന്റെ ആദ്യ ഗാനമിറങ്ങുമ്പോൾ ഞാൻ സ്കൂൾ വിദ്യാർത്ഥിയാണ്. പിന്നീട് പ്രീഡിഗ്രിക്ക് പഠിക്കുന്ന കാലത്താണ് *പരീക്ഷ* എന്ന ചിത്രമിറങ്ങുന്നത്. എനിക്ക് തോന്നുന്നത് ദാസേട്ടന്റെ ശബ്ദം ഇന്ന് നാമെല്ലാം ആസ്വദിക്കുന്ന തരത്തിൽ അതിന്റെ എല്ലാ ഗുണവശങ്ങളും ഗാംഭീര്യവും തിരിച്ചറിഞ്ഞ് ഉപയോഗിച്ചിട്ടുള്ള റെക്കോർഡിസ്റ്റ് ഭരണി സ്റ്റുഡിയോയിലെ കണ്ണനായിരിക്കും. അതുപോലെ തന്നെ അന്നത്തെ പ്രമുഖ റെക്കോർഡിസ്റ്റായിരുന്നു ജെമിനി സ്റ്റുഡിയോയിലെ കോടീശ്വരറാവു.

മലയാള സിനിമയ്ക്കുവേണ്ടി യേശുദാസിന് മുമ്പ് മലയാളത്തിൽ ഏറ്റവും കൂടുതൽ പാട്ടുകൾ പാടിയിട്ടുള്ളത് മലയാളിയല്ലാത്ത എ എം രാജയായിരുന്നു; തമിഴിലും അദ്ദേഹം തന്നെയായിരുന്നു. അന്നത്തെ സൂപ്പർ സ്റ്റാറായിരുന്ന പ്രേം നസീറിന് ചേരുന്ന ശബ്ദം എന്ന നിലയിലായിരുന്നു എ എം രാജ ശ്രദ്ധേയനായിരുന്നത്. അന്നത്തെ പ്രമുഖ സംഗീത സംവിധായകരായ ദേവരാജൻമാഷിനും ബാബുരാജിനുമൊക്കെ പ്രിയപ്പെട്ട ഗായകനായിരുന്നു രാജ.

പിന്നീട് ദേവരാജൻ മാഷ് കൂടുതൽ ശക്തിയാർജ്ജിക്കുകയും യേശുദാസ് അതിമനോഹരങ്ങളായ ഗാനങ്ങൾ പാടുകയും ചെയ്തതോടെ ദാസേട്ടൻ അനിവാര്യതയായി തുടർന്നു. മറ്റ് പ്രമുഖ സംഗീത സംവിധായകരും യേശുദാസിന്റെ മനോഹരമായ ശബ്ദം ഉപയോഗിച്ചു തുടങ്ങിയതോടെ കാലഘട്ടങ്ങൾ അദ്ദേഹത്തിന്റേതായി.

ദേവരാജൻ മാഷിന്റെ കൈപിടിച്ച്

കൊല്ലത്ത് ചിന്നക്കടയിൽ അന്നപൂർണ്ണാ ഹോട്ടലിനടുത്ത് ചെറിയ ചെറിയ റൂമുകൾ വാടകയ്ക്ക് കൊടുക്കുന്ന ഒരു ലോഡ്ജുണ്ട്. അവിടത്തെ ഒരു റൂമിലിരുന്നാണ് ദേവരാജൻ മാസ്റ്റർ ഉദയായുടെ *ഭാര്യ* എന്ന ചിത്രത്തിലെ പാട്ടുകൾ കംപോസ് ചെയ്തത്. ഉദയായ്ക്കുവേണ്ടി ദേവരാജൻ മാഷ് ആദ്യമായി ചെയ്യുന്ന ചിത്രമാണ് ഭാര്യ. അതിനു മുമ്പത്തെ ചിത്രത്തിനുവേണ്ടി ദേവരാജൻ മാഷെ വിളിച്ചിരുന്നെങ്കിലും അദ്ദേഹം പിന്മാറി. കാരണം, അന്നത്തെ ഉദയായുടെ രീതിയനുസരിച്ച് അവരുടെ സ്റ്റുഡിയോ

യിൽ പോയിരുന്നു വേണം കംപോസ് ചെയ്യാൻ. എന്നാൽ, അദ്ദേഹം അതിന് തയ്യാറായിരുന്നില്ല. അങ്ങനെ *ഉമ്മ* എന്ന ആ ചിത്രം ബാബുരാജിനു നല്കി. നൂറു ദിവസത്തിലേറെ ഓടിയ ആ ചിത്രത്തിലെ എല്ലാ ഗാനങ്ങളും വൻ ഹിറ്റുമായിരുന്നു. എന്നാൽ പിന്നീടിറങ്ങിയ *ഭാര്യ* ദേവരാജൻ മാഷിനെക്കൊണ്ടാണ് കുഞ്ചാക്കോ ചെയ്യിച്ചത്. കാരണം, അദ്ദേഹത്തിന്റെ പ്രതിഭ അവർ തിരിച്ചറിഞ്ഞിരുന്നു. ദേവരാജന്റെ ഇഷ്ടപ്രകാരം അങ്ങനെ കൊല്ലത്തുവച്ച് കംപോസിങ് ചെയ്യാൻ അനുവദിക്കുകയും ചെയ്തു.

ഈ സമയം വയലാർ രാമവർമ്മ ഒരു പയ്യനെയും കൂട്ടിവരുന്നു. അദ്ദേഹം ദേവരാജനോടു പറഞ്ഞു: "ഇത് അഗസ്റ്റിൻ ജോസഫിന്റെ മകനാണ്. ഒന്നുരണ്ട് സിനിമകളിലൊക്കെ പാടി. ഇയാളെ ഒന്നു രക്ഷപ്പെടുത്തിയെടുക്കണം.'' ദേവരാജൻ മാഷ് അവിടെവച്ച് പാട്ടുപാടിച്ചപ്പോൾത്തന്നെ ഏതാണ്ട് മനസ്സിലുറപ്പിച്ചിരുന്നിരിക്കണം. പാട്ടിന്റെ റെക്കോഡിങ്ങിനായി ഉദയാ സ്റ്റുഡിയോയിലേക്ക് പോകുമ്പോൾ അദ്ദേഹം യേശുദാസിനെയും കൂടെ കൊണ്ടുപോയി.

അവിടെ ആർട്ടിസ്റ്റുകൾക്ക് താമസിക്കാൻ ധാരാളം ചെറിയ ചെറിയ റൂമുകളുണ്ട്. യേശുദാസിനെ മറ്റൊരാളുടെ മുറിയിൽ താമസിപ്പിച്ചു. അവിടെവച്ച് നിർമ്മാതാവും സംവിധായകനുമായ കുഞ്ചാക്കോയോട് യേശുദാസിനെക്കുറിച്ച് പറഞ്ഞു. എന്നാൽ ആദ്യംതന്നെ കുഞ്ചോക്കോ എതിർത്തു. അഗസ്റ്റിൻ ജോസഫിന്റെ മകനാണെന്ന് പരിചയപ്പെടുത്തി. തനിക്ക് നേരിട്ട് ബോദ്ധ്യമില്ലാത്ത ഒരു കാര്യവും അംഗീകരിക്കാൻ തയ്യാറല്ലാത്ത കുഞ്ചാക്കോ അംഗീകരിച്ചില്ല. ഒടുവിൽ ഒരു പരിഗണന കിട്ടുന്നെങ്കിൽ കിട്ടിക്കോട്ടെ എന്ന രീതിയിൽ ഒരു കത്തോലിക്കാ പയ്യനാണെന്നും ദേവരാജൻ മാഷ് പറഞ്ഞുനോക്കി. അപ്പോഴേക്കും വളരെ ദേഷ്യപ്പെട്ട് കുഞ്ചോക്കോ പറ്റില്ലെന്നാണ് പറഞ്ഞത്. ഇതോടെ എല്ലാ സാദ്ധ്യതയും അടഞ്ഞെങ്കിലും യേശുദാസ് അന്നവിടെ തങ്ങിയത് അദ്ദേഹത്തിന്റെ ജീവിതത്തിൽ നിർണ്ണായകമായ സൗഭാഗ്യമായി.

ചിത്രത്തിലെ മനോഹരങ്ങളായ എല്ലാ ഗാനങ്ങളുടെയും റെക്കോർഡിങ് കഴിഞ്ഞു. ഇനി രണ്ട് പാട്ട് കൂടിയേ എടുക്കാനുള്ളൂ. മുഖ്യ ഗാനങ്ങൾ പാടിയത് എ എം രാജയാണ്. 'പഞ്ചാരപ്പാലുമിഠായി' എന്ന ഒരു ഗാനത്തിന്റെ റെക്കോർഡിങ് നടക്കുന്നു. മൂന്നു നാലുപേർ ചേർന്ന് പാടുന്ന ഗാനത്തിന് നേരത്തെ ഏറ്റിരുന്ന ഒരു ജൂനിയർ ആർട്ടിസ്റ്റ് അന്ന് എറണാകുളത്തെ സ്വന്തം നാട്ടിലേക്ക് പോയിരുന്നു.. അവിടെത്തന്നെ താമസിച്ച് പാടുന്ന ഗായകൻ പെട്ടെന്നാണ് നാട്ടിലേക്ക് പോയത്. ഈ അവസരത്തിൽ നാലുവരി പാടാൻ പുതിയ പയ്യനെ വിളിക്കാമെന്ന് ദേവരാജൻമാഷ് പറഞ്ഞപ്പോൾ കുഞ്ചാക്കോ മനസ്സില്ലാമനസ്സോടെ സമ്മതിച്ചു. അങ്ങനെ പാട്ടിന്റെ നാലുവരി യേശുദാസ് പാടുന്നു. അത് കുഞ്ചാക്കോ കാര്യമാക്കിയില്ല.

ആ ചിത്രത്തിലെ ഏറ്റവും ഹൃദയഭേദകമായ രംഗത്ത് പാടുന്ന മറ്റൊ

രുഗാനം കൂടി റെക്കോർഡ് ചെയ്യാനുണ്ട്. വികാരതീവ്രമായ ആ ഗാനം വളരെ ബേസ് വോയിസിലുള്ളതാണ്; വളരെ ഭാവനിർഭരവും. ഇതിനായി അന്നത്തെ പ്രമുഖ ഗായകൻ പി ബി ശ്രീനിവാസിനെയാണ് നിശ്ചയിച്ചിരുന്നത്. റെക്കോർഡിങ് നിശ്ചയിച്ച സമയത്ത് ശ്രീനിവാസിന് എത്താൻ കഴിഞ്ഞില്ല. അധികം അതിനായി കാത്തിരിക്കാനും കഴിയില്ല. അപ്പോൾ വീണ്ടും ദേവരാജൻ മാഷ് യേശുദാസിന്റെ കാര്യം എടുത്തിട്ടു. അപ്പോഴും മനസ്സില്ലാമനസ്സോടെ കുഞ്ചാക്കോ സമ്മതിച്ചു. 'ദയാപരനായ കർത്താവേ' എന്ന ആ ഗാനം പൂർത്തിയായതോടെ യേശുദാസ് എല്ലാവരെയും അക്ഷരാർത്ഥത്തിൽ അത്ഭുതപ്പെടുത്തി.

ആ ഗാനം ഏറ്റവും ഭാവപൂർണ്ണമായി ആലപിച്ചതോടെ കുഞ്ചാക്കോ യേശുദാസ് എന്ന അതുല്യഗായകനെ ഏറ്റെടുക്കുകയായിരുന്നു. അതേ സമയം തന്നെ കേരളക്കരയും യേശുദാസിനെ ഏറ്റെടുത്തു കഴിഞ്ഞു.

എന്നാൽ, ഈ ഗാനം ജനങ്ങളിലേക്കെത്തുന്നതിന് പിന്നെയും കാലതാമസമെടുത്തു. പലരും ശ്രദ്ധിച്ചു എങ്കിലും യേശുദാസിനെ മാർക്ക് ചെയ്യുന്ന രീതിയിലേക്ക് ആ ഗാനം മാറിയില്ല. പിന്നെയും യേശുദാസ് ചില ഗാനങ്ങൾ പാടി. ഒടുവിൽ 'അല്ലിയാമ്പൽ' ഇറങ്ങിയപ്പോഴേക്കും കേരളം ചർച്ച ചെയ്യാൻ തുടങ്ങി. ഒരുപക്ഷേ, തെക്കൻ കേരളത്തിലായിരിക്കാം ഈ ഗാനം ആദ്യം കൂടുതലായി ശ്രദ്ധിക്കപ്പെട്ടത്. അധികം താമസിയാതെ 'താമസമെന്തേ വരുവാൻ' വടക്കൻ കേരളത്തിൽ തരംഗം സൃഷ്ടിച്ചു. ഈ ഗാനവും പി ബി ശ്രീനിവാസിനെക്കൊണ്ട് ഒരു ഘട്ടത്തിൽ പാടിക്കാൻ തീരുമാനിച്ചിരുന്നു എന്നതും ചരിത്രപരമായ വൈരുദ്ധ്യം. പിന്നീട് രണ്ടു ഗാനങ്ങളും കേരളക്കര ഒന്നാകെ ഏറ്റെടുത്തതോടെ മലയാള ഗാനങ്ങളുടെ ചരിത്രം മറ്റൊരു യുഗപ്പിറവിയിലേക്ക്. നാദവിസ്മയം കൊണ്ട് നാടും വീടും മനുഷ്യമനസ്സുകളും വികാരങ്ങളും ആഘോഷങ്ങളും സ്വപ്നങ്ങളും പ്രണയങ്ങളും ഏകാന്തതകളെയും കീഴടക്കുക എന്ന അത്യപൂർവ്വ പ്രതിഭാസം.

കോളാമ്പിപ്പാട്ടുകളെ അതിജീവിച്ച്

അക്കാലത്ത് കേരളത്തിന്റെ അങ്ങോളമിങ്ങോളം ഒരു ഗാനമെത്തുക. അത് എല്ലാവരും കേൾക്കുക എന്നതിന് ധാരാളം സമയമെടുത്തിരുന്നു. മിക്ക ഗ്രാമങ്ങളിലും റേഡിയോ തന്നെ അത്യപൂർവ്വം, പാട്ടു കേൾക്കാനുള്ള മാർഗ്ഗം സിനിമ കാണുക എന്നതുതന്നെ. പിന്നെയുള്ളത് അമ്പലങ്ങളിലെ ഉത്സവത്തിനും മറ്റും കേൾക്കുന്ന കോളാമ്പിപ്പാട്ടു തന്നെ. അന്നത്തെ പരിമിതമായ റെക്കോർഡിങ് ക്വാളിറ്റി ഡിസ്കിലേക്ക് പകർത്തുമ്പോൾതന്നെ ഒരു വലിയ ശതമാനം നഷ്ടപ്പെടും. പിന്നെ ഇത് കോളാമ്പിയിലൂടെ കേൾക്കുമ്പോഴും ശബ്ദസൗകുമാര്യമൊന്നും അറിയാനും കഴിയില്ല. ഇത്തരം പരിമിതികളെയാണ് യേശുദാസിന്റെ ശബ്ദം അന്ന് അതിജീവിച്ചത്. സ്റ്റുഡിയോയിൽ പാട്ട് കേൾക്കുന്ന സംഗീതസംവിധായകനും സിനിമാ പ്രവർത്തകർക്കും അത് വളരെ വേഗംതന്നെ ബോദ്ധ്യപ്പെട്ടു.

തന്നെയുമല്ല ശബ്ദത്തേക്കാൾ ആലാപനത്തിൽ അദ്ദേഹം കൊണ്ടുവന്ന പുതുമകൾ, അങ്ങനെ പലതും.

നിർമ്മാതാക്കൾക്ക് സിനിമയിൽ നിർണ്ണായകമായ സ്ഥാനമായിരുന്നു അക്കാലത്ത്. കഴിവുള്ളവരെ എവിടെ കണ്ടാലും അവരെ അംഗീകരിക്ക, അവരെ ഉപയോഗിക്കുക എന്ന രീതിയും നിലനിന്നു. അങ്ങനെയൊരനിവാര്യതയിലേക്കാണ് യേശുദാസ് ക്ഷണിക്കപ്പെട്ടത്. യേശുദാസ് അപ്രസക്തനായിരുന്ന വളരെ ചെറിയകാലം അദ്ദേഹത്തിന്റെ പേരുപോലും അന്നത്തെ പാട്ടുപുസ്തകത്തിൽ തെറ്റായാണ് അടിച്ചുവന്നത്.

വളരെ വേഗം നിർമ്മാതാക്കളും സംഗീത സംവിധായകരും യേശുദാസിന്റെ അനിവാര്യതയെ മുതലെടുക്കുകയായിരുന്നു. സംഗീതസംവിധായകർ സ്വപ്നം കണ്ട ശബ്ദം, ആലാപനം. അവരുടെ ഗാനങ്ങൾ ഏറ്റവും മനോഹരമായി പുറത്തുവരാൻ ഏറ്റവും മനോഹരമായ ശബ്ദം എന്ന അവസ്ഥയിലേക്ക് ഇൻഡസ്ട്രി ഒന്നടങ്കം ആ യുവഗായകനെ തേടിപ്പോയി.

ആദ്യകാലത്തെ ഇൻഡസ്ട്രിയുടെ നെടുംതൂണുകളായിരുന്നു കുഞ്ചാക്കോയും മെരിലാൻഡിന്റെ ഉടമസ്ഥൻ പി സുബ്രഹ്മണ്യവും അസോസിയേറ്റ് പിക്ചേഴ്സ് ഉടമ ടി ഇ വാസുദേവനും. ഇവരുടെ ചിത്രങ്ങളിലെ അനിവാര്യഘടകമായി യേശുദാസ് മാറിയതോടെ മലയാള സിനിമയിൽ ഭാവഗാനങ്ങളുടെ പ്രളയം തന്നെ തുടങ്ങി.

ഗാനമേളക്കാലം

അന്ന് കൊല്ലത്ത് രണ്ട് പ്രമുഖ സംഗീതക്ലബ്ബുകളാണ് ഉണ്ടായിരുന്നത്. നാഷണൽ മ്യൂസിക് ക്ലബ്ബും ഹിന്ദുസ്ഥാൻ മ്യൂസിക് ക്ലബ്ബും. ഞാനും എന്റെ സഹോദരി ഗായിക ലതികയും സുഹൃത്തുക്കളും ചേർന്ന് ഒരു ഗാനമേള സംഘം ഉണ്ടാക്കി. അന്ന് പാട്ടുപഠിക്കാൻ ഒരു മാർഗ്ഗവുമില്ല. റേഡിയോയും സിനിമയും കഴിഞ്ഞാൽ, പിന്നെ ഏക മാർഗ്ഗം തിയേറ്ററുകളുടെ മുന്നിൽ പോയി നില്ക്കുക എന്നതാണ്. ഞങ്ങളുടെ വീട്ടിനടു

യേശുദാസ് ഒരു ഗാനമേളയിൽ

ത്തുനിന്ന് വലിയ ദൂരമില്ല കൊല്ലം ടൗണിലേക്ക്. സിനിമ തുടങ്ങുന്നതിന് അരമണിക്കൂർ മുമ്പ് അവിടെപ്പോയി നില്ക്കും. പാട്ടു കേൾക്കും. അടുത്ത ദിവസം വീണ്ടും അവിടെപ്പോയി നിന്നാൽ അതേ പാട്ടുകൾ വീണ്ടും കേൾക്കാം. അങ്ങനെ മൂന്നു നാല് ദിവസമാകുമ്പോൾ പാട്ടിന്റെ ട്യൂൺ മനസ്സിലാകും. അന്ന് നാലണ കൊടുക്കുമ്പോൾ പാട്ടുപുസ്തകവും കിട്ടും.

സെക്രട്ടേറിയറ്റിൽനിന്ന് ജോയിന്റ് സെക്രട്ടറിയായി റിട്ടയർ ചെയ്ത രാജപ്പൻ, പിന്നീട് കളക്ടറായ അയ്യപ്പൻ, കൊല്ലത്ത് അസി. കളക്ടറായിരുന്ന മരിച്ചുപോയ സുഭാഷ് തുടങ്ങിയ സുഹൃത്തുക്കളോടൊത്താണ് അന്ന് കൊല്ലം കുമാർ, ഗ്രാന്റ് തുടങ്ങിയ തിയേറ്ററുകളുടെ മുന്നിൽ പോയി നിന്ന് പാട്ടുകേട്ടിട്ടുള്ളത്. പിന്നീട് ടേപ്പ് റെക്കോർഡുകൾ ഇറങ്ങിയതോടെയാണ് കാര്യങ്ങൾ എളുപ്പമായത്. ആദ്യ കാലത്ത് ടേപ്പ് റെക്കോർഡർ വളരെ വലുതായിരുന്നു. എനിക്ക് എന്റെ അമ്മാവൻ ഒരു പഴയ ഗ്രൻഡിഗ് കമ്പനിയുടെ ടേപ്പ് റെക്കോർഡർ കൊണ്ടുതന്നു. വലിയ സ്പൂൾ ടേപ്പാണ് അന്നുള്ളത്. ഇത് മൊത്തമായി വലിയ വലിപ്പമാണ്. ഇത് ചുമന്നുകൊണ്ടുപോയാണ് പലയിടത്തും പാട്ടുകൾ റെക്കോർഡ് ചെയ്തിരുന്നത്.

ഗാനങ്ങൾ ജനകീയമാകുന്നു

നാടകഗാനങ്ങൾ കുറേയധികം കാലം മലയാള സിനിമാ ഗാനങ്ങളെക്കാൾ ജനകീയത നേടിയിരുന്നു. അക്കാലയളവിൽ സിനിമാ ഗാനങ്ങളിൽ അർദ്ധശാസ്ത്രീയഗാനങ്ങളായിരുന്നു അഭിരമിച്ചിരുന്നത്. സംഗീതനാടകങ്ങളിൽനിന്ന് ജനകീയ നാടകങ്ങളിലേക്കും ജനകീയ ഗാനങ്ങളിലേക്കും വഴിമാറിയപ്പോഴും സിനിമ അതിന്റെ തനിമ കണ്ടെത്തിയില്ല. ദേവരാജൻ മാഷും പിന്നീട് ബാബുരാജും സജീവമായി രംഗത്തെത്തിയതോടെയാണ് ലക്ഷണമൊത്ത ലളിതഗാനങ്ങൾ ഉണ്ടായത്. അതിനു മുന്നേ രാഘവൻ മാഷ് അതു തെളിയിച്ചു. എങ്കിലും അദ്ദേഹത്തോടൊപ്പം സഞ്ചരിക്കാൻ മറ്റാരുമുണ്ടായില്ല. പിന്നീടാണ് ദക്ഷിണാമൂർത്തിപോലും ലളിതമായ ശൈലിയിലേക്കിറങ്ങി വന്നത്. ഇതേ രൂപപരിണാമമായിരുന്നു ആദ്യകാല ഗായകരിൽനിന്ന് യേശുദാസിലേക്കെത്തുമ്പോൾ നമുക്ക് കാണാൻ കഴിയുക.

യേശുദാസ് പാടുന്നു കൺമുന്നിൽ

സംഗീതസംവിധാന സഹായിയായി കണ്ണൂർ രാജനോടൊപ്പം ധാരാളം നാടകങ്ങളിൽ ഞാൻ പ്രവർത്തിച്ചിട്ടുണ്ട്. അതിനുശേഷമാണ് മദ്രാസിൽ പോകുന്നത്. അന്ന് അദ്ദേഹത്തിന്റെ പാട്ടുകൾ ഗായകർക്ക് പറഞ്ഞു കൊടുത്തിരുന്നു ഞാൻ. അങ്ങനെയാണ് എനിക്കാ സൗഭാഗ്യം കിട്ടുന്നത്. തൊട്ടുമുന്നിലിരുന്ന് മലയാളികൾ ഹൃദയത്തിലാരാധിക്കുന്ന ആ ഗാനേതിഹാസം പാടുക. അദ്ദേഹത്തെ പാട്ട് പറഞ്ഞുകൊടുത്ത് പഠിപ്പിക്കാനുള്ള ഭാഗ്യമുണ്ടാകുക.

പാടാനായി യേശുദാസ് വന്നുകഴിഞ്ഞാൽ എല്ലാവരെയും വിഷ് ചെയ്ത് സംസാരിച്ചിട്ട് നേരെ സ്റ്റുഡിയോക്കുള്ളിലെ വോയ്സ് റൂമിൽ വന്നിരിക്കും. അന്നത്തെ സ്റ്റുഡിയോകൾക്ക് സിനിമാ തിയേറ്ററിനേക്കാൾ വലിപ്പമാണ്. റൂമിൽ ചിലപ്പോൾ ഒരു ഹാർമ്മോണിസ്റ്റോ മറ്റോ കാണും. സംഗീതസംവിധായകൻ അവിടെ വന്നാണ് പാട്ട് പഠിപ്പിക്കുക.

ആദ്യം ദാസേട്ടൻ പാട്ടെഴുതിയെടുക്കും. കഴിഞ്ഞാൽ പല്ലവി പാടാൻ പറയും. അത് രണ്ടു മൂന്ന് തവണ കേട്ടിരിക്കും. അതിസൂക്ഷ്മമായി നിരീക്ഷിച്ചശേഷം ചെറുതായി കൂടെ പാടിനോക്കും. സംശയമുണ്ടെങ്കിൽ ചില വരി മാത്രം പാടാൻപറയും. അപ്പോഴേക്കും അദ്ദേഹം അത് പാടിച്ചിരിക്കും. പിന്നെ പല്ലവി തനിയെ പാടും. വളരെ ചെറിയ ശബ്ദത്തിലേ പാടൂ. അതിനിടെ വരിയുടെ മുകളിൽ നൊട്ടേഷൻ എഴുതിവെക്കും. പിന്നീട് ചരണം പാടാൻ പറയും. ഒരു പതിനഞ്ച് മിനിറ്റിനകം പാട്ട് പഠിച്ചിരിക്കും. ഒന്നു പാടിനോക്കിക്കഴിഞ്ഞാൽ പിന്നെ മെയിൻ ഹാളിൽ മൈക്കില്ലാതെ ഓർക്കസ്ട്രേഷനോടെ ഒരു റിഹേഴ്സൽ. അതു കഴിഞ്ഞാൽ ഉടൻ മോനിറ്റർ നോക്കാം എന്നു പറയുന്നു. റെക്കോർഡിങ്ങിനു തൊട്ടുമുമ്പുള്ള റെക്കോർഡ് ചെയ്യാതെയുള്ള റിഹേഴ്സലാണ് മോനിറ്റർ.

ഇത് സ്റ്റുഡിയോയിലെ ബോക്സിലൂടെ ആദ്യമായി കേട്ടപ്പോൾ ഉണ്ടായ ഉൾപ്പുളകം ഏതൊരു മലയാളിയും സ്വപ്നം കണ്ടതാണ്. അന്നു മനസ്സിൽ പറഞ്ഞുപോയി. ദൈവമേ... ഇതാണോ ആ പാട്ട്. ഞാൻ യഥാർത്ഥത്തിൽ സ്തംഭിച്ചുപോയി. ആദ്യ ഗാനം 'പുഷ്പതല്പത്തിൽ നീവീണുറങ്ങി' എന്നതായിരുന്നു.

കാലംമാറ്റിയ പ്രമദവനം

പിന്നീട് എത്രയോ കാലം നിരവധി ഗാനങ്ങളിലൂടെ ഞാൻ ദാസേട്ടനെ അനുഭവിച്ചറിഞ്ഞിട്ടുണ്ട്. ഒരു സാധാരണ റേഡിയോയിലൂടെ കേട്ടപ്പോൾ ഞാൻ ഏറ്റവുമധികം അത്ഭുതപ്പെട്ട പാട്ടാണ് 'നാദബ്രഹ്മത്തിൻ സാഗരം നീന്തിവരും.' അതുകഴിഞ്ഞ് 25 വർഷത്തിനുശേഷം മറ്റൊരു ഗാനം അക്ഷരാർത്ഥത്തിൽ എന്നെ തകർത്തുകളഞ്ഞു. അത് ആദ്യമായി സ്റ്റുഡിയോയിൽ സംഗീത സംവിധായകനോടൊപ്പം കേട്ടപ്പോഴുണ്ടായ ഞെട്ടൽ ഇന്നും എന്റെ മനസ്സിലുണ്ട്.

സംഗീതസംവിധായകൻ രവീന്ദ്രനും ഞാനും അന്ന് അടുത്തടുത്താണ് താമസം. മിക്ക ദിവസവും വൈകിട്ട് കോടമ്പാക്കത്ത് ഞങ്ങളുടെ പൊതുസുഹൃത്തായ രാജന്റെ ടെക്സ്റ്റൈൽ ഷോറൂമിൽ ഒത്തുകൂടും. അന്ന് 'ബോംബെ സാരീസ്' എന്നായിരുന്നു കടയുടെ പേര്. ഇന്ന് ബൈസൻ ഷോറൂം ആണ്. രവീന്ദ്രൻ, ബിച്ചു, അടൂർ ഭാസിയുടെ ജ്യേഷ്ഠൻ ചന്ദ്രാജി, തബല ബാലൻ തുടങ്ങി കുറേ സിനിമാ പ്രവർത്തകർ ഒത്തുകൂടും. സംഗീതമാണ് പ്രധാന ചർച്ചാ വിഷയം. അവിടെ അടുത്തുള്ള തട്ടുകടയിൽനിന്ന് ചായ കുടിച്ച് കുറേയധികം നേരം അവിടെ ചെലവഴിക്കും. ഒരുദിവസം രവീന്ദ്രൻ വന്നപ്പോഴേ എന്നെ വിളിച്ചു: "ബാബു വെറുതെ നില്ക്കുകയല്ലേ നമുക്ക് ഒരുപാട്ട് കേൾക്കാം." ഞാൻ ഓക്കെ പറഞ്ഞു. രവീന്ദ്രൻ ഉടനെ പോയി കാറെടുത്ത് വന്നു. അന്ന് ഒരുക്രീം കളർ മാരുതി 800 ആണ് രവിയേട്ടന്റെ കാർ. ഞാൻ കാറിൽ കയറി. നേരെ എ വി എം ആർ ആർ തിയേറ്ററിലേക്ക്. പാട്ടിനെപ്പറ്റി ഒരു മുൻവിധിയുമില്ല. ഞങ്ങൾ പാട്ടിനെപ്പറ്റി പറയുന്നതേയില്ല.

സ്റ്റുഡിയോയിലെത്തുമ്പോഴേക്കും റെക്കോർഡിങ് കഴിഞ്ഞ് എഞ്ചിനീയർ പുറപ്പെടാൻ നില്ക്കുകയാണ്. രവിയേട്ടൻ ഓടിക്കയറിപ്പോയി പറഞ്ഞു: "അണ്ണാ അന്ത പാട്ട് കൊഞ്ചം പോടണ്ണേ.." അയാൾ പറഞ്ഞു: "എന്നാ രവീ വിട്ട്ക്ക് പോക നേരമാച്ച്" രവിയേട്ടൻ വീണ്ടും അപേക്ഷിച്ചു. 'കൊഞ്ചം പോട്ങ്കെ അണ്ണാ. പാട്ട് കേക്ക ആസയാ വന്തിരിക്കേ..." പെട്ടെന്നയാൾ അവിടത്തെ പയ്യനോട് പറഞ്ഞു: "അന്ത പാട്ട് പോടുങ്കേ.."

പാട്ടിട്ടു. കേട്ടിരുന്ന ഞാൻ ഏതുലോകത്താണെന്നറിയാൻ കഴിഞ്ഞില്ല. അക്ഷരാർത്ഥത്തിൽ ഞാൻ സ്തംഭിച്ചുപോയി. അതുവരെയുള്ള ജീവിതത്തിൽ ഒരു പാട്ട് കേട്ട് ഇത്രയും വികാരാവസ്ഥയുണ്ടായിട്ടില്ല. യേശുദാസ് എന്ന മഹേതിഹാസത്തിന്റെ സംഗീതജീവിതത്തിലെ ഒരു നിർണ്ണായകമായ ഗാനമായ 'പ്രമദവനം വീണ്ടും ഋതുരാഗം ചൂടി' എന്ന ഗാനമായിരുന്നു അത്.

പാട്ട് കേട്ട് കഴിഞ്ഞ് ഞങ്ങൾ വേഗം പുറത്തിറങ്ങി കാറിൽ കയറി. ഞാൻ ഒന്നും അറിയുന്നില്ല. പാട്ടിന്റെ ഒരു വല്ലാത്ത കറണ്ട് എന്നെ ചൂഴ്ന്ന് നില്ക്കുകയാണ്.

രവീന്ദ്രൻ ഇടയ്ക്കിടെ എന്നെ നോക്കിയിട്ടും ഞാൻ ഒന്നും മിണ്ടാൻ കഴിയാതെ ഇരിക്കുകയാണ്. അദ്ദേഹം ചോദിച്ചു: "നീയെന്താ ഒന്നും മിണ്ടാ

ത്തത്." ഞാൻ പറഞ്ഞു: "എന്റെ രവിയേട്ടാ അടുത്ത കാലത്തൊന്നും ഒരു പാട്ട് എന്നെ ഇത്രത്തോളം ആവാഹിച്ചിട്ടില്ല" അതിന്റെ കൺസ്ട്രക്ഷനും ദാസേട്ടന്റെ ആലാപനവും ഇതിനപ്പുറം ഇനിയൊന്നുമില്ല. എന്ന ഫീലിങ്ങാണ് ഉണ്ടാക്കിയത്.

എനിക്ക് തോന്നുന്നു. ഇതിന് മുമ്പ് ഇതുപോലെയൊരവസ്ഥ എനിക്കുണ്ടായത് ഏകദേശം 25 വർഷം മുമ്പ് 'നാദബ്രഹ്മത്തിൻ സാഗരം നീന്തി വരും' എന്ന പാട്ട് കേട്ടപ്പോൾ മാത്രമാണ്.

രവീന്ദ്രനെ കാലം വിളിക്കുന്നു

സംഗീതസംവിധാനത്തിലെ രവീന്ദ്രന്റെ വ്യത്യസ്തമായ കഴിവ് ആദ്യം തിരിച്ചറിഞ്ഞയാൾ യേശുദാസാണ്. ഒരുദിവസം കോടമ്പാക്കത്തെ ആർക്കോട്ട് റോഡിലൂടെ ഞാനും കണ്ണൂർ രാജനും കൂടി നടന്നുപോകുമ്പോൾ തന്റെ വെള്ളക്കാറിൽ യേശുദാസ് എതിരെ വരുന്നു. ആർക്കോട്ട് റോഡിലൂടെയാണ് എല്ലാ സ്റ്റുഡിയോകളിലേക്കും പോകുന്നത്. പലരെയും അവിടെവച്ച് കാണാം. ദാസേട്ടന്റെ കാർ ഞങ്ങളുടെ അടുത്ത് നിർത്തി. പിറകിലെ സീറ്റിലിരുന്ന അദ്ദേഹം പറഞ്ഞു രണ്ടാളും കാറിൽ കയറാൻ. ഞങ്ങൾ കയറി. കാർ നേരെ വിട്ടു. ദാസേട്ടൻ എന്നോടു ചോദിച്ചു: "നിനക്ക് രവി താമസിക്കുന്ന വീടറിയാമോ."

ഞാൻ പറഞ്ഞു: ''എനിക്കറിയാം. എന്റെ വീടിനടുത്താണ്.'' "എന്നാൽ, ഡ്രൈവറോട് അങ്ങോട്ട് വിടാൻ പറ." ദാസേട്ടൻ പറഞ്ഞു. ഡ്രൈവർ തങ്കപ്പൻ അങ്ങോട്ടു വണ്ടി വിട്ടു. വണ്ടി ട്രസ്റ്റ് പുരം വണ്ണിയാർ സ്ട്രീറ്റിൽ വന്നുനിന്നു. വണ്ണിയാർ സ്ട്രീറ്റിന്റെ അടുത്തഭാഗം ചൂളൈമേട്. റോഡിന്റെ എതിർവശത്തായിരുന്നതിനാൽ രവിയേട്ടൻ താമസിക്കുന്ന വീട് നില്ക്കുന്ന സ്ഥലം ചൂളൈമേടാണ്.

"നീയാ രവിയെ ഇങ്ങ് വിളിച്ചോണ്ട് വാ. ഞാൻ വിളിക്കുന്നെന്ന് പറ." ദാസേട്ടൻ പറഞ്ഞതനുസരിച്ച് ഞാൻ വേഗം രവിയേട്ടനെ വിളിച്ചു. അദ്ദേഹം ഒന്നാം നിലയിലെ വീട്ടിൽ ഒരു ലുങ്കി മാത്രമുടുത്ത് നില്ക്കുകയാണ്. അദ്ദേഹം വേഗം ഉടുപ്പുമെടുത്തിട്ട് ഇറങ്ങിവന്നു.

രവിയേട്ടൻ വന്ന് കാറിൽ കയറി. കാറിൽ വച്ച് ദാസേട്ടനുമായി സംസാരിക്കുന്നു. ഞാൻ പുറത്തുനിന്നു. പത്തിരുപത് മിനിറ്റ് സംസാരം നീണ്ടു. അതുകഴിഞ്ഞ് ദാസേട്ടൻ വിളിച്ചു കാറിൽ കയറ്റി. അപ്പോഴാണ് ദാസേട്ടൻ ആ വലിയകാര്യം വെളിപ്പെടുത്തിയത്. 'അവൻ പാടാൻ വന്നതാ. പക്ഷേ, എന്തോ രക്ഷപ്പെടാൻ കഴിഞ്ഞില്ല. അവനെ ഞാൻ മ്യൂസിക് ഡയറക്ടറാക്കാൻ പോവുകയാ' ഞാനവനൊരു പടം പിടിച്ചുകൊടുത്തു. ശശികുമാർ സാറിന്റെ പടമാ *ചൂള*.

നവരത്നാ മൂവി മേക്കേഴ്സിന്റെ ചിത്രമായിരുന്നു *ചൂള*. നിർമ്മാതാവിനോടും സംവിധായകനോടും പറഞ്ഞ് സമ്മതിപ്പിച്ചശേഷം ആ വിവരം രവീന്ദ്രനോട് പറയാനായിരുന്നു യേശുദാസ് വന്നത്.

'താരകേ മിഴിയിതളിൽ...' എന്ന ഗാനവുമായി സംഗീതത്തിൽ തന്റെ

രവീന്ദ്രൻ, യേശുദാസ്

കൈയൊപ്പുമായാണ് രവീന്ദ്രൻ രംഗത്തെത്തുന്നത്. നിലവിലിരുന്ന രീതിയിൽനിന്ന് തീർത്തും വ്യത്യസ്തത പുലർത്തിയ ഗാനമായിരുന്നു അത്. രവീന്ദ്രൻ ഒട്ടേറെക്കാലം ഫ്രെയിംവർക്ക് ചെയ്തുതന്നെയാണ് ആ ഗാനം രൂപപ്പെടുത്തിയത്. ഈ ഗാനം ഒരു സിനിമയിലേക്ക് സെലക്ട് ചെയ്യുന്നതിന് മാസങ്ങൾക്കുമുമ്പേ രവീന്ദ്രൻ ട്യൂൺ എന്നെ പാടിക്കേൾപ്പിച്ചിരുന്നു. മനസ്സിലുണ്ടായിരുന്ന പല ട്യൂണുകളും അദ്ദേഹം ഇടയ്ക്കിടെ പാടിക്കേൾപ്പിക്കും. വെറുതെ ഒരു കൗതുകത്തിനായിരുന്നില്ല. മറിച്ച്, തന്റെ ഈണത്തിൽ പുതുമയുണ്ടോ എന്ന് പരീക്ഷിച്ചറിയാനായിരുന്നു അത് ഓരോന്നും പാടിയിട്ട് ഓർത്തുനോക്കാൻ പറയും. ഇതിന് ഏതെങ്കിലും പാട്ടുമായി സാമ്യമുണ്ടോ എന്ന്. തന്റെ സംഗീതത്തിന് ഏതെങ്കിലും സംഗീതസംവിധായകരുമായി സാമ്യമുണ്ടോ എന്നൊക്കെ ആത്മാർത്ഥമായി അറിയാനാണ് പാടി കേൾപ്പിക്കുന്നത്.

"വെറുതെ പറയരുത്, നന്നായി ആലോചിച്ച് പറയണം. ഇതു നമ്മുടെ ചോറാണ്." എന്ന് പറഞ്ഞിട്ടായിരുന്നു പാട്ടിന്റെ രുചിനോക്കൽ.

രവീന്ദ്രന്റെ പാട്ടുകൾ അദ്ദേഹത്തിന് മാത്രം അവകാശപ്പെടാൻ കഴിയുന്ന തനിമയാർന്ന ശൈലിയിലുള്ളതാണ്. 'താരകേ' എന്ന ഗാനം മദ്രാസ് തരംഗിണി സ്റ്റുഡിയോയിൽ റെക്കോർഡിങ് സമയത്താണ് പിന്നീട് കേൾക്കുന്നത്. അതിന്റെ അനുഭൂതിയും പറഞ്ഞറിയിക്കാനാവുന്നില്ല. രവിയേട്ടൻ എന്റെ തോളിൽ കൈയിട്ടുകൊണ്ട് എന്നെ പാടിക്കേൾപ്പിച്ച ആ ട്യൂൺ ഇതാ യേശുദാസിന്റെ ശബ്ദ മധുരിമയിലൂടെ കേൾക്കുന്നു ആലാപനത്തിന്റെ പുതിയ അദ്ധ്യായമെഴുതിക്കൊണ്ടാണ് ആ ഗാനം റെക്കോർഡ് ചെയ്യപ്പെട്ടത്. പിന്നെയും എത്രയെത്ര ഗാനങ്ങളിലൂടെ യേശുദാസ് മനസ്സിൽ പ്രതിഷ്ഠിക്കപ്പെട്ടു.

ശോഭില്ലു സപ്തസ്വര....

സംഗീതത്തിലെ ജനകീയ വിപ്ലവം

വരേണ്യവർഗ്ഗത്തിന്റെ മാത്രം കുത്തകയായിരുന്നു ഒരു കാലത്ത് കർണ്ണാടക സംഗീത ലോകം. അവിടേക്ക് യേശുദാസ് പ്രവേശിക്കുന്നതു തന്നെ ഒരു ചരിത്രനിയോഗമാണ്. ആദ്യകാലത്ത് അടക്കിപ്പിടിച്ചുള്ള എത്രയോ എതിർപ്പുകളുണ്ടായിരുന്നു. ഒരുപക്ഷേ, മത–ജാതിചിന്തകൾക്കതീതമായി ജീവിതം തന്നെ സംഗീതോപാസനയ്ക്കായി മാറ്റിവെച്ച ചെമ്പൈ സ്വാമിയുടെ അനുഗ്രഹം ഉണ്ടായിരുന്നില്ലെങ്കിൽ കർണ്ണാടക സംഗീതലോകത്ത് ഇത്രയും സമഗ്രമായ സ്വീകാര്യത യേശുദാസിനുണ്ടാകുമായിരുന്നില്ല. ബോംബെ ഷൺമുഖാനന്ദ ഹാളിൽ യേശുദാസിന്റെ കച്ചേരി കേട്ടിട്ട് സ്വയം മറന്ന് അഭിനന്ദിക്കുകയും തനിക്ക് ലഭിച്ച പൊന്നാട യേശുദാസിനെ അണിയിക്കുകയും ചെയ്തതിലൂടെ സംഗീതത്തെ കുടുംബസ്വത്താക്കി, സമുദായസ്വത്താക്കി കൊണ്ടുനടക്കണമെന്നാഗ്രഹിച്ച ഒരു വലിയ തലമുറയുടെ നേർക്കുള്ള പ്രതിഷേധമാണ് ചെമ്പൈ നടത്തിയത്.

കാലം ജനങ്ങളുടെ സ്വപ്ന സദൃശമായ ആരാധന യേശുദാസിനായി കാത്തുവെച്ച തെക്കൻ കേരളത്തിലെ ലോകപ്രശസ്തമായ ശബരിമലയിൽ യേശുദാസ് തന്നെ പാടിയപോലെ 'കൈലാസനാഥനും വൈകുണ്ഠവാസനും കൈകോർത്തവതരിച്ച' ഭഗവാനായ ശ്രീഹരി ഹരസുതൻ എന്നും കേട്ട് മയങ്ങുന്നത് ഒരു നസ്രാണി എന്നുപറഞ്ഞ് കേരളത്തിലെ മേജർ ക്ഷേത്രമായ ഗുരുവായൂർ ഉൾപ്പെടെയുള്ള ഏതാനും ക്ഷേത്രങ്ങൾ അകറ്റിനിർത്തിയിട്ടുള്ള യേശുദാസിന് ഈശ്വരൻ നിനക്ക് മാത്രം എന്ന് കനിഞ്ഞുനല്കിയ ആ വിശ്വോത്തര ശബ്ദം കേട്ടാണ് ശബരിമലയുടെ ലക്ഷോപലക്ഷം ഭക്തർ കേരളത്തിൽ മാത്രമല്ല, തമിഴ്നാട്ടിലും ആന്ധ്രയിലും കർണ്ണാടകയിലുമൊക്കെ യേശുദാസിന്റെ ശബ്ദത്തിലൂടെയാണ് ശബരിമല ശ്രീധർമ്മശാസ്താവിന്റെ അപദാനഗാനങ്ങൾ കേൾക്കുന്നത്.

'ഹരിവരാസനം കേട്ടുമയങ്ങിയ ഹരിഹരപുത്രാ ഉണരൂ..' എന്ന ഉണർത്തുപാട്ടും പിന്നീട് അയ്യപ്പഭക്തി ഗാനമായി യേശുദാസ് പാടി. കർണ്ണാടക സംഗീതത്തിന്റെ മെക്കയായ ചെന്നൈയിൽ ഇന്നും സംഗീത കുലപതികളായി വാഴുന്നത് തമിഴ് അയ്യന്മാരുടെ പിന്മുറക്കാർ തന്നെ. ദിവ്യ മാർന്ന സംഗീതത്തെ ഉപാസിക്കുന്ന അവർ തുടർന്നുപോരുന്ന പാരമ്പര്യം അവരറിയാതെ തന്നെ അതായി മാറുന്നു. ബോധപൂർവ്വം അതിന്റെ പാര മ്പര്യം ഉറപ്പിക്കുന്നവരും നിരവധി. സിനിമാഗാനത്തിലൂടെയും കർണ്ണാ ടക സംഗീതത്തിലൂടെയും പ്രശസ്തിയുടെ സീമകൾ ലംഘിച്ച് യേശു ദാസ് തമിഴ്നാട്ടിൽ പോലും തരംഗമായ കാലത്തും എത്രയോ കാലം അംഗീകാരത്തിന്റെ അവസാന വാക്കായി സംഗീതജ്ഞർ കരുതുന്ന മദ്രാസ് മ്യൂസിക് അക്കാദമി യേശുദാസിനെ അകറ്റി നിർത്തി. ഇന്നും വലിയ മഹാരഥന്മാരുടെ കച്ചേരിയേക്കാൾ യേശുദാസിനെ കേൾക്കാനാണ് സംഗീതപ്രേമികൾ അവിടെ ഇടിച്ചുകയറുന്നത്.

എം എസ് ഗോപാലകൃഷ്ണനും ഉമയാൾപുരം ശിവരാമനുമൊക്കെ പക്കമൊരുക്കിയ എഴുപതുകളിലെ യേശുദാസിന്റെ ചെന്നൈ കച്ചേരി കേൾക്കാൻ പോയതുപോലെ ഇന്നും ആസ്വാദകർ ഇടിച്ചു കയറുന്നു. ഇന്നും ദാസിന്റെ കച്ചേരികൾക്ക് മദ്രാസ് മ്യൂസിക് അക്കാദമിയിലും ചെന്നൈയിലെവിടെയും വളരെ നേരത്തെ ബുക്ക് ചെയ്താലല്ലാതെ ടിക്കറ്റ് കിട്ടില്ല.

പന്നഗേന്ദ്രശയനാ

മാമൂലുകളിൽ കുരുങ്ങിക്കിടക്കുന്ന തമിഴ്നാട്ടിലും ആ തിരിച്ചറിവിന്റെ വെളിച്ചം ഉണ്ടായിട്ടും കേരളത്തിലെ ഏറ്റവും ധന്യതയാർന്ന മണ്ഡപം എന്ന് സംഗീതജ്ഞർ കരുതുന്ന തിരുവനന്തപുരത്തെ നവരാത്രി മണ്ഡപ ത്തിൽ യേശുദാസിന് പ്രവേശനമില്ല. സംഗീതരംഗത്ത് പാരമ്പര്യവും പേരും പെരുമയുമുള്ള കുടുംബങ്ങളിൽ പിറന്നുവെന്ന ഒറ്റക്കാരണംകൊണ്ട് പതി നഞ്ച് തികയാത്ത കുട്ടികളെ പിടിച്ചിരുത്തുന്ന നവരാത്രി മണ്ഡപത്തിലാണ് യേശുദാസിന് നിഷേധം.

എന്നാൽ, സ്വാതിതിരുനാളിന്റെ ജീവിതത്തെ ആസ്പദമാക്കി ലെനിൻ രാജേന്ദ്രൻ *സ്വാതിതിരുനാൾ* എന്ന ചലച്ചിത്രം നിർമ്മിച്ചപ്പോൾ അതിലെ മുഖ്യ കീർത്തനങ്ങൾ പാടാൻ സംഗീതസംവിധായകൻ എം ബി ശ്രീനി വാസൻ യേശുദാസിനെയായിരുന്നു തെരഞ്ഞെടുത്തത്. ഏതൊരു സംഗീത സംവിധായകനും അതല്ലാതെ മറ്റൊരു ചോയ്സ് ചിന്തിക്കുമെന്ന് ന്യായ മായും ആലോചിക്കുക വയ്യ.

ഈ ചലച്ചിത്രം കണ്ട മലയാളികൾക്ക് സ്വാതിതിരുനാളിന്റെ ശബ്ദം യേശുദാസിന്റേതിൽനിന്ന് വേറിട്ട് മനസ്സിൽ ചിന്തിക്കുക പ്രയാസമായിരി ക്കും. അത്രത്തോളം ഇഴുകിച്ചേർന്നായിരുന്നു അതിലെ കീർത്തനങ്ങളും പദവുമൊക്കെ യേശുദാസ് പാടിയത്.

'അലർശരപരിതാപം...' എന്ന പ്രണയപദം ഇന്നും സാധാരണക്കാരായ മലയാളികളുടെ സ്വകാര്യ സദസ്സുകളിൽ പ്രണയത്തിന്റെ ധന്യമുഹൂർത്തങ്ങൾ സമ്മാനിക്കുന്ന ഒരുസാധാരണഗാനമായി ആലപിക്കപ്പെടുകയും ആസ്വദിക്കപ്പെടുകയും ചെയ്യുന്നതിന്റെ കാരണം അത് യേശുദാസ് പാടി ശ്രദ്ധേയമാക്കി എന്നതു മാത്രമാണ്. പത്മനാഭസ്വാമി ക്ഷേത്ര ട്രസ്റ്റ് അകറ്റി നിർത്തിയതുകൊണ്ട് മാത്രം ഒരിക്കലും ചോർന്നുപോകുന്നില്ല സ്വാതിതിരുനാൾ സംഗീതവും യേശുദാസും തമ്മിലുള്ള സാധാരണ ആസ്വാദകന്റെ മനസ്സിലെ ഇഴുകിച്ചേരൽ. പത്മനാഭസ്വാമി ക്ഷേത്രത്തിന്റെ പരിസരങ്ങളിലെ മിക്ക ക്ഷേത്രോത്സവത്തിനും മുടങ്ങാതെ യേശുദാസിന്റെ ഭക്തിഗാനങ്ങൾ എത്രയോ അലയടിക്കുന്നു.

'ഓംകാരമായ് ഹരിചന്ദനഗന്ധമായ്
ഓളം തുളുമ്പുമീ സന്നിധിയിൽ
മോഹം പാടാൻ നിന്നപദാനം
ഭോഗീന്ദ്രശായിനം' എന്ന ഗാനം.

തരംഗിണിയുടെ 'തുളസീതീർത്ഥം' എന്ന ആൽബത്തിലെ ഒരു പ്രശസ്തഗാനത്തിന്റെ അവസാന വരികളാണിത്. ഈ അവസാന വരികൾ എത്രയോ വട്ടം 'സപ്തസ്വരങ്ങളും സപ്തവർണ്ണങ്ങളും ശില്പകലാസൃഷ്ടിവൈഭവവും തത്തിക്കളിക്കുന്ന' പത്മനാഭസ്വാമി ക്ഷേത്രത്തിന്റെ ഗോപുരം കേട്ടുനിന്നിട്ടുണ്ട്. എന്നിട്ടും നടത്തിപ്പുകാരുടെ ഹൃദയം കനിഞ്ഞിട്ടില്ല. ലോകം ആരാധിക്കുന്ന മലയാളത്തിന്റെ ഇതിഹാസമായ ഈ ഗായകനെ അംഗീകരിക്കാൻ.

ഇത്തരം മേധാവിത്തങ്ങളെ ഏറ്റവും നിശ്ശബ്ദമായി, എന്നാൽ ദിവ്യസംഗീതത്തിലൂടെ തകർക്കുന്ന വിപ്ലവമായിരുന്നു യേശുദാസ്.

അമ്പലപ്പറമ്പുകളിൽ പാട്ടുകേൾക്കാൻ വരുന്ന പാണ്ഡിത്യം ഇല്ലാത്ത സാധാരണക്കാരിലേക്കും തൊഴിലാളികളിലേക്കും കർഷകരിലേക്കുമൊക്കെ ക്ലാസിക്കൽ സംഗീതത്തിന്റെ പ്രകാശഗോപുരങ്ങളെ ഇറക്കി നിർത്തിയത് യേശുദാസ് ആണെന്നത് ആർക്കും നിഷേധിക്കാനാവാത്ത സത്യമാണ്. എം എസ് ഗോപാലകൃഷ്ണനെപ്പോലെയും ടി വി ഗോപാലകൃഷ്ണനെപ്പോലെയും തൃശൂർ വി രാമചന്ദ്രനെപ്പോലെയും രംഗനാഥശർമ്മയെപ്പോലെയുമൊക്കെ കർണ്ണാടക സംഗീതത്തിൽ ഉന്നതങ്ങളിലേക്കെത്തിയ മലയാളികളെ ഉത്സവപ്പറമ്പുകളിൽ പാട്ടു കേൾക്കാൻ വരുന്ന എത്രപേർക്കറിയാം. എന്നാൽ, ഇവർ കച്ചേരിക്ക് വന്നാലും സാധാരണക്കാർ തുണ്ടുപേപ്പറുമായി ഉത്സവക്കമ്മിറ്റിക്കാരെ സമീപിക്കും. 'നക്ഷത്രദീപങ്ങൾ' തിളങ്ങി അല്ലെങ്കിൽ 'ഹരിമുരളീരവം' തുടങ്ങിയ പാട്ടുകൾ പാടിക്കാൻ. അവരുടെ പരിമിതമായ അറിവല്ല. അവരിൽ അങ്ങനെയൊരു തിരിച്ചറിവാണ് യേശുദാസ് എന്ന ഗായകൻ സൃഷ്ടിച്ചുവെച്ചത്. ബോധപൂർവ്വമല്ലാതെയെങ്കിലും അദ്ദേഹം കർണ്ണാടക സംഗീതത്തിൽ സൃഷ്ടിച്ച മാറ്റം മുൻനിരക്കാരായ ഒരു സംഗീതജ്ഞരും കേരളത്തിൽ നിഷേധിക്കുന്നില്ല.

'വാതാപി' എന്ന കീർത്തനവുമുണ്ടാക്കിയത് യേശുദാസാണ് എന്ന് വിശ്വസിക്കുന്നവരും കേരളത്തിൽ എത്രയോ ഉണ്ട്.

ഇരുത്തം വന്ന അക്കാലത്തെ കർണ്ണാടക സംഗീതജ്ഞർ പാടുന്ന ശൈലിയിലല്ല യേശുദാസ് അന്നും ഇന്നും പാടുന്നത്. കർണ്ണാടക സംഗീതത്തിലെ ആലാപനശൈലി അതിരുകളില്ലാത്ത ഭാവതലങ്ങളിൽ പ്രയത്നം കൊണ്ട് അതിരുകൾ ഭേദിച്ചുകൊണ്ടേയിരിക്കുക എന്നാണ്. മനുഷ്യ ശബ്ദംകൊണ്ട് എത്തിപ്പിടിക്കാവുന്ന അതിരുകളേക്കാൾ വലിയ നിർവ്വചനങ്ങളും രേഖപ്പെടുത്തലുകളും കർണ്ണാടക സംഗീതത്തിലുണ്ട്. മന്ദ്രസ്ഥായിക്ക് താഴെയുള്ള അനുമന്ദ്രസ്ഥായി, താരസ്ഥായിക്ക് മുകളിലുള്ള അതിതാരസ്ഥായി ഇതൊക്കെ ശബ്ദംകൊണ്ട് എത്തിപ്പിടിക്കുക അത്യപൂർവ്വമായി സംഭവിക്കുന്നതാണ്. എന്നാൽ, വാദ്യോപകരണങ്ങൾകൊണ്ട് കുറച്ചുകൂടി എളുപ്പം കണ്ടെത്താൻ സാധിക്കും. 22 സൂക്ഷ്മശ്രുതികൾ കണ്ടെത്തി പാടുക എന്നതും അസംഭവ്യമാണെന്ന് പറയാവുന്നതാണ്. എന്നാൽ, ഇതൊക്കെ തെളിയിക്കപ്പെട്ടതുമാണ്.

ഇങ്ങനെ കഴിയാവുന്നതൊക്കെയും തേടിപ്പിടിക്കുകയും അവയൊക്കെ വേദിയിൽ അവതരിപ്പിക്കുകയും ചെയ്യുന്ന രീതിയാണ് കർണ്ണാടക സംഗീതത്തിലുള്ളത്. അത്തരക്കാരെ നമ്മൾ വിദ്വാന്മാർ എന്ന് വിളിക്കുന്നു. ഇവർ വേദികളിൽ നടത്തുന്നത് ആലാപനവശ്യതയേക്കാൾ വിദ്വത്പ്രകാശനമാണ്. അപ്പോഴൊക്കെയും സാധാരണക്കാരെ വേഗം ആകർഷിക്കുന്ന ശബ്ദസൗകുമാര്യം അവർ ശ്രദ്ധിക്കാറില്ല. എന്നാൽ, യേശുദാസ് അത്തരം ഔന്നത്യങ്ങളിലേക്ക് പോകാൻ ആഗ്രഹിച്ചില്ല. തന്റെ ദിവ്യത്വമായ ശബ്ദം ഒട്ടും ഭംഗിചോർത്താതെ അതിന്റെ പരിമിതികളിൽ നിന്നുകൊണ്ട് കർണ്ണാടക സംഗീതത്തെ കൂടുതൽ ഭാവസമ്പുഷ്ടവും ശ്രാവ്യസുഖദായകവുമാക്കുക എന്നതിലാണ് ദാസ് ശ്രദ്ധിച്ചത്. താനൊരു വലിയ മഹാവിദ്വാനല്ല എന്ന് അദ്ദേഹം ഇപ്പോഴും സമ്മതിക്കുന്നു. എന്നാൽ, പാടുന്നതെല്ലാം അതിന്റെ എല്ലാവിധ സൗന്ദര്യത്തോടെയും പ്രകാശിപ്പിക്കാൻ അദ്ദേഹത്തിന് കഴിയുന്നു.

ആദ്യം മുതലേ അദ്ദേഹത്തിന് മുഖ്യലക്ഷ്യം കർണ്ണാടക സംഗീതം മാത്രം ആയിരുന്നില്ല എന്നു വേണമെങ്കിൽ കരുതാം. കാരണം, കർണ്ണാടക സംഗീതം പഠിക്കുന്ന കാലത്തും അദ്ദേഹം സിനിമാ ഗാനങ്ങൾ കാര്യമായി ശ്രദ്ധിക്കുകയും പാടുകയും ചെയ്തു. മുഹമ്മദ് റഫിയുടെ ആരാധകനായിരുന്നു യേശുദാസ്. റഫിയുടെ ഗാനങ്ങളായിരുന്നു കൂടുതൽ പാടിയിരുന്നത്.

കർണ്ണാടക സംഗീതത്തിൽ അവഗാഹമുള്ളയാൾക്ക് സ്വതവേ എളുപ്പമായ ലളിതസംഗീതവും സെമിക്ലാസിക്കും നിറഞ്ഞ സിനിമയിൽ വിസ്മയങ്ങൾ സൃഷ്ടിക്കാൻ യേശുദാസിന് കഴിഞ്ഞതിൽ അത്ഭുതപ്പെടാനില്ല. എന്നാൽ, ഇത് രണ്ടും തീർത്തും വ്യത്യസ്തങ്ങളുമാണ്. കർണ്ണാടകസംഗീതം സ്ഥിരമായി പാടുകയും കച്ചേരി അവതരിപ്പിക്കുകയും ചെയ്യുന്നയാൾ ഇത്ര കൃത്യതയോടെയും അത്ഭുതാവഹമായ സൗകുമാര്യത്തോ

ടെയും ലളിതഗാനം കൈകാര്യം ചെയ്യുക എന്നത് ഗായകരെ സംബന്ധിച്ച് ഉൾക്കൊള്ളാനാവാത്തതാണ്. യഥാർത്ഥത്തിൽ ഇന്നോളം ഇന്ത്യയിൽ അങ്ങനെയൊരു ഗായകനില്ല.

ഏതിനെയും അതിന്റെ പരിധിയിൽ കൃത്യമായി നിർത്താനുള്ള നിശ്ച യദാർഢ്യവും വഴക്കവും സിദ്ധിയുമാണ് ദാസിനുള്ളത്. അതുകൊണ്ടാണ് അദ്ദേഹം തന്റെ ശബ്ദത്തിന്റെ സൗകുമാര്യത്തിനപ്പുറത്തേക്ക് ഗാനവും കൊണ്ട് പോകാതിരുന്നത്. കൂടുതൽ അയഞ്ഞ് പാടേണ്ട ഹിന്ദുസ്ഥാനി സംഗീത ശൈലിയോ ഗമക പ്രയോഗങ്ങളുടെ അതിസാദ്ധ്യതയുള്ള കർണ്ണാടക ശൈലിയോ ഒട്ടും അതിരുവിടാൻ അദ്ദേഹം തന്റെ ഗാനങ്ങളിൽ ഇന്നോളം അനുവദിച്ചിട്ടില്ല.

അരനൂറ്റാണ്ടിന്റെ വയലിൻ പിന്തുടർച്ച

കേരളത്തിനകത്തും പുറത്തും ലോകത്തിന്റെ വിവിധ ഭാഗങ്ങളിലുമായി യേശുദാസിന് ആത്മബന്ധമുള്ള നിരവധി പേരുണ്ട്. അവർക്കെല്ലാം പറയാൻ അദ്ദേഹത്തെപ്പറ്റി ഒരായിരം കഥകളും കാണും. ക്ലാസിക്കൽ സംഗീതത്തിന്റെ ആത്മീയാനുഭവംമുതൽ ഒരു ഹമ്മിങ്ങിന്റെ ദിവ്യാനുഭവംവരെ അതിലുണ്ടാകും. എന്നാൽ, തിരുവനന്തപുരം കോട്ടയ്ക്കകത്തെ സുബ്രഹ്മണ്യശർമ്മയുടെ കുടുംബത്തിന് പറയാൻ പതിറ്റാണ്ടുകളുടെ സംഗീതാനുഭവത്തിന്റെ കലവറയാണുള്ളത്.

കർണ്ണാടക സംഗീതം പാരമ്പര്യത്തിന്റേതാണ്. എന്നാൽ, അപൂർവ്വമായ പാരമ്പര്യാനുഭവമാണ് ഈ കുടുംബത്തിനുള്ളത്. ആറ്റിങ്ങലിലാണ് പ്രൊഫ. സുബ്രഹ്മണ്യശർമ്മ എന്ന അറിയപ്പെടുന്ന വയലിനിസ്റ്റ് കുട്ടിക്കാലം ചെലവഴിച്ചത്. അച്ഛന്റെ കുടുംബം ആലപ്പുഴയിലായിരുന്നു. പിന്നീട് അക്കാഡമിയിൽ വയലിൻ പഠിച്ച് അവിടെത്തന്നെ അദ്ധ്യാപകനായശേഷം ശർമ്മ തിരുവനന്തപുരത്ത് താമസിച്ചു തുടങ്ങി. അദ്ദേഹത്തിന്റെ മകൻ എസ് ആർ മഹാദേവശർമ്മയും മകൾ എസ് ആർ രാജശ്രീയും അറിയപ്പെടുന്ന വയലിനിസ്റ്റുകളാണ്.

യേശുദാസിന്റെ കച്ചേരികൾ കേൾക്കുന്നവർക്ക് ഒരിക്കലും മറക്കാനാവാത്ത പേരുകളാണ് സുബ്രഹ്മണ്യശർമ്മയും മഹാദേവശർമ്മയും. 1964 ൽ യേശുദാസ് ആദ്യമായി ചിറയിൻകീഴ് ശാർക്കര ക്ഷേത്രത്തിൽ കച്ചേരിയവതരിപ്പിച്ചതു മുതൽ മുപ്പതു വർഷം അദ്ദേഹത്തിനുവേണ്ടി വയലിൻ വായിച്ച ചരിത്രമാണ് സുബ്രഹ്മണ്യശർമ്മയ്ക്കുള്ളത്. എന്നാൽ, അദ്ദേഹത്തിന്റെ മകൻ മഹാദേവശർമ്മ അതേ പാതയിലൂടെ സഞ്ചരിച്ച് വയലിനിൽ പ്രഗത്ഭനായി എന്നതു മാത്രമല്ല യേശുദാസിന്റെ പ്രീതിക്ക് പാത്രമായി, പിന്നീടിന്നോളം അദ്ദേഹത്തിനുവേണ്ടി കച്ചേരിക്ക് വായിക്കുന്നു. സ്വദേശത്തും വിദേശത്തുമുള്ള എല്ലാ കച്ചേരികളിലും അദ്ദേഹം ആ ഗായ

മഹാദേവശർമ്മ

കനെ അനുഗമിച്ചുകൊണ്ടേയിരിക്കുന്നു.

ആദ്യ കച്ചേരിക്ക് വരുമ്പോഴാണ് കോളേജിലെ പ്രൊഫസറാണ് വായിക്കുന്നതെന്ന് യേശുദാസ് മനസ്സിലാക്കിയത്. അന്ന് തൃപ്തികരമായി വായിച്ചത് പിന്നീട് തുടരാൻ അന്നുതന്നെ ദാസ് തീരുമാനമെടുത്തു. ശർമ്മാജിയെന്ന സ്വാമിയെ ആ തീരുമാനം അറിയിച്ചു. അദ്ദേഹം സംതൃപ്തിയോടെ അതേറ്റെടുക്കുകയും ചെയ്തു.

ആദ്യ കച്ചേരിയിൽ കോളേജിൽ പഠിച്ച കീർത്തനങ്ങളൊക്കെത്തന്നെയായിരുന്നു പാടിയിരുന്നതെന്ന് ശർമ്മാജി ഓർക്കുന്നു. എന്നാൽ, വളരെ വേഗം നിരവധി കീർത്തനങ്ങളും രാഗങ്ങളും അദ്ദേഹം സ്വായത്തമാക്കി. അതിന് കഴിയുന്നതെന്തെന്ന് സ്വാമി നിരീക്ഷിച്ചിരുന്നു. എന്തും ഏതും പഠിക്കണം, മനസ്സിലാക്കണം എന്ന ത്വര യേശുദാസിന് പണ്ടേയുണ്ട്. അത് ഏതുതരം വിഷയമാണെങ്കിലും, അത്തരം അനുഭവസാക്ഷ്യങ്ങളും സ്വാമിക്കുണ്ട്. നിരന്തരമായി സിനിമാപ്പാട്ടുകൾ പാടിക്കൊണ്ടിരുന്ന കാലത്ത് തന്നെയാണ് ദാസ് കച്ചേരികൾ പാടിയിരുന്നതും പുതിയ കീർത്തനങ്ങളും മറ്റും ധാരാളമായി പഠിച്ചിരുന്നതും. ഇതിനെങ്ങനെ സമയം കണ്ടെത്തുന്നു എന്ന് ഇന്നും അദ്ദേഹത്തോടടുപ്പമുണ്ടായിരുന്നവർക്കുപോലും അജ്ഞാതം.

അദ്ദേഹം ആരോടും മോശമായി സംസാരിക്കില്ലെന്ന് സ്വാമി പറയുന്നു. കാരണം, ആരിൽനിന്നും എന്തെങ്കിലും മനസ്സിലാക്കാൻ അദ്ദേഹം ശ്രമിക്കും. ഒരു കൊച്ചുകുട്ടിപോലും ഒരു പാഠപുസ്തകമാണെന്നാണ് അദ്ദേഹം പറയുന്നതത്രെ. സംഗീതത്തിൽ പലതും മനസ്സിലാക്കിയിട്ട് തന്നോട് ചോദിക്കും. 'സ്വാമീ ഇത് ശരിയാണോ' എന്ന്. എന്തും പൂർണ്ണമായും മനസ്സിലാക്കിയശേഷമേ പാടൂ. അതുകൊണ്ടാണ് അദ്ദേഹത്തിന്റെ പാട്ടിന് ഇത്രയും ജീവനുള്ളത്. അനുഭവിച്ചറിഞ്ഞ് പാടുന്നതുകൊണ്ടാണിത്.

"ആറ്റിങ്ങലെ എന്റെ വീട്ടിൽ പണ്ട് യേശുദാസ് വന്നിട്ടുണ്ട്. കസേരയിട്ടുകൊടുത്താൽ അതിലിരിക്കില്ല. തറയിലേ ഇരിക്കൂ. അത്ര ബഹുമാനവും വിനയവുമായിരുന്നു അദ്ദേഹത്തിന്."

ചിറയിൻകീഴിൽ ശാർക്കരദേവിയുടെ സന്നിധിയിൽവച്ച് ശർമ്മാജിയുമായി തുടങ്ങിയ സംഗീതബന്ധം യേശുദാസ് കഴിഞ്ഞ 48 വർഷമായി

നിലയ്ക്കാതെ തുടരുന്നു. ഒരാളുടെ വയലിൻ വായനയിൽ ഇത്രയും വിശ്വാസ്യത ഒരു ഗായകൻ പുലർത്തുക എന്നത് അപൂർവ്വം. തന്നെയുമല്ല സംഗീതത്തിന്റെ ഒരുദീപശിഖാ കൈമാറ്റംപോലെ സുബ്രഹ്മണ്യശർമ്മയിൽ നിന്ന് അദ്ദേഹത്തിന്റെ മകനിലേക്ക് ആ വലിയ സ്ഥാനം കൈമാറ്റം ചെയ്യപ്പെടുക എന്നതും.

കച്ചേരി പാടുന്ന വേദിയിൽ ഗാനഗന്ധർവ്വൻ യേശുദാസിന്റെ ഇടതുവശത്ത് ഇരുന്നുകൊണ്ട് ആ അഭൗമസംഗീതം ആസ്വദിക്കുകയും അതിനൊപ്പം തന്റെ സംഗീതോപകരണം മീട്ടുകയും ചെയ്യണമെന്ന് ആഗ്രഹിക്കാത്ത വയലിനിസ്റ്റുകൾ കുറവായിരിക്കും. എന്നാൽ, ആരും കൊതിക്കുന്ന ആ സൗഭാഗ്യം ഒരു കുടുംബത്തിന് മാത്രമായി അദ്ദേഹം റിസർവ്വ് ചെയ്തുവെക്കുകയായിരുന്നു.

അച്ഛന്റെ വയലിൻ വാദനം കേട്ടിട്ട് അദ്ദേഹത്തിന്റെ മകനിൽനിന്ന് അതേ നിലവാരം തന്നെ പ്രതീക്ഷിക്കാൻ കഴിയുക പ്രയാസമാണ്. എല്ലാവരും അവരുടെ പിതാക്കന്മാരെപ്പോലെ തന്നെ പ്രവീണരായിക്കൊള്ളണമെന്നില്ല. എന്നാൽ, അതിൽ അചഞ്ചലമായി വിശ്വസിക്കുകയും അത് പ്രവചനം പോലെ പറയുകയും വാക്കുപാലിക്കുകയും ചെയ്തു എന്നയിടത്താണ് യേശുദാസിന്റെ മഹത്ത്വം.

പുത്തരിക്കണ്ടത്തെ തുടക്കം

തിരുവനന്തപുരത്ത് നഗരസഭയുടെ ഓണാഘോഷത്തോടനുബന്ധിച്ച് പുത്തരിക്കണ്ടം മൈതാനത്ത് ദാസിന്റെ കച്ചേരി നടക്കുന്നു. അന്ന് തന്റെ രണ്ടുമക്കളെയും കച്ചേരികേൾക്കാൻ ശർമ്മാജി കൊണ്ടുവന്നിരുന്നു. മഹാദേവശർമ്മയ്ക്ക് അന്ന് അഞ്ചു വയസ്സ്. ആദ്യം കണ്ടപ്പോൾത്തന്നെ ദാസ് സാർ ചോദിച്ചത്: 'അമ്പീ നീ എന്നേക്ക് എനക്ക് വാസിക്കപ്പോറേൻ' എന്നാണ്. എല്ലാം പ്രതീക്ഷിച്ചുറപ്പിച്ചതുപോലെയായിരുന്നു ആ ചോദ്യം. അന്ന് അച്ഛനാണ് കുട്ടിക്ക് മറുപടി പറഞ്ഞു കൊടുത്തത്; 'പെരിസായിട്ട് വാസിപ്പേം എന്ന് സൊല്ലി' എന്നു പറഞ്ഞു. അതു പറഞ്ഞ കുട്ടിയോട് അന്നദ്ദേഹം ഒരു കരാർ തന്നെ വാക്കാൽ കൊടുക്കുകയായിരുന്നു. 'നിറയെ സാധകം പണ്ണണം പെരിസായിട്ടേനാ എൻ കൂടെതാൻ വാസിക്കണം' അതൊരുഭംഗിവാക്കല്ലെന്ന് അദ്ദേഹത്തിന് നന്നായി അറിയാമായിരുന്നിരിക്കണം.

മഹാദേവശർമ്മയുടെ മകൾ രാജശ്രീയും കുട്ടിക്കാലത്തെ വയലിൻ വായിക്കും. രണ്ടുപേരും ഹൈസ്കൂളിലെത്തിയ കാലത്തുതന്നെ യേശുദാസ് തരംഗിണിയിലേക്ക് ക്ഷണിക്കും. സുബ്രഹ്മണ്യശർമ്മ അക്കാലത്ത് തരംഗിണിയിൽ റെക്കോർഡിങ്ങിനും വയലിൻ വായിച്ചിരുന്നു. അവിടെ വരുമ്പോൾ മോനെക്കൂടെ കൊണ്ടുവരാൻ ദാസ് ആവശ്യപ്പെട്ടിരുന്നു.

റെക്കോർഡിങ് കഴിഞ്ഞുള്ള സമയത്ത് അദ്ദേഹം ചില രാഗങ്ങൾ പാടി. കുട്ടിയായ ശർമ്മയോട് വായിക്കാൻ പറഞ്ഞു. വായന അദ്ദേഹത്തിനിഷ്ടപ്പെട്ടു. വളരട്ടെ. ഇവനെ എന്റെകൂടെ കൊണ്ടുപോകാം എന്ന് അന്നേ പറഞ്ഞു.

സുബ്രഹ്മണ്യ ശർമ്മയും കുടുംബവും

84 ൽ അരങ്ങേറ്റം കഴിഞ്ഞശേഷം ശർമ്മ എല്ലായിടത്തും കച്ചേരിക്ക് വായിക്കുന്നുണ്ടെങ്കിലും യേശുദാസിനോടൊപ്പം വായിക്കുന്നത് 92 ലാണ്. ഒരു ദിവസം ശ്രീവരാഹം സീതാരാമ ഭക്തഗാനസഭയിൽ യേശുദാസിന്റെ ഒരു പ്രഭാഷണമുണ്ടായിരുന്നു. അന്നദ്ദേഹം ചെറുതായി പാടുന്നുമുണ്ട്. അന്നത്തേക്ക് മകനെ വിടാനാണ് ശർമ്മാജിയോട് പറഞ്ഞത്. അങ്ങനെ ആദ്യമായി മഹാദേവശർമ്മ യേശുദാസിനുവേണ്ടി വായിക്കുന്നു. തുടർന്ന് തിരുവനന്തപുരം ഭാഗത്തെ കച്ചേരികൾക്കും കേരളത്തിലും വായിക്കാൻ തുടങ്ങി. 94 മുതൽ കേരളത്തിന് പുറത്തും പിന്നീട് വിദേശ രാജ്യങ്ങളിലുമായി അദ്ദേഹത്തിന്റെ ഒരു തുടർ സംഗീതധാരയായി സഞ്ചരിക്കുന്നു.

യേശുദാസ് എന്ന മഹാനായ ഗായകനോടൊപ്പം വായിക്കുന്നു എന്നതിലുപരി ഒരു വയലിനിസ്റ്റിന് വേണ്ടതിലേറെ സ്വാതന്ത്ര്യം അദ്ദേഹം നല്കുന്നു എന്നതാണ് ശർമ്മയുടെ സംതൃപ്തി. തങ്ങൾ പാടുന്നതെന്തോ അതിനനുസരിച്ച് മാത്രം വായിക്കുക. ഒരിക്കലും പാട്ടിനോടൊപ്പം വയലിൻ എത്താൻ അനുവദിക്കാതിരിക്കുക എന്നതാണ് പൊതുരീതി. അല്ലാതെ അല്പം കടന്നു വായിച്ചാൽ പിന്നെ അടുത്ത കച്ചേരിക്ക് വിളിക്കില്ല. എന്നാൽ, പ്രേക്ഷകരോടുപോലും എടുത്ത് പറഞ്ഞാണ് യേശുദാസ് ശർമ്മയെക്കൊണ്ട് വായിപ്പിക്കുന്നത്. 'നിറയെ വാസിക്ക്' എന്നുപറഞ്ഞുകൊണ്ടാണ് അദ്ദേഹം ത്രിസ്ഥായീ സഞ്ചാരമൊക്കെ വായിപ്പിക്കുന്നത്.

മദ്രാസിൽ നിരവധി തവണ വായിച്ചതോടെ ശർമ്മയ്ക്ക് നല്ല പേരായി. ഇതിനുപിന്നിൽ യേശുദാസിന്റെ പ്രോത്സാഹനമല്ലാതെ മറ്റൊന്നല്ലെന്ന് ശർമ്മ വിശ്വസിക്കുന്നു. കോട്ടയത്ത് 98 ൽ ഒരു കച്ചേരിക്ക് അദ്ദേഹം തോടി

പാടിയശേഷം ശർമ്മയോട് നാലുകാലം വായിക്കാൻ പറഞ്ഞു. തോടി അങ്ങനെ വായിക്കാൻ ബുദ്ധിമുട്ടാണെന്ന് അദ്ദേഹത്തിന് നന്നായറിയാം. അത് വായിച്ച് ഫലിപ്പിച്ചതോടെ അദ്ദേഹം ഭയങ്കരമായി പുകഴ്ത്തിയത് ശർമ്മ നന്ദിയോടെ സ്മരിക്കുന്നു. ഇത് വളരെ പ്രയാസമുള്ള സംഗതിയാണ്. ഇത്രത്തോളം സാധകം ചെയ്തുവെച്ചിട്ടുള്ളതുകൊണ്ടാണ് ഇത് സാധിക്കുന്നതെന്നും അദ്ദേഹം സദസ്സിനോട് പറഞ്ഞു. എനിക്കിവൻ എന്റെ മകനെപ്പോലെയാണെന്നും അദ്ദേഹം പറഞ്ഞു.

പലപ്പോഴും അദ്ദേഹത്തിന്റെ കച്ചേരി ഒരു ക്ലാസ് തന്നെയാണ് ശ്രോതാക്കൾക്ക്. കീർത്തനത്തിന്റെ പ്രത്യേകത. അതിന്റെ അർത്ഥം ഇതൊക്കെ അദ്ദേഹം എടുത്തുപറയും. 'ഒരിക്കൽ ഡൽഹിയിൽ കച്ചേരിക്ക് 'സാകേതനഗരനാഥ ശ്രീ കാന്തജഗന്നാഥ...' എന്ന കീർത്തനം പാടി. പാടിത്തുടങ്ങിയപ്പോൾത്തന്നെ പറഞ്ഞു. സാകേതനഗരമാണിതെന്നതുകൊണ്ടാണ് ഇത് പാടുന്നതെന്ന്. നാരായണഗൗള രാഗത്തിലെ ശ്രീരാമം രവികുലാബ്ധി സോമം.... എന്ന ദീക്ഷിതർ കൃതി അദ്ദേഹത്തിന് വളരെ പ്രിയപ്പെട്ടതാണ്. കൂടാതെ ചെമ്പൈ സ്വാമി ചിട്ടപ്പെടുത്തിയ 'പാവനഗുരു..'

പലരും വരുത്താറുള്ള തെറ്റുകൾ പോലും അദ്ദേഹം വേദിയിൽ പറയാറുണ്ട്. ഒരിക്കൽ മോഹന രാഗത്തിൽ കാകളിനിഷാദവും പ്രതിമദ്ധ്യമവും ചേർത്ത് പാടുന്ന തെറ്റ് ആളുകൾക്ക് ആദ്യം തെറ്റും പിന്നെ ശരിയും വായിച്ചുകേൾപ്പിക്കാൻ എന്നോടു പറഞ്ഞു. അങ്ങനെയൊക്കെയാണദ്ദേഹം. ഏതുരാഗവും അതിന്റെ ശുദ്ധതയോടെയാണ് പാടുന്നത്. അനാവശ്യമായ ഗമഗപ്രയോഗം അദ്ദേഹം കൊടുക്കാറില്ല. മറിച്ച് അതിന്റെ അളവിലാണ് പാടുന്നത്. ആ രീതിയിലാണ് ഞാൻ വായിക്കുന്നതും...

മിക്ക കച്ചേരികളിലും അപൂർവ്വ രാഗങ്ങൾ അദ്ദേഹം പാടും. കഴിഞ്ഞ കൊല്ലം ചെന്നൈയിലെ കച്ചേരികളിൽ ഷഡ്‌വിധമാർഗ്ഗിനി, സുവർണ്ണാംഗി, ഷൺമുഖി, ശിവപ്രിയ തുടങ്ങിയ രാഗങ്ങൾ പാടി. മ്യൂസിക് സീസണിലാണ് മിക്കപ്പോഴും ഇത്തരം അപൂർവ്വ രാഗങ്ങൾ പാടുന്നത്. അതിനുവേണ്ടി സമയം കണ്ടെത്തി മെനക്കെട്ട് പഠിച്ചാണ് പാടുന്നത്. അദ്ദേഹം ജീവിതം മുഴുവൻ സംഗീതത്തിന് സമർപ്പിച്ചിരിക്കുന്നു എന്നതിന്റെ തെളിവാണ്.

പലപ്പോഴും സാധാരണക്കാരുടെ സംശയമാണ് ഇത്രയും തിരക്കിട്ട ജീവിതത്തിനിടയിൽ ഇദ്ദേഹം എങ്ങനെ ഇതിനൊക്കെ സമയം കണ്ടെത്തുന്നു എന്നത്. ഒരല്പനേരം കിട്ടിയാൽ സംഗീതം പഠിക്കുന്നതിനെപ്പറ്റി മാത്രമേ അദ്ദേഹം ചിന്തിക്കാറുള്ളൂ എന്ന് വർഷത്തിലെ ഒട്ടുമിക്ക ദിവസങ്ങളിലും അദ്ദേഹത്തോടൊപ്പം ചെലവഴിക്കുന്ന മഹാദേവശർമ്മ നിരീക്ഷിച്ചിട്ടുണ്ട്. ഏതു വിദേശരാജ്യത്തായാലും എയർപ്പോർട്ടിലെത്തിയാൽ ഫ്ളൈറ്റിന്റെ സമയം നോക്കിയിട്ട് ഒരു മണിക്കൂറോ മറ്റോ ഉണ്ടെങ്കിൽ ഉടനെ ലാപ്ടോപ്പെടുത്ത് ഒരുപുതിയ കീർത്തനം പാടിപ്പഠിക്കും. ശർമ്മയോട് വായിക്കാൻ പറയും. ട്രെയിനിലാണ് യാത്രയെങ്കിൽ എ സി ക്യാബിനിൽ സംഗീതം തന്നെയാണ്. അതിന് നേരമോ കാലമോ ഇല്ല. ലാപ്ടോപ്പിൽ നൂറുകണക്കിന് കീർത്തനങ്ങൾ നൊട്ടേഷനോടെ കംപോസ് ചെയ്തുവെച്ചിരിക്കുകയാണ്.'

പത്ത് വർഷം മുമ്പ് അമേരിക്കയിലെ ഫീനിക്സിൽ ഒരു കച്ചേരി നാലരമണിക്കൂറാണിവിടെ പാടിയത്. അന്ന് ഖരഹരപ്രിയയായിരുന്നു പ്രധാനമായി പാടിയത്. ആ രാഗത്തിൽ ഇനിയൊന്നും പാടാനില്ലെന്ന് തോന്നിപ്പോയി ശർമ്മയ്ക്ക്. അത് അതുപോലെ അദ്ദേഹം വയലിനിൽ വായിപ്പിക്കുകയും അത് കേൾവിക്കാരോട് എടുത്തുപറയുകയും ചെയ്തു. അത്രത്തോളം സാധകം ചെയ്തെങ്കിൽ മാത്രമേ ഇങ്ങനെ വായിക്കാൻ കഴിയൂ എന്ന് അദ്ദേഹം സദസ്യരോട് പറഞ്ഞു. ഇത്രയും വലിയ ഒരു കലാകാരൻ ഇങ്ങനെയൊക്കെ പറയുന്നത് തന്റെ ഏതോ ജന്മത്തു ചെയ്ത പുണ്യമാണെന്നും ശർമ്മ കരുതുന്നു.

ഒരിക്കൽ വാഷിങ്ടൺ ഡീസിയിൽ ഒരു തെലുങ്കന്റെ വീട്ടിലാണ് തങ്ങിയത്. അവിടെ അണ്ടർഗ്രൗണ്ടിൽ ഒരു മുറിയുണ്ട്. കച്ചേരിയുടെ തലേന്ന് വൈകുന്നേരമായപ്പോൾ അദ്ദേഹം സാധകം ചെയ്യാനായി വന്നു. ഞാനപ്പോൾ വായിച്ചുകൊണ്ടിരിക്കുകയാണ്. ലതാംഗിയാണ് അദ്ദേഹം പാടിയത്. രാഗത്തിൽ എങ്ങനെയെല്ലാം സ്വരപ്രസ്ഥാരം ചെയ്യാമോ അതെല്ലാം അന്നദ്ദേഹം പാടി. രാഗത്തിന്റെ എല്ലാ സാദ്ധ്യതകളും പാടി സാധകം നീളുകയാണ്. എല്ലാം കഴിഞ്ഞ് സമയം നോക്കുമ്പോൾ നാല് മണിക്കൂർ പിന്നിട്ടിരിക്കുന്നു. അദ്ദേഹം അപ്പോൾ ചോദിച്ചത് നിനക്ക് വിശക്കുന്നില്ലേ എന്നാണ്.

സംഗീതം അദ്ദേഹത്തിന് ലഹരിയാണ്. സമയമോ മറ്റെന്തെങ്കിലുമോ പ്രശ്നമല്ല. ഞങ്ങൾ കുട്ടികളായിരിക്കുന്ന കാലത്തൊരിക്കൽ ഞാനും ചേച്ചിയും തരംഗിണിയിൽ വച്ച് വയലിൻ വായിച്ചുകൊണ്ടിരിക്കുകയാണ്. അദ്ദേഹം വന്ന് അവിടെയിരുന്ന് കല്യാണി പാടാൻ തുടങ്ങി. രണ്ട് മണി മുതൽ അഞ്ചരവരെയും ആ രാഗംതന്നെ പാടി. അഞ്ചരയ്ക്കുള്ള ഫ്ളൈറ്റിലാണ് പോകേണ്ടിയിരുന്നത്. പക്ഷേ, അന്ന് അദ്ദേഹം പോയില്ല. എല്ലാവരും ചോദിച്ചപ്പോൾ നാളെ രാവിലത്തെ ഫ്ളൈറ്റിൽ പോകാമെന്ന് കൂളായി പറഞ്ഞു.

കോളേജ് വരാന്തയിലെ പാട്ടുകാരൻ

സ്വാതിതിരുനാൾ അക്കാദമിയിൽ വിദ്വാൻ കോഴ്സിന് യേശുദാസ് പഠിക്കുമ്പോൾ അവിടെ വയലിനിൽ അസിസ്റ്റന്റ് പ്രൊഫസറാണ് സുബ്രഹ്മണ്യ ശർമ്മ. വിദ്വാൻ കോഴ്സിന് സബ്സിഡിയറി ഇല്ലാത്തതിനാൽ ഉപകരണ സംഗീത അദ്ധ്യാപകരുടെ ക്ലാസിൽ യേശുദാസ് ഇരുന്നിട്ടില്ല. തൃപ്പൂണിത്തുറയിൽ അദ്ദേഹത്തിന്റെ സബ്സിഡിയറി വീണയായിരുന്നു.

അക്കാദമിയിൽ പഠിച്ച കുറേ കാലത്ത് മിക്കപ്പോഴും സുബ്രഹ്മണ്യ ശർമ്മ യേശുദാസിനെ കാണാറുണ്ട്. എന്നാൽ, അടുത്ത് കണ്ട സഹാചര്യം ഉണ്ടായില്ല. എങ്കിലും കോളേജിൽ ബെല്ലടിക്കുന്ന വൃത്തത്തിലുള്ള മണിയുടെ കീഴിൽ വരാന്തയിൽ യേശുദാസ് കൂട്ടുകാരായ മൂന്ന് നാല് പേരുടെ കൂടെ കൂടാറുള്ളതും അവിടെ വെച്ച് ഹിന്ദിപ്പാട്ടുകൾ പാടുന്നതും ശർമ്മ ശ്രദ്ധിച്ചിട്ടുണ്ട്. വളരെ വേഗം യേശുദാസ് സിനിമയിൽ ശ്രദ്ധേയനാകുന്നതും വിസ്മയങ്ങൾ സൃഷ്ടിക്കുന്നതും ഒരു ഗുരുനാഥന്റെ ചാരി

താർത്ഥ്യത്തോടെ ശർമ്മ നാട്ടിലിരുന്നറിഞ്ഞു. അക്കാദമിയിൽനിന്ന് പിരിഞ്ഞ ശേഷം യേശുദാസ് ശർമ്മാജിയെ ആദ്യം കാണുന്നത് ശാർക്കര ക്ഷേത്രത്തിലെ വേദിയിൽ വെച്ചാണ്. അവിടെ വച്ചാണ് ബന്ധം പുതുക്കിയത്.

എന്തും ഏതും ഗ്രഹിക്കാൻ ശ്രമിക്കുന്ന യേശുദാസ് സംഗീതത്തേക്കാളുപരി പലതരത്തിലുള്ള കഴിവുകളും സ്വായത്തമാക്കിയിട്ടുണ്ട്. പ്രവചനസ്വഭാവമുള്ള ചില അഭിപ്രായപ്രകടനങ്ങൾ അദ്ദേഹം നടത്തിയിട്ടുണ്ട്. ഒരിക്കൽ ഉത്തരേന്ത്യയിലെ ഒരു ഗ്രാമത്തിൽനിന്ന് കച്ചേരി കഴിഞ്ഞ് മടങ്ങുകയാണ്. യേശുദാസ് കാറിൽ മറ്റൊരു സ്ഥലത്തേക്ക് പോകുന്നു. ശർമ്മയ്ക്ക് അന്നു തന്നെ നാട്ടിലേക്ക് മടങ്ങണം. രാത്രിയിൽ അവിടെ നിന്ന് ഒരു ട്രെയിനുണ്ട്. അതിൽ മടങ്ങാൻ അദ്ദേഹം തിടുക്കം കാട്ടി. എന്നാൽ ദാസ് പറഞ്ഞു: അതിൽ പോകേണ്ട. വെളുപ്പിനുള്ള വണ്ടിയിൽ പോയാൽ മതിയെന്ന്. അദ്ദേഹത്തിന് അങ്ങനെ സമ്മതിക്കേണ്ടി വന്നു. എന്നാൽ, അത്ഭുതമെന്നു പറയട്ടെ പിറ്റേന്നറിഞ്ഞു ശർമ്മ കയറേണ്ടിയിരുന്ന ട്രെയിൻ ആന്ധ്രയ്ക്കടുത്തുവെച്ച് പാളംതെറ്റിയെന്ന്.

മരുന്നും കൈപ്പുണ്യവും

ഒരിക്കൽ കച്ചേരിക്കുവേണ്ടി വിളിക്കുമ്പോൾ ശർമ്മ ഫോണിലൂടെ പറഞ്ഞു: “വല്ലാത്ത മുട്ടുവേദന.” ഉടൻതന്നെ യേശുദാസ് പ്രതിവിധി ഫോണിലൂടെ നിർദ്ദേശിച്ചു. “സ്വാമി അവിടെ മുരിങ്ങമരമില്ലേ... അതിന്റെ തൊലി ചതച്ച് പുരട്ടിയാൽ മതി.” സ്വാമി അങ്ങനെ ചെയ്തതോടെ മണിക്കൂറുകൾക്കകം മുട്ടുവേദന പോയി.

ഏത് പാട്ടിനും തന്റെ നാവിന്റെ പുണ്യംകൊണ്ട് മേമ്പൊടി ചാർത്തുന്ന ദാസിന്റെ കൈപ്പുണ്യം അനുഭവിച്ചറിഞ്ഞയാളുമാണ് സുബ്രഹ്മണ്യശർമ്മ. ഒരു മണ്ഡലകാലത്ത് യേശുദാസ് 41 ദിവസത്തെ മൗനവ്രതമെടുത്തു. കച്ചേരിയുള്ളപ്പോൾ പാടും. ആരോടും ഒന്നും മിണ്ടില്ല. എന്തെങ്കിലും പറയാനുണ്ടെങ്കിൽ എഴുതിക്കാണിക്കും. ഇത്രയും തിരക്കുള്ള ഗായകൻ ഇങ്ങനെയൊരു മനസ്സാന്നിദ്ധ്യത്തിലെത്തിച്ചേർന്നതെങ്ങനെയെന്നത് ശർമ്മയ്ക്ക് ഇന്നും അത്ഭുതമാണ്.

മൗനവ്രതം അനുഷ്ഠിച്ചകാലത്ത് സ്വന്തമായി പാചകം ചെയ്താണ് അദ്ദേഹം ഭക്ഷണം കഴിച്ചിരുന്നത്. കാറിൽ അതിനുള്ള എല്ലാ സംവിധാനങ്ങളും ഒരുക്കിയിട്ടുണ്ട്. സാമ്പാർ വെക്കുന്നതിലും ദോശ ഉണ്ടാക്കുന്നതിലും ചമ്മന്തിയുണ്ടാക്കുന്നതിലും അദ്ദേഹത്തിന്റെ അതിവിശിഷ്ടമായ കൈപ്പുണ്യം ശർമ്മ അറിഞ്ഞിട്ടുണ്ട്.

ഒരു ദിവസം അദ്ദേഹം ദോശയും ചട്ണിയും ഉണ്ടാക്കി കഴിക്കാൻ കൊടുത്തു. അതിവിശിഷ്ടമായ അതിന്റെ സ്വാദ് ശർമ്മയെ തെല്ലൊന്നുമല്ല അത്ഭുതപ്പെടുത്തിയത്. എന്നാൽ, മൗനവ്രതത്തിലായതിനാൽ പ്രകടിപ്പിച്ചതല്ലാതെ ഒന്നും പറയാൻ കഴിഞ്ഞില്ല. എന്നാൽ, മനസ്സിൽനിന്ന് മാറാതിരുന്നതിനാൽ വ്രതം കഴിഞ്ഞപ്പോൾ ചോദിച്ചു. ദാസ് അപ്പോൾ അതിന്റെ രഹസ്യം വെളിപ്പെടുത്തി. “എല്ലാവരും അരിയും ഉഴുന്നും

കൊണ്ടല്ലേ ദോശയുണ്ടാക്കുന്നത്. എന്നാൽ, ഞാൻ അതിൽ അല്പം പയറുപൊടി കൂടി ചേർത്തു. എന്നിട്ട് ദോശ വെന്തുവരുമ്പോൾ അതിലേക്ക് നല്ല ശുദ്ധമായ പശുവിൻ നെയ്യ് ഒഴിച്ചു. അതാണ് അതിന്റെ രുചിയുടെ രഹസ്യം."

മാമാങ്കത്തിലെ വയലിൻ

സംഗീതസംവിധായകൻ രവീന്ദ്രൻ അക്കാദമിയിൽ സുബ്രഹ്മണ്യശർമ്മയുടെ ശിഷ്യനായിരുന്നു. വയലിൻ സബ് പഠിപ്പിക്കുമ്പോൾ അദ്ദേഹത്തിന്റെ ക്ലാസിൽ വരും. പഠനം കഴിഞ്ഞ് നാട്ടിൽ ഒരു സ്കൂളിൽ അദ്ധ്യാപകനായി രവീന്ദ്രന് ജോലി കിട്ടി. അത് വേണ്ടെന്നു വച്ചിട്ടാണ് മദ്രാസിൽ പോയത്. ഒരിക്കൽ ഒരു കച്ചേരിക്കായി മദ്രാസിൽ പോയപ്പോൾ അവിടെ വച്ച് കണ്ടു. രവീന്ദ്രൻ നടന്നുവരുന്നു. സ്വാമിയെ വന്ദിച്ചു. അദ്ദേഹം ചോദിച്ചു. "രവീ രക്ഷപ്പെട്ടോ" "ഇല്ല സ്വാമി. വളരെ ബുദ്ധിമുട്ടി പോകുന്നു." എന്നു പറഞ്ഞു. സ്വാമിയുടെ മറുപടി. "നീ ആ ജോലി വിടേണ്ടിയിരുന്നില്ല." ഒരു വർഷത്തിനകം നല്ലത് വരുമെന്ന് പറഞ്ഞ് അനുഗ്രഹിച്ചു. പിന്നീട് കാണുന്നത് മൂന്നു വർഷത്തിന് ശേഷമാണ്. അന്നും ഇതുപോലെ മദ്രാസിലൊരിടത്ത് കച്ചേരി കഴിഞ്ഞ് നില്ക്കുമ്പോൾ അതേ രവി ഒരു വിലകൂടിയ കാറിൽ വന്നിറങ്ങുന്നു. കാലിൽ തൊട്ടുവന്ദിച്ചിട്ട് പറഞ്ഞു. "ഞാൻ പച്ച പിടിച്ചു സാർ.." പിന്നീട് കണ്ടിട്ടില്ല. അങ്ങനെയിരിക്കെ, ഒരു ദിവസം രവീന്ദ്രനും യേശുദാസും കൂടി തിരുവനന്തപുരത്തെ വീട്ടിൽ വന്നു. രാത്രിയിലായിരുന്നു വന്നത്. പിറ്റേന്ന് തരംഗിണിയിൽ ഒരു റെക്കോർഡിങ്. അതിന് ക്ഷണിക്കാനാണ് വന്നത്. രവീന്ദ്രൻ മ്യൂസിക് ചെയ്യുന്ന ഒരു ആൽബം. അതിന് ആദ്യഗാനത്തിന്റെ ഹമ്മിങ് ആയി സ്വാമിയുടെ വയലിൻ വേണം. സ്വാമി സമ്മതം മൂളി. തരംഗിണിയിലൂടെ പിന്നീട് പ്രശസ്തമായ 'മാമാങ്കം പലകുറി കൊണ്ടാടി.' എന്ന ഗാനത്തിനുവേണ്ടിയായിരുന്നു അത്.

ദൈവത്തിന്റെ വയലിൻ

യേശുദാസിന്റെ ശബ്ദത്തിന്റെ ദൈവികതയുമായി ചേർന്നതാണ് സുബ്രഹ്മണ്യശർമ്മയുടെ വയലിൻ. ഇംഗ്ലണ്ടിൽനിന്ന് കൊണ്ടുവന്ന അഞ്ഞൂറ് വർഷത്തോളം പഴക്കമുള്ള ഹാന്റ് മെയ്ഡ് വയലിനാണ് ശർമ്മ വായിക്കുന്നത്. ഇംഗ്ലണ്ടിലെ ഒരു ചർച്ചിൽനിന്ന് എങ്ങനെയോ കേരളത്തിലെത്തി പലരുടെ കൈമറിഞ്ഞാണ് അത് ശർമ്മയുടെ കൈയിലെത്തിയത്. എന്തോ ഈ വയലിന് ഒരു വലിയ ചേർച്ചയാണ് ദാസിന്റെ ശബ്ദവുമായി. ഒരിക്കൽ അതിനോടുള്ള കൊതികൊണ്ട് അദ്ദേഹം അത് ചോദിക്കുക പോലും ചെയ്തു.

മണ്ഡലമാസ പുലരികൾ പൂക്കും

ഭക്തിഗാനങ്ങൾ എന്ന ആത്മീയാനുഭവം

വൃശ്ചികമാസമായാൽ പിന്നെ മൈക്ക് സെറ്റുകാർക്ക് ഒഴിവില്ല. പണ്ടൊക്കെ ഗ്രാമങ്ങളിൽ നാലാളെ അറിയിച്ചേ എല്ലാവരും ശബരിമലയ്ക്ക് പോവൂ. പ്രധാനം ശാസ്താംപാട്ടാണ്. വീട്ടിൽ മൈക്ക്സെറ്റ് വെച്ചുകെട്ടി വായന. അഞ്ച് മണിക്ക് വായന കഴിഞ്ഞാൽ പിന്നെ കുറേനേരം മൈക്ക് സെറ്റുകാരന്റെ വക ഭക്തിഗാനങ്ങളുടെ റെക്കോർഡ് ഇടൽ. ആ വർഷം പുറത്തിറങ്ങിയ അയ്യപ്പഭക്തിഗാനത്തിന്റെ കാസെറ്റായിരിക്കും. അല്ലെങ്കിൽ തരംഗിണിയുടെ പ്രശസ്തമായ ഗാനങ്ങൾ. വൈകിട്ട് ആറ് മണിയോടെ ഭജന. നാട്ടിലെ അമച്വർ സംഘങ്ങളുടെ കളരിയാണ് ഭജന. തബല,

ഗഞ്ചിറ, ഹാർമ്മോണിയം, ഏറിയാൽ ഒരു ഫ്ളൂട്ട്. ഇങ്ങനെ മിനിമം ഓർക്കസ്ട്ര. നാട്ടിലെ അത്യാവശ്യം പാടുന്ന ഭാഗവതർമാരും ചെറുപ്പക്കാരായ പാട്ടുകാരും.

ഹിന്ദിയിലും മറ്റുമുള്ള ഭജനുകൾ അത്ര സുലഭമല്ലാത്ത മലയാളത്തിൽ ഭജനകൾക്കും പിന്നീട് ഭക്തിഗാനമേളകൾ എന്ന രീതിയിൽ രൂപപ്പെട്ട സംഗീതരൂപത്തിനും ജീവൻ പകർന്ന ഗാനങ്ങൾ സൃഷ്ടിച്ചു നല്കിയത് യേശുദാസിന്റെ തരംഗിണി ഭക്തിഗാനങ്ങളാണ്. പിന്നീട് മറ്റ് നിരവധി കമ്പനികളും ഭക്തിഗാന ആൽബങ്ങൾ ഇറക്കി. പ്രധാനമായും യേശുദാസിന്റെയും ജയചന്ദ്രന്റെയും ഗാനങ്ങൾ. നേരത്തേ എച്ച് എം വി ജയവിജയയുടെയും യേശുദാസിന്റെയും മറ്റും എൽ പി റെക്കോർഡുകൾ ഭക്തിഗാന ആൽബങ്ങളായി പുറത്തിറക്കിയിട്ടുണ്ട്.

'ആനകേറാമല', 'ആ ദിവ്യനാമം', 'ഗംഗയാറുപിറക്കുന്നു', 'ആനയിറങ്ങും മാമലയിൽ', 'വില്ലെടുത്ത് വിളയാടും ദൈവമേ', 'സ്വാമി സംഗീതമാലപിക്കും', 'മദഗജമുഖനേ...' തുടങ്ങിയ എത്രയോ യേശുദാസ് ഗാനങ്ങൾ നാട്ടിലെ പാട്ടുകാർ അവരുടെ കഴിവുപോലെ അനുകരിച്ച് പാടി. പലയിടത്തും ഭജനകൾ വെളുക്കുവോളം നീണ്ടു. ഗ്രാമം പാതിമയക്കത്തിലേക്കും ഗാഢനിദ്രയിലേക്കുമൊക്കെ വഴുതിവീഴുന്ന രാത്രിയുടെ യാമങ്ങളിൽ അകലെനിന്ന് ഒഴുകിവരുന്ന അവ്യക്തമായ ഗാനശകലങ്ങൾ വൃശ്ചികമാസക്കുളിരിന്റെ നേർത്ത ആവരണം ഭേദിച്ചാണ് കടന്നുവരിക.

വീടിന്റെ ഇറയത്തെ ചെറിയ വേദിയിൽ അവിലും മലരും പൂക്കളും കർപ്പൂരവും പിന്നെ പുത്തൻ കറുത്തമുണ്ടിന്റെയും നെയ്ത്തേങ്ങയുടെയും ചന്ദനത്തിരിയുടെയും ഭസ്മത്തിന്റെയും ഗന്ധം സമ്മിശ്രമായി ചേർന്നലി

ശബരിമല ശ്രീധർമ്മശാസ്താ ക്ഷേത്രം ഓഡിറ്റോറിയത്തിൽ യേശുദാസ് കച്ചേരി അവതരിപ്പിക്കുന്നു

യുന്ന അനുഭൂതിയാണ് ഗാനങ്ങൾക്കുള്ളത്. ഉറക്കച്ചടവിൽ, ഗ്ലാസിൽ പാതിയായി തണുത്തുറഞ്ഞ കട്ടൻകാപ്പിപോലെ തൊണ്ടയിൽ വൃശ്ചികക്കുളിര് ശബ്ദത്തെ തണുപ്പിച്ചിടറിക്കുമ്പോഴും യേശുദാസിനെ അനുകരിക്കാൻ വെമ്പുന്ന ഗായകന്റെ ശബ്ദം നിശ്ശബ്ദമായ അന്തരീക്ഷത്തിലേക്കാണ് മരക്കൊമ്പിലെ കോളാമ്പി തള്ളിവിടുന്നത്. അത് അങ്ങനെ രാപ്പക്ഷിയെപ്പോലെ സഞ്ചരിച്ച് ഉറങ്ങാതെ വീടുകളിലിരിക്കുന്നവരുടെ കാതുകളിൽ തരംഗിണിപ്പാട്ടിന്റെ ഓർമ്മകളുണർത്തിവിടും. അപ്പോൾ മറ്റൊരു കോണിൽനിന്ന് യേശുദാസിന്റെ യഥാർത്ഥ പാട്ട് ഒഴുകിയെത്തുന്നുണ്ടാവും. അപ്പോൾ നമുക്ക് തോന്നും അത് പാടുന്നത് ശരിക്കും ആകാശത്തിൽനിന്നിറങ്ങിവന്ന ഗന്ധർവ്വനാണെന്ന്.

മണ്ഡലകാലത്തിന്റെ ധന്യതകളിലൊന്നായ വൃശ്ചികക്കാറ്റ് മഞ്ഞിന്റെ കുളിര് കനത്തുറയുന്ന പ്രഭാതത്തിന്റെ ആദ്യയാമങ്ങളിൽ ക്ഷേത്രദർശനത്തിന് പോകുന്നവരിൽ ആത്മസൗരഭം പകർത്തുവാനെത്തും. ഒരു ദിവ്യചൈതന്യം നെഞ്ചിൽത്തൊട്ട് ദിവ്യവസ്ത്രത്തിന്റെ ഉലച്ചിലനുഭവപ്പെടുത്തി. കടന്നുപോകുന്നതുപോലെ തോന്നും. പ്രഭാതത്തിൽ യേശുദാസിന്റെ ഭക്തിഗാനം കേൾക്കുമ്പോഴും നമുക്ക് അനുഭവപ്പെടുന്നത് ഇതേ അവസ്ഥയാണ്.

അയ്യപ്പനെയോ ഗണപതിയെയോ കൃഷ്ണനെയോ സ്തുതിച്ചു ആ അഭൗമഗായകൻ പാടുമ്പോൾ അദ്ദേഹത്തിന്റെ ത്രിസ്ഥായി സഞ്ചാരം ഒരു കത്തിക്കയറുന്ന കാറ്റുപോലെയാണ്. എന്നാൽ, ആ കടന്നുപോക്കിൽ രോമകൂപങ്ങൾ മുതൽ നെഞ്ചിന്റെയാഴത്തോളം ഒരേപോലെ കാറ്റ് തഴുകും. അതുപോലെ ഗാനഗന്ധർവ്വന്റെ ശബ്ദവീചികൾ ഉടലുഴിഞ്ഞാണ് പോവുക. രാഗത്തേക്കാൾ ഉൾക്കാമ്പിൽ അനുരണനമുണ്ടാക്കുന്നത് സ്തുതിഗീതത്തിലെ ഒരു വാക്കിലായിരിക്കും. ആ വാക്ക് വന്നുവീഴുന്നത് മിക്കവാറും മന്ദ്രസ്ഥായിയിലും. അതിന്റെ ആത്മീയാനന്ദം നുകരുമ്പോഴേക്കും മൂന്നാം സ്ഥായിയിലേക്ക് പടർന്നേറിയിരിക്കും ആ ശബ്ദം. അപ്പോഴേക്കും അത് ആദ്യന്തം നമ്മെ തഴുകിയിരിക്കും.

ശബരിമലയിലെ വിശേഷപൂജകളും അദ്ധ്യാത്മചൈതന്യം വിടരുന്ന ചടങ്ങുകളും വ്രതം നോക്കലുമൊക്കെയായ ശരണവഴിയിലെ ചടങ്ങുകൾ പോലെ മറ്റൊരു ഭക്തിയുടെ ലോകം വാക്കുകൾ കൊണ്ട്, സംഗീതം കൊണ്ട്, അതിലേറെ ശബ്ദഭാവം കൊണ്ട് തീർക്കുകയായിരുന്നു അന്ന് അയ്യപ്പഭക്തിഗാനങ്ങളിലൂടെ തരംഗിണി. പിന്നീട് കേരളത്തിൽ അലയടിച്ച ഭക്തിഗാനവിപ്ലവത്തിന്റെ തുടക്കം തരംഗിണിയിൽ നിന്നായിരുന്നു. നേരത്തെ എച്ച് എം വി ഡിസ്കുകൾ ഇറക്കിയെങ്കിലും ഇങ്ങനെയൊരു ട്രെന്റ് ഉണ്ടാക്കാൻ കഴിഞ്ഞില്ല. ഇന്നിപ്പോൾ ഭക്തിപ്പാട്ടുകൾക്കും ആൽബങ്ങൾക്കും കണക്കില്ല. എന്നാൽ, നമ്മുടെ മനസ്സിൽ ഇന്നും നില്ക്കുന്ന പാട്ടുകൾ യേശുദാസിന്റേതല്ലാതെ മറ്റാരുടേതാണ്.

ഗന്ധർവ്വന്റെ സംഗീതാനുഗ്രഹം

ആയിരത്തിത്തൊള്ളായിരത്തി എഴുപത്തിയൊന്ന് നവംബർ 14. യേശുദാസ് ആദ്യമായി മലയാള സിനിമയിൽ പാടിയിട്ട് പത്ത് വർഷം. ഈ പത്താം വർഷ ആഘോഷത്തിന്റെ ഭാഗമായി കൊച്ചിൻ കലാഭവൻ ഒരു സംഗീതമത്സരം നടത്തുന്നു. ക്ലാസിക്കൽ മ്യൂസിക്കിന് ടി എസ് രാധാകൃഷ്ണൻ എന്ന പതിനഞ്ചുകാരൻ പങ്കെടുത്തു. പാടുമ്പോൾ മുന്നിൽ ജഡ്ജായി വെള്ള പാന്റ്സും ഷർട്ടും ധരിച്ച സുമുഖനായ യേശുദാസ്. ടി എസിന് ഒന്നാം സമ്മാനം ലഭിക്കുന്നു. ലഭിച്ച സമ്മാനം വളരെ വിലപ്പെട്ടത്, യേശുദാസിന്റെ കൈയൊപ്പുള്ള സർട്ടിഫിക്കറ്റ്.

ഫൈൻ ആർട്സ് ഹാളിൽ ഗാനമേള. ക്ലാസിക്കൽ മത്സരത്തിന് ഒന്നാം സമ്മാനം ലഭിച്ച പരിഗണനയിൽ ഒരുപാട്ട് പാടാൻ അവസരം ലഭിച്ചു. ഗാനമേള കേൾക്കാൻ സാക്ഷാൽ യേശുദാസുണ്ട്. കലാഭവന്റെ ആബേലച്ചൻ ടി എസ് രാധാകൃഷ്ണനെ വിളിച്ച് യേശുദാസിനെ പരിചയപ്പെടുത്തി. ടി എസ് അനുഗ്രഹം വാങ്ങി.

ദാസേട്ടൻ ചോദിച്ചു: "ഏത് പാട്ടാണ് പാടുന്നത്?" 'പൊൽതിങ്കൾക്കല പൊട്ടുതൊട്ട' എന്ന് മറുപടി. ഉടനെ ഹാർമ്മോണിയം എടുത്തിട്ട് ഒരു ഗുരുനാഥനെപ്പോലെ ആ ഗാനത്തിന്റെ വരികൾ ടി എസിനെ പാടി പഠിപ്പിച്ച് കൊടുത്തു.

ഇന്നും ജീവിതത്തിലെ ഏറ്റവും അവിസ്മരണീയമായ മുഹൂർത്തങ്ങളിലൊന്നായി ടി എസ് ഇത് മനസ്സിൽ കൊണ്ടുനടക്കുന്നു.

1981 നവംബർ. യേശുദാസ് സിനിമയിലെത്തിയിട്ട് 20 വർഷം പൂർത്തിയാക്കുന്നു. പത്ത് വർഷം മുമ്പ് ദാസേട്ടന്റെ കൈയൊപ്പിട്ട സർട്ടിഫിക്കറ്റ് ഒരുനിധി കിട്ടിയതുപോലെ നെഞ്ചോട് ചേർത്തുപിടിച്ച് നടന്നുപോയ ആ കൗമാരക്കാരൻ ഇന്ന് സംഗീതസംവിധായകനായിരിക്കുന്നു.

ടി എസ് രാധാകൃഷ്ണൻ

ടി എസ് രാധാകൃഷ്ണൻ ആദ്യമായി ഈണമിട്ട ഭക്തിഗാന ആൽബം എൺപതിൽ പുറത്തിറങ്ങി. ജയചന്ദ്രനാണ് പാടിയത്. 'ശ്രീവാഴും പഴവങ്ങാടിയിലെ ഗണപതി ഭഗവാനേ..' എന്ന് തുടങ്ങുന്ന അതിലെ ഗാനം സൂപ്പർ ഹിറ്റായി. അതേത്തുടർന്ന് ഒരു സിനിമയിൽ ചാൻസ് കിട്ടി. *എതിർപ്പുകൾ* എന്ന ആ സിനിമയിൽ ദാസേട്ടനെക്കൊണ്ട് പാടിക്കണമെന്നായിരുന്നു മോഹം. അദ്ദേഹം എറണാകുളത്തൊരു കച്ചേരിക്ക് വന്നപ്പോൾ പോയി കണ്ടു. ദാസേട്ടന് പരിചയമുള്ള ടി എസിന്റെ പിതാവിനെയും കൂട്ടിയാണ് പോയത്. അദ്ദേഹം സമ്മതിച്ച് നേരിട്ടു വന്ന് പാടിത്തരാമെന്ന്. അങ്ങനെ അദ്ദേഹമറിയിച്ചതനുസരിച്ച് തിരുവനന്തപുരം തരംഗിണി സ്റ്റുഡിയോയിൽ റെക്കോർഡിങ് നിശ്ചയിച്ചു. അന്ന് ഈ പാട്ടുകൾ പാടാനായി യേശുദാസ് മദ്രാസിൽനിന്ന് നേരിട്ടെത്തി.

തികച്ചും യാദൃച്ഛികമായി അദ്ദേഹത്തിന്റെ കൈയിൽനിന്ന് സർട്ടിഫിക്കറ്റ് വാങ്ങിയ മത്സരം നടന്ന ദിവസത്തിന്റെ പത്താം വാർഷികത്തിലാണ് തരംഗിണിയിൽ ടി എസ് ഈണം നല്കിയ ആദ്യ ഗാനം യേശുദാസ് പാടുന്നത്. 1981 നവംബർ 14. സിനിമയിൽ യേശുദാസ് ആദ്യമായി പാടിയിട്ട് 20 വർഷം തികയുന്ന ദിവസം. ട്രാക്കില്ലാതെ നേരിട്ട് വന്നു പാടാമെന്ന് അദ്ദേഹം നേരത്തെ വാക്ക് കൊടുത്തിരുന്നു. ആ വാക്ക് അദ്ദേഹം കൃത്യമായി പാലിച്ചു. തരംഗിണി സ്റ്റുഡിയോയിൽ വെച്ച് പാട്ട് യേശുദാസ് ട്രാക്കില്ലാതെ നേരിട്ട് വന്ന് പാടിക്കൊടുത്തു.

'മനസ്സൊരു മായാപ്രപഞ്ചം അതിൽ
ആയിരമായിരമവ്യക്ത ചിത്രങ്ങൾ'

അവിടെ തുടങ്ങുന്നു ടി എസിന്റെ സംഗീതവും യേശുദാസിന്റെ ശബ്ദവും ചേർന്നുള്ള ഒരു വ്യത്യസ്തമായ സംഗീതക്കൂട്ടിന്റെ യാത്ര.

പിന്നീട് അഞ്ച് വർഷത്തിന് ശേഷമാണ് ടി എസ് രാധാകൃഷ്ണനും ചൊവ്വല്ലൂർ കൃഷ്ണൻകുട്ടിയും ചേർന്ന് ഒരുക്കിയ തരംഗിണിയുടെ എക്കാലത്തെയും വലിയ ബെസ്റ്റ് സെല്ലറുകളിലൊന്നായ 'തുളസീതീർത്ഥം' എന്ന ആൽബം റെക്കോർഡ് ചെയ്യുന്നത്. പാട്ടിന്റെ ട്രാക്കുകളെടുത്തുവെച്ചു. പലവട്ടം യേശുദാസിനെ കണ്ടെങ്കിലും വിവിധ തിരക്കിലായി അദ്ദേഹത്തിന് പാടാൻ കഴിഞ്ഞില്ല. പിന്നീട് ടി എസിന്റെ ഭാഷയിൽ ഈശ്വരനി

ശ്ചയം വരുന്നത് 1986 ലാണ്. 'നമഹ... ശ്രീമഹാഗണപതേ.., മൂകാംബികേ ദേവീ ജഗദംബികേ, ഒരു നേരമെങ്കിലും കാണാതെ വയ്യെന്റെ ബ്രഹ്മമുഹൂർത്തത്തിലുണർന്നും, നീലപ്പീലി കാവടിയേന്തി...'

ഇങ്ങനെ എല്ലാ ഗാനങ്ങളും ഒന്നിനൊന്ന് ഹിറ്റ്. ഇത്രയും പാട്ടുകൾക്ക് ഈണമൊരുക്കി വെച്ചിട്ട് യേശുദാസിന് വേണ്ടി ടി എസ് കാത്തിരുന്നത് അഞ്ച് വർഷം. ഒരിക്കൽ കൊതിച്ചിരുന്ന ഗാനഗന്ധർവ്വന്റെ വിളി വന്നു. തരംഗിണിയിലെത്തിക്കൊള്ളാൻ.

അങ്ങനെ ഗാനങ്ങളുമായി ടി എസ് തിരുവനന്തപുരത്തെത്തി. അവിടത്തെ സ്ഥിരം ട്രാക്ക് ഗായകനായിരുന്ന ചന്ദ്രൻ പാട്ടുകൾ പാടിവെച്ചു. യേശുദാസ് ഗാനങ്ങളോരോന്നായി അനിർവ്വചനീയമായ ഭാവചാരുതയോടെ ഭക്തിഭാവത്തിന്റെ ചന്ദനമുഴുക്കാപ്പ് ചാർത്തി പാടുകയാണ്. അദ്ദേഹത്തിന്റെ ശബ്ദവൈഭവത്തിൽ മതിമറന്ന് സംഗീതസംവിധായകൻ.

'ഒരു നേരമെങ്കിലും കാണാതെ വയ്യെന്റെ
ഗുരുവായൂരപ്പോ നിൻ ദിവ്യരൂപം...'

ചൊവ്വല്ലൂരിന്റെ ഉള്ളുലയ്ക്കുന്ന വരികൾ. ദ്വിജാവന്തിയുടെ നൈവേദ്യഭാവം ഉൾക്കൊണ്ട് ടി എസ് സൃഷ്ടിച്ചെടുത്ത ഈണം. അതിൽ സ്വയമലിഞ്ഞ് ഒരു പ്രപഞ്ചം തന്നെ ഗാനത്തിലൊതുക്കുന്ന യേശുദാസ്. ആ അഭൗമ നിമിഷത്തിലെ വികാര പാരവശ്യം അടക്കിനിർത്താൻ യേശുദാസിനും ആയില്ല. അദ്ദേഹം ആ നിർവൃതിയിൽ ഗദ്ഗദകണ്ഠനായി. 25 വർഷത്തിനുശേഷം ആ ഗാനം വീണ്ടും മറ്റൊരു വേദിയിൽ ടി എസിന്റെ സാന്നിദ്ധ്യത്തിൽ പാടിയപ്പോഴും അദ്ദേഹത്തിന്റെ കണ്ഠമിടറി. അത് ഏഷ്യാനെറ്റിന്റെ ഒരു പ്രോഗ്രാമിനുവേണ്ടിയായിരുന്നു. അദ്ദേഹത്തിന്റെ പാട്ടിന്റെ 50–ാം വാർഷികാഘോഷവേളയിൽ.

ഇങ്ങനെയൊരവസരത്തിലെ ഒരു സംഗീതസംവിധായകന്റെ മാനസികാവസ്ഥയെ ഏത് വാക്കുകൊണ്ട് വിവക്ഷിക്കാനാകും. തുടർന്ന് എത്രയോ വേദികളിൽ യേശുദാസ് ഈ ഗാനം പാടി. കച്ചേരികളിൽ അദ്ദേഹം ഈ ഗാനം പാടാതെ പോകാത്ത കാലമുണ്ടായിരുന്നു.

തുളസീതീർത്ഥത്തിന്റെ വൻവിജയത്തെത്തുടർന്ന് ടി എസ് രാധാകൃഷ്ണനെ സംഗീതസംവിധാന ചുമതലയേല്പിച്ച് തരംഗിണി 'ഗംഗാതീർത്ഥം' എന്ന ശിവഭക്തിഗാനങ്ങൾ പുറത്തിറക്കി. ഇതും വൻ വിജയം നേടി.

ഇതുപോലൊരു നിർവൃതി, തുടർന്ന് തരംഗിണിക്ക് വേണ്ടി ഒരുക്കിയ അയ്യപ്പഭക്തിഗാനത്തിന്റെ റെക്കോർഡിങ്ങിനിടയിലും ടി എസിന് അനുഭവിക്കാൻ കഴിഞ്ഞു. 1988ലായിരുന്നു അത്. ആ വർഷത്തെ അയ്യപ്പഭക്തിഗാനം തരംഗിണിക്കുവേണ്ടി ഒരുക്കാൻ നിയോഗിച്ചത് ടി എസിനെയും ആർ കെ ദാമോദരനെയും.

മുമ്പത്തെ കാസെറ്റിന്റെ വർക്കിനിടെ ദാസുമായി കൂടുതലടുത്തപ്പോൾ അദ്ദേഹം രാഗങ്ങളുടെ കൂടുതൽ സാദ്ധ്യതകളെക്കുറിച്ച് ടി എസിനോട് പറഞ്ഞിരുന്നു. പാട്ടുകൾ ചെയ്യുമ്പോൾ സാധാരണഗതിയിൽ ഉപ

യോഗിക്കുന്ന രാഗങ്ങളിൽനിന്ന് വ്യത്യസ്തമായി അപൂർവ്വങ്ങളായ രാഗങ്ങൾ ഉപയോഗിക്കണമെന്ന് യേശുദാസ് ഉപദേശിച്ചു. ബ്രീഫ് കേസ് തുറന്ന് എപ്പോഴും കൊണ്ടുനടക്കാറുള്ള ഒരു തടിച്ച പുസ്തകമെടുത്ത് അദ്ദേഹം കാണിച്ചു. *രാഗപ്രവാഹം* എന്ന പുസ്തകം. ഏതാണ്ട് അയ്യായിരം ജന്യരാഗങ്ങളെക്കുറിച്ച് അതിൽ പറഞ്ഞിട്ടുണ്ട്. ടി എസ് മുമ്പ് ആ പുസ്തകം കണ്ടിട്ടില്ല. പിന്നീട് അതൊരെണ്ണം വാങ്ങി. ധാരാളം പുതിയ രാഗങ്ങളുടെ സ്കെയിൽ മനസ്സിലാക്കി.

പമ്പാഗണപതിയുമായി തരംഗിണിയിൽ

ടി എസിന്റെ ആദ്യ തരംഗിണി അയ്യപ്പൻ ആൽബത്തിലെ 'പമ്പാഗണപതി സ്തംഭാചലപതി..' എന്ന സൂപ്പർ ഹിറ്റ് ഗാനത്തോടെ ആരംഭിക്കുന്ന കാസെറ്റിലെ 'പാപം മറിച്ചിട്ടാൽ പമ്പ, ശരംകുത്തിയാലിന്റെ മുറിവേറ്റ മനസ്സോടെ ശബരിമലയിൽ ഇരിക്കുന്നമ്മ, ത്യാഗരാജസംഗീതം ശ്രീരാമൻ' തുടങ്ങിയ എല്ലാ ഗാനങ്ങളും ഹിറ്റായിരുന്നു. വെല്ലുവിളിയായിട്ടായിരുന്നു അന്ന് സംഗീതസംവിധായകർ തരംഗിണിക്കുവേണ്ടി അയ്യപ്പൻ ആൽബം ചെയ്തിരുന്നത്. കാരണം തരംഗിണിയുടെ ഏറ്റവും ഡിമാന്റുള്ള ആൽബമായിരുന്നു അയ്യപ്പൻ. എല്ലാവരും കാത്തിരിക്കലാണ് എന്തായിരിക്കും അടുത്ത പാട്ടെന്നൊക്കെ. നവംബർ മാസം ആരംഭിക്കുമ്പോൾതന്നെ കാസെറ്റ് ഡീലർമാർ തരംഗിണിയുടെ വാതില്ക്കൽ കാത്തു കെട്ടിക്കിടക്കുന്നത് ടി എസ് പലവട്ടം കണ്ടിട്ടുണ്ട്.

ഒരു ദിവസം യേശുദാസിന്റെ അറിയിപ്പു വന്നു മദ്രാസിലെ അദ്ദേഹത്തിന്റെ തരംഗിണി സ്റ്റുഡിയോയിലെത്തിക്കൊള്ളാൻ. അങ്ങനെ ടി എസും ഗാനരചയിതാവ് ആർ കെ ദാമോദരനും അവിടെയെത്തി. ദാസിന്റെ അഭിരാമപുരത്തെ വീട്ടിലാണെത്തിയത്. തിരുവനന്തപുരത്തു നിന്നെടുത്ത ട്രാക്ക് കൈയിലുണ്ട്. അവിടെ വീടിന്റെ മുകളിലത്തെ നിലയിൽ അദ്ദേഹത്തിന്റെ വോയിസ് മാത്രമെടുക്കാൻ കഴിയുന്ന ഒരുസ്റ്റുഡിയോ ഉണ്ട്.

ടി എസ് വെജിറ്റേറിയനായതിനാൽ അദ്ദേഹം പുറത്തേക്കൊന്നും ആഹാരം കഴിക്കാൻ പാടില്ല. വീട്ടിൽത്തന്നെ ഏർപ്പാടാക്കി. നിനക്ക് ഞാൻ നല്ല കഞ്ഞിയും പയറുമൊക്കെ ശരിയാക്കാൻ പറഞ്ഞിട്ടുണ്ടെന്നും ദാസ് പറഞ്ഞത് ടി എസ് ഓർക്കുന്നു.

രാവിലെ മുതൽ അവിടെ കാത്തിരുന്നെങ്കിലും അദ്ദേഹത്തിന്റെ ഫിലിം റെക്കോർഡിങ്ങും മറ്റും കഴിഞ്ഞ് വൈകുന്നേരത്തോടെയാണ് ആദ്യത്തെ പാട്ടെടുത്തത്. പമ്പാഗണപതി എന്ന പാട്ടാണ് ആദ്യമെടുത്തത്.

അതുവരെ ആരും ഗാനങ്ങളിലുപയോഗിക്കാത്ത സമുദ്രപ്രിയ എന്ന രാഗത്തിലാണ്.

'ശരംകുത്തിയാലിന്റെ മുറിവേറ്റ മനസ്സോടെ
ശബരീമലയിൽ ഇരിക്കുന്നമ്മ'

എന്ന ഗാനം ചെയ്തത് 'കല്യാണ വസന്തം' എന്ന രാഗത്തിലാണ് 'ത്യാഗരാജസംഗീതം' എന്ന പാട്ട് ചെയ്തത്. ഒരു കീർത്തനത്തിന്റെ രൂപത്തിൽത്തന്നെയായിരുന്നു ഈ ഗാനം.

ഈ ആൽബത്തിലെ മറ്റൊരു വ്യത്യസ്ത ഗാനമായിരുന്നു.

'ഹരിവരാസനം കേട്ടു മയങ്ങിയ
ഹരിഹരപുത്രാ ഉണരൂ...' എന്ന ഗാനം.

"ഇത് പാടിയതോടെ യേശുദാസിന്റെ മുഖം വിടർന്നു. അദ്ദേഹം വേഗം താഴെനിന്ന് ഭാര്യ പ്രഭച്ചേച്ചിയെ വിളിപ്പിച്ചു. ഈ പാട്ടൊന്നു കേട്ടു നോക്കൂ എന്ന് പറഞ്ഞ് കേൾപ്പിച്ചതോടെ എന്റെ കണ്ണുകൾ നിറഞ്ഞു പോയി" ടി എസ് ഓർക്കുന്നു.

'ഞങ്ങൾ ഇതിൽ ഒരു കീർത്തനം പ്ലാൻ ചെയ്തിരുന്നു
'ദേവഗാന്ധാരി രാഗം പാടി ദേവാലയ നടതുറന്നു'

എന്നൊരു ഗാനം എഴുതിത്തയ്യാറാക്കിയിരുന്നു. എന്നാൽ അതിനു പകരം സംസ്കൃതത്തിൽ തന്നെ എഴുതിയാൽ മതിയെന്ന് അദ്ദേഹം ആർ കെയോടു പറഞ്ഞു. എന്നിട്ട് ടി എസിനോട് ഹേമവതി എന്ന രാഗത്തിന്റെ റൂട്ടിൽ ചെയ്യാൻ പറഞ്ഞു.

'ശ്രീദേവദേവസുതം പ്രണമാമ്യഹം' എന്ന ഗാനം അങ്ങനെ ഒരുക്കിയതാണ്. അത് അതിമനോഹരമായി പാടിയശേഷം അദ്ദേഹം ഫോണെടുത്ത് അന്ന് മദ്രാസിലെ ഏറ്റവും പ്രമുഖരായ നാല് ഉപകരണസംഗീതജ്ഞരെ വിളിച്ചു. വയലിനിൽ അതിപ്രഗത്ഭയായ ടി രുഗ്മിണി, മൃദംഗവിദ്വാൻ തിരുവാരൂർ ഭക്തവൽസലം, ഘടം വിദ്വാൻ ഡി എച്ച് വിനായക റാം, പക്കിരി സ്വാമി എന്ന മോർസിങ് വിദഗ്ദ്ധൻ. ഇവരെയൊക്കെ വിളിച്ചുവരുത്തി അവരെക്കൊണ്ടാണ് ആ പാട്ടിനുവേണ്ടി വായിപ്പിച്ചത്.

ബിച്ചു തിരുമല

പിന്നീട് നിരവധി ഗാനങ്ങൾ യേശുദാസിനുവേണ്ടി ചെയ്തിട്ടുണ്ടെങ്കിലും തന്റെ ആദ്യ അയ്യപ്പൻ ആൽബം ടി എസിന് മറക്കാനാവാത്ത അനുഭവമാണ്.

യേശുദാസിന്റെ ശബ്ദ വൈവിദ്ധ്യത്തെ നന്നായി തിരിച്ചറിഞ്ഞ് ഭക്തിഗാനങ്ങൾ തനിമയോടെ സൃഷ്ടിച്ച സംഗീത സംവിധായകനാണ് ടി എസ് രാധാകൃഷ്ണൻ. ഭക്തിഗാനങ്ങൾ ചെയ്യുന്നതിൽ രാഗവൈവിദ്ധ്യം കൊണ്ട് ഭക്തി വഴിയുന്ന ഭാവമൊരുക്കി തന്റെ

സാന്നിദ്ധ്യം വേറിട്ട് മലയാളിയുടെ മനസ്സിൽ തിരിച്ചറിയിച്ച ശ്രദ്ധേയനായ സംഗീത സംവിധായകനാണ് അദ്ദേഹം. യേശുദാസ് എന്ന ആലാപന വിസ്മയത്തെ ഇന്നും ആരാധനയോടെ മനസ്സിൽ കൊണ്ടു നടക്കുന്ന സംഗീതജ്ഞൻ. യേശുദാസിന്റെ ആലാപന സാദ്ധ്യത നന്നായി മനസ്സിലാക്കിയാണ് ഇത്രയും വൈവിദ്ധ്യമാർന്ന ഗാനങ്ങൾ അദ്ദേഹം സൃഷ്ടിച്ചത്.

ദക്ഷിണാമൂർത്തി കഴിഞ്ഞാൽ യേശുദാസിനുവേണ്ടി ഏറ്റവും കൂടുതൽ ഭക്തിഗാനങ്ങൾക്ക് ഈണം പകർന്നത് ടി എസാണ്. സംഗീതത്തിൽ വേറിട്ട വഴി സ്വീകരിച്ച ടി എസിന്റെ ഗാനങ്ങൾ യേശുദാസിന്റെ കണ്ഠത്തിലൂടെ പുറത്തുവരുമ്പോൾ അതിന് ഭക്തിയുടെ മാസ്മരഭാവമാണ് കാണാൻ കഴിയുക.

ശാസ്താവ് നല്കിയ മകൻ

വിവാഹശേഷം കുറേ വർഷങ്ങൾ കുട്ടികളില്ലാതിരുന്നത് ഗാനഗന്ധർവ്വന്റെ മനസ്സിനെ വല്ലാതെ നോവിച്ചിരുന്നു. അക്കാലത്ത് തമിഴിലിറങ്ങിയ പ്രശസ്തമായ ഗാനം 'പിള്ളൈക്കാഹ പാടുഹിറേൻ..' അദ്ദേഹം ഈ ദുഃഖതീവ്രതയിലാണ് പാടിയതെന്ന് ഗോസിപ്പ് മാഗസിനുകൾ പ്രചരിപ്പിച്ചിരുന്നു. എന്നാൽ, ഭാര്യ ഗർഭിണിയാണ് എന്നറിഞ്ഞ കാലം മുതൽ അദ്ദേഹം സന്തോഷത്തിന്റെ പരകോടിയിലായിരുന്നെന്ന് പല സഹപ്രവർത്തകരും ഓർക്കുന്നു.

തന്റെ ജീവിതത്തിൽ അയ്യപ്പസ്വാമിയുമായുള്ള ആത്മബന്ധം എങ്ങനെയോ നിലനില്ക്കുന്നതായി അദ്ദേഹത്തിന് തോന്നിയിട്ടുണ്ട്. യേശുദാസിന് അയ്യപ്പസ്വാമിയുടെ അനുഗ്രഹമാണത്രെ ആദ്യം മകനെ നല്കുന്നത്. അതും ഒരു ദിവ്യാനുഭവമാണ്. ആദ്യമായി അദ്ദേഹം ശബരിമലയിൽ ദർശനം നടത്തിയശേഷമാണ് ഭാര്യ ഗർഭിണിയാകുന്നത്.

പിന്നീട് ഒരിക്കൽ ഒരു സ്വപ്നദർശനവുമുണ്ടായി. ഭാര്യയുടെ പ്രസവം അടുക്കാറായ ദിവസങ്ങളിലൊന്നിൽ യേശുദാസ് ഒരപൂർവ്വ സ്വപ്നം കണ്ടു. ഒരു കുഞ്ഞയ്യപ്പൻ തന്റെ കാലിലൂടെ ഇഴഞ്ഞ് കയറി ദേഹത്ത് വന്നിരുന്ന് 'പപ്പാ' എന്ന് വിളിക്കുന്നു. അത് അയ്യപ്പനാണ് എന്നാണ് അപ്പോൾ തോന്നിയത്. അപ്പോൾ തന്നെ ഉറപ്പിച്ചു മകനായിരിക്കുമെന്ന്. ഈ വിവരം തൊട്ടടുത്ത ദിവസം റെക്കോർഡിങ്ങിനെത്തുമ്പോൾ അദ്ദേഹം പതിവില്ലാത്ത സന്തോഷത്തോടെ ഗാനരചയിതാവ് ബിച്ചുതിരുമലയോട് പറഞ്ഞു. ബിച്ചുവും അപ്പോൾത്തന്നെ പറഞ്ഞു. മകനായിരിക്കുമെന്ന്. അതുകൊണ്ട് ഞാനൊരു പാട്ട് എഴുതിത്തരാം. മണ്ഡലകാലത്തായിരുന്നു ഇത്. അടുത്ത ദിവസം തന്നെ യേശുദാസ് ശബരിമലയ്ക്ക് പോകുന്നുണ്ട്. അവിടെയെത്തി ഇത് പാടണമെന്ന് ബിച്ചു പറഞ്ഞിരുന്നു.

പിറ്റേന്ന് സ്റ്റുഡിയോയിൽ എത്തിയപ്പോൾ തന്നെ വലിയ അസഹിഷ്ണുതയോടെ യേശുദാസ് ബിച്ചുവിനെ കണ്ട് ആദ്യം ആവശ്യപ്പെട്ടത് പാട്ടാണ്. അന്ന് പാടേണ്ടിയിരുന്ന പാട്ടിനെപ്പറ്റിയൊന്നും ചിന്തിക്കാതെ അദ്ദേഹം അയ്യപ്പനെക്കുറിച്ചുള്ള പാട്ട് വേഗം തന്നെ വാങ്ങി. വല്ലാതെ

നിർവൃതികൊണ്ടു. ഇന്നും ആ നിമിഷങ്ങളെ ബിച്ചുതിരുമലയ്ക്ക് മറക്കാനാവുന്നില്ല. *കരിമ്പന* എന്ന ചിത്രത്തിലെ 'കൊമ്പിൽ കുലുക്കുംകെട്ടി' എന്ന ഗാനമായിരുന്നു അന്ന് റെക്കോർഡ് ചെയ്തത്. രണ്ടു മൂന്നു ദിവസത്തിനകം യേശുദാസ് ശബരിമലയിലെത്തി. അവിടെ അദ്ദേഹം ബിച്ചു എഴുതിയ ഗാനം പാടുകയും ചെയ്തു. അന്നുതന്നെ അവിടെവെച്ച് ശബരിമല ക്ഷേത്ര അധികൃതർ മൈക്ക് സെറ്റിലൂടെ ഒരു അറിയിപ്പ് അനൗൺസ് ചെയ്തു 'യേശുദാസിന് ഒരാൺകുഞ്ഞ് പിറന്നിരിക്കുന്നു.

യേശുദാസിന്റെ അപ്പച്ചന്റെയും ഇളയ സഹോദരന്റെയും ഇപ്പോൾ മകൻ വിജയ് യേശുദാസിന്റെ മകൾ അമേയയുടെയും നക്ഷത്രം അയ്യപ്പന്റെ ജന്മനക്ഷത്രമായ ഉത്രമാണ്. ഇതൊരു ദൈവിക അനുഗ്രഹമായാണ് അദ്ദേഹം കരുതുന്നത്.

പാട്ടെഴുത്തുകാരുടെ സങ്കല്പഗായകൻ

യേശുദാസ് മലയാളത്തിന്റെ എക്കാലത്തെയും ഊഷ്മള ചരിത്രത്തിന്റെ ഭാഗമാണ്. എന്നാൽ, ഒരുപാട് സങ്കല്പങ്ങളുടെയും ഭാഗമാണ്. ചരിത്രം മഹദ് വ്യക്തികളുടേതും സങ്കല്പം സാധാരണക്കാരുടേതുമാണല്ലോ. എന്നാൽ, മഹദ്വ്യക്തികളുടെ ഉള്ളിലും കേവല സങ്കല്പത്തിന്റെ ഭാഗമാകാൻ യേശുദാസിന്റെ ഗാനങ്ങൾ, അല്ല യേശുദാസ് എന്ന വ്യക്തിക്ക് കഴിഞ്ഞിട്ടുണ്ട്. അതിന്റെ ചരിത്രസാക്ഷ്യമായി അതൊക്കെ ഗാനങ്ങളായി പിറക്കുകയും ചെയ്തു. ഇങ്ങനെയൊരപൂർവ്വതയും യേശുദാസിന് സൃഷ്ടിക്കാൻ കഴിഞ്ഞു. അതിൽ മഹാനായ വയലാറിന്റെയും ഒ എൻ വിയുടെയും രമേശൻനായരുടെയും ഗാനങ്ങളുണ്ട്.

'ഗുരുവായൂരമ്പലനടയിൽ
ഒരു ദിവസം ഞാൻ പോകും.'

എന്ന വയലാറിന്റെ ഗാനം പിറന്നത് യേശുദാസിനെ ഗുരുവായൂരിൽ കയറ്റില്ലെന്ന സവർണ്ണരുടെ തീരുമാനത്തിന് വാക്കുകൊണ്ടുള്ള പ്രതിഷേധമായാണ്. വയലാറിന്റെ പ്രവചനാത്മകമായ വരികൾ ഇന്നും അനിശ്ചിതത്വത്തിൽ നില്ക്കുകയാണ്. അക്കാലത്ത് ഗുരുവായൂരിൽ നടന്ന ഒരു പാർട്ടി സമ്മേളനത്തിൽ ഇക്കാര്യം പരസ്യമായി ആവശ്യപ്പെടുകയും ചെയ്തു. യേശുദാസിനെ ക്ഷേത്രത്തിനുള്ളിൽ കയറ്റിയില്ലെങ്കിൽ മരണം വരെ ഉപവസിക്കാൻ താൻ തയ്യാറാണെന്നാണ് അന്ന് വയലാർ പ്രഖ്യാപിച്ചത്. ഇതിനുശേഷമാണ് അദ്ദേഹം ഈ ഗാനമെഴുതുന്നതും.

ഒ എൻ വിയുടെ മനസ്സിനെ എന്നാൽ യേശുദാസ് ഇങ്ങനെയൊരു ചരിത്രവിഷയമായല്ല സ്വാധീനിച്ചത്. മറിച്ച് ഒരു മനോഹര സങ്കല്പമായാണ്. അതിന്റെ പ്രതിസ്ഫുരണമായി അദ്ദേഹം എഴുതി.

'പറയൂ നിൻ ഗാനത്തിൽ
നുകരാത്ത തേനിന്റെ മധുരിമയെങ്ങനെ വന്നു..'

കവിയുടെ ഗാനം അന്തരിച്ച മഹാകവി കുമാരനാശാനെ ഉദ്ദേശിച്ചാണെങ്കിലും ആ ചിന്തയ്ക്ക് പിന്നിൽ യേശുദാസായിരുന്നു എന്ന് സങ്ക

ല്പിക്കാം. അങ്ങനെ വിശ്വസിക്കുന്നവരാണ് അദ്ദേഹത്തിന്റെ ഒട്ടുമിക്ക ആരാധകരും.

'നീയെന്നെ ഗായകനാക്കി

ഗുരുവായൂരപ്പാ..' എന്ന് എസ് രമേശൻനായർ എഴുതിയപ്പോഴും അതിൽ യേശുദാസിന്റെ സംഗീത സാന്നിദ്ധ്യം ഇല്ലാതിരിക്കില്ല. അത്രത്തോളം സമഗ്ര ജീവിതത്തെയും അത് സ്പർശിച്ചിരിക്കുന്നു.

പാട്ടിന് മുമ്പത്തെ പാട്ട്; ഒരു ഗായകന്റെ ജീവിതം

യേശുദാസ് പാടി നമ്മൾ ഹൃദയത്തിൽ ലാളിക്കുന്ന ഒട്ടനേകം പാട്ടുകൾ സൃഷ്ടിച്ചത് നിരവധി സംഗീത സംവിധായകരാണെന്ന് നമുക്കറിയാം. അവരുടെ ഭാവനയാണ് ഒരു ഗാനമായി വിരിയുന്നത്. അവർ രാഗങ്ങളിലൂടെ സ്വപ്നം കാണുന്നവരാണ്. രാഗഛായകളെ സ്വപ്നങ്ങളിലൂടെയും അനുഭവവേദ്യമായ വികാരങ്ങളിലൂടെയും ചാലിച്ചെടുത്താണ് അവർ ഓരോ ഗാനശില്പവുമൊരുക്കുന്നത്. ഇതിലൂടെ അവർ ഒരു സ്വപ്നം നെയ്യുന്നു. ആ സ്വപ്നം അതിന്റെ പൂർണ്ണതയിലേക്ക് വിരിയണമെങ്കിൽ അതിന് ഭാവനാ സമ്പൂർണ്ണനും മധുരശബ്ദത്തിനുടമയുമായ ഒരാൾ വേണം. അതാണ് സംഗീതസംവിധായകർക്കും ആസ്വാദകർക്കും യേശുദാസ്. മറ്റൊരാളുടെ ഭാവനയ്ക്ക് തന്റെ ശബ്ദമധുരിമകൊണ്ട് പൂർണ്ണത നല്കുകയാണദ്ദേഹം.

എന്നാൽ, അധികാരമാരുമോർക്കാതെ ഇവർക്കിടയിൽ മറ്റൊരാൾ പ്രവർത്തിക്കുന്നു. യേശുദാസിനും സംഗീതസംവിധായകനുമിടയിൽ മറ്റൊരു ഗായകൻ. യേശുദാസ് പാടിവെക്കേണ്ട ഗാനം സംഗീതസംവിധായകന്റെ ഭാവനയ്ക്കനുസരിച്ച് ഭാവപൂർണ്ണമാക്കി ഗായകന് അനുഭവവേദ്യമാക്കുന്ന തരത്തിൽ പാടേണ്ട ഒരാൾ. ഓരോ ഗാനത്തിന്റെയും വികാരങ്ങളെ തന്റെ വികാരങ്ങളാക്കി പാടുന്ന ആ ഗായകനു പക്ഷേ, ആസ്വാദകലോകം ഒരു റെക്കോർഡിങ് റൂമിന്റെ ചുവരുകൾ മാത്രമായിരിക്കും. എങ്കിലും ഒരു തൊഴിൽ പോലെ അതിലേറെ സംഗീതാർച്ചന പോലെ അതു നിർവ്വഹിക്കുന്നവരാണ് ട്രാക്ക് ഗായകർ.

തരംഗിണി തുടങ്ങിയ കാലം മുതൽ ഏതാണ്ട് അവസാനകാലം വരെ അവിടത്തെ സ്ഥിരം ട്രാക്ക് ഗായകനായിരുന്നു ചന്ദ്രൻ. തിരുവനന്തപുരം നഗരത്തിലെ ബാർട്ടൺഹില്ലിൽ ജനിച്ചുവളർന്ന ചന്ദ്രൻ അറിയപ്പെടുന്ന

ഗായകനായില്ലെങ്കിലും ഗാനമേളകളിലൂടെ കുറേയൊക്കെ അറിയപ്പെട്ടു. എന്നാൽ, തരംഗിണിക്കുവേണ്ടി രണ്ടായിരത്തിലേറെ പാട്ടുകൾ ട്രാക്ക് പാടിയിട്ടുള്ള ചന്ദ്രൻ യേശുദാസിന്റെ ഒരു പാട്ടും ഗാനമേളകളിൽ പാടിയിട്ടില്ല എന്നത് ഒരു വൈവിദ്ധ്യം.

അൻപതുകളിൽ തൊഴിലാളികളും സാധാരണക്കാരും പരിമിതമായ ജീവിത സാഹചര്യങ്ങളിൽ കഴിഞ്ഞുവന്ന ഗുണ്ടുകാട് എന്ന നഗരത്തിലെ ഉയർന്ന പ്രദേശത്ത് ജനങ്ങളെ ഉദ്ധരിക്കാനായി ബാർട്ടൺ എന്ന സായിപ്പ് വന്നു. ആ സ്ഥലം പിന്നീട് അറിയപ്പെട്ടത് ബാർട്ടൺഹിൽ എന്നാണ്. അവിടെ സ്കൂളും പള്ളിയും ഉയർന്നു. കുറേപ്പേർ ക്രിസ്തുമതത്തിൽ ചേർന്നു. അതിൽ ചന്ദ്രന്റെ കുടുംബക്കാരുമുണ്ടായിരുന്നു. പിന്നീട് സർക്കാർ ഓരോ കുടുബത്തിനും മൂന്നു സെന്റ് സ്ഥലംവച്ച് പതിച്ചുനല്കി. അങ്ങനെ ചന്ദ്രന്റെ അമ്മാവനും കിട്ടി മൂന്ന് സെന്റ്. അമ്മാവന്റെ മകളെ കല്യാണം കഴിച്ച ചന്ദ്രൻ അന്ന് ലഭിച്ച സ്ഥലത്ത് വീടുവെച്ചാണ് ഇപ്പോൾ കഴിയുന്നത്. ഭാര്യ മരിച്ച ശേഷം സംഗീതത്തോട് വിട പറഞ്ഞു. ഇപ്പോൾ വിശ്രമജീവിതം നയിക്കുന്നു.

ഏഴ് മക്കളിൽ ഏറ്റവും ഇളയ മകനായിരുന്നു ചന്ദ്രൻ. അച്ഛൻ വിജയകുമാർ കാഥികനായിരുന്നു. ചേച്ചി ലീലാ മാധവൻ സംഗീതജ്ഞയും സംഗീതകോളേജിലെ പ്രിൻസിപ്പലുമായിരുന്നു.

കുട്ടിക്കാലം വളരെ ദരിദ്രമായ നിലയിലായിരുന്നു ചന്ദ്രന്റേത്. അച്ഛന്റെ കഥാപ്രസംഗത്തിൽനിന്ന് കിട്ടുന്ന തുച്ഛമായ വരുമാനവും അമ്മയുടെ ചെറിയ ജോലിയിൽനിന്ന് കിട്ടുന്ന വരുമാനവുംകൊണ്ടാണ് ഏഴ് മക്കളടങ്ങുന്ന കുടുംബം കഴിഞ്ഞത്. കൂടാതെ ഇടവേളകളിൽ അച്ഛന് കുട നിർമ്മാണവുമുണ്ടായിരുന്നു. അതുകൊണ്ടുതന്നെ അറിയാവുന്ന സംഗീതവും കൊണ്ട് ചെറുപ്പത്തിലേ ഉപജീവനത്തിനിറങ്ങേണ്ടിവന്നു ചന്ദ്രന്. സംഗീതം പഠിച്ചിട്ടുള്ള അച്ഛൻ വെളുപ്പിനേ ഉണർന്ന് പാട്ട് പ്രാക്ടീസ് ചെയ്യുന്നത് കേട്ടുകൊണ്ടായിരുന്നു ഉണർന്നിരുന്നത്. അങ്ങനെ സംഗീതം ഉള്ളിലലിഞ്ഞു. കൂടാതെ ചെറുപ്പത്തിലേ തബലയും ഡുക്കി തരംഗും ഡ്രംസും മറ്റും വായിക്കാൻ പഠിച്ചു. ഗാനമേളകൾക്കും മറ്റും ചെറുപ്പത്തിലേ വായിക്കാൻ പോയിരുന്നു.

സിനിമാ ഗാനങ്ങളിൽ ഫാസ്റ്റ് നമ്പർ പാട്ടുകളോടായിരുന്നു കുട്ടിക്കാലത്തേ ചന്ദ്രന് താല്പര്യം. എന്നാൽ, റേഡിയോയിൽ യേശുദാസിന്റെ പാട്ടുകളാണ് കൂടുതലും കേട്ടിരുന്നത്. 'കുങ്കുമപ്പൂവുകൾ പൂത്തു.' 'അറബിക്കടലൊരു മണവാളൻ' തുടങ്ങിയ ഗാനങ്ങളായിരുന്നു പ്രിയം റേഡിയോ ആദ്യം വീട്ടിലുണ്ടായിരുന്നില്ല. അയലത്തോ മറ്റെവിടെയെങ്കിലുമോ ഉള്ള റേഡിയോയിൽനിന്നാണ് പാട്ടുകൾ കേട്ടിരുന്നത്.

നന്നായി പാടിയിരുന്ന ചേച്ചിക്ക് സ്വാതിതിരുനാൾ കോളേജിൽ അഡ്മിഷൻ കിട്ടി. അന്ന് ചേച്ചിക്ക് കോളേജിൽനിന്ന് ലംപ്സംഗ്രാന്റ് കിട്ടിയിരുന്നു. ആദ്യമായി പൈസ കിട്ടിയത് കൊടുത്ത് ചേച്ചി ഒരു റേഡിയോ വാങ്ങി. അങ്ങനെയാണ് വീട്ടിൽ റേഡിയോ ഉണ്ടാകുന്നത്. ദാസേട്ടന്റെ

ഗാനമേള കേൾക്കണമെന്ന് അതിയായ ആഗ്രഹം മനസ്സിലുള്ള കാലത്താണ് ഒരിക്കൽ അദ്ദേഹം സെൻട്രൽ ജയിലിൽ ഗാനമേളയ്ക്ക് പാടാൻ വന്നത്. അന്നാണ് അദ്ദേഹത്തെ ആദ്യം നേരിൽ കാണുന്നത്.

എന്നാൽ, കൂടുതൽ അടുത്ത് കാണുന്നത് ആകാശവാണിയിൽ പെർകഷൻ വായിക്കാൻ പോകുമ്പോഴായിരുന്നു. അക്കാലത്ത് ഇൻസ്ട്രമന്റ് വായിക്കാനുള്ള കോൺട്രാക്ട് ആകാശവാണിയിൽനിന്ന് ലഭിച്ചിരുന്ന ഒരു ദിവസം ചെല്ലുമ്പോൾ പാടുന്നത് യേശുദാസ്.

പ്രാക്ടീസ് ചെയ്തുകൊണ്ടിരിക്കെ ചന്ദ്രന് ചെറിയ പിഴവ് സംഭവിച്ചു. ഉടൻതന്നെ മുതുകത്ത് ചെറിയ ഒരടിയും കിട്ടി. നോക്കുമ്പോൾ യേശുദാസ് 'തെറ്റാതെ വായിക്കാനറിയില്ലേടാ' എന്ന ചെറുശാസനയോടെ അദ്ദേഹത്തിന്റെ സ്നേഹത്തോടെയുള്ള അടി ചന്ദ്രന് തലോടലായാണ് തോന്നിയത്. പിന്നീട് സുജാതയും ഒപ്പം പാടിയ ഒരു ഗാനമേളയിൽ ജാസ് വായിക്കാൻ ചന്ദ്രനുണ്ടായിരുന്നു. എന്നാൽ, അന്ന് സൗഹൃദം പുതുക്കിയില്ല. പിന്നീട് തരംഗിണി തുടങ്ങിയ കാലം മുതലേ അവിടത്തെ ഇൻസ്ട്രമെന്റ് വായനക്കാരനായി ചന്ദ്രൻ.

അടിയിൽനിന്ന് അംഗീകാരത്തിന്റെ ഊഷ്മളതയാണ് പിന്നീട് തരംഗിണിയിൽ വച്ച് യേശുദാസിൽനിന്ന് കിട്ടുന്നത്. തരംഗിണി ആദ്യമായി ഓണപ്പാട്ടുകൾ ഇറക്കുന്നു. ആലപ്പി രംഗനാഥ് ആണ് സംഗീത സംവിധായകൻ പാട്ടുകളുടെ ട്രാക്കെടുത്ത് വെക്കണം. ചില പാട്ടുകൾ രംഗനാഥ് തന്നെ പാടി. അതിൽ മന്ദ്രസ്ഥായിയിലും താരസ്ഥായിയിലും സഞ്ചാരമുള്ള 'ഹേരാമാ രഘുരാമാ' എന്ന മനോഹര ഗാനമുണ്ട്. നല്ല ഡെപ്ത്തുള്ള ശബ്ദമുള്ളവർക്കേ അത് പാടാൻ കഴിയൂ. അതിന് അടിയന്തരമായി ഒരു ഗായകനെ അന്വേഷിക്കുമ്പോഴാണ് പാട്ടു പഠിച്ചിട്ടുള്ള ചന്ദ്രനെ ഒന്നു പരീക്ഷിക്കാം എന്ന് അഭിപ്രായമുയർന്നത്. പാടിനോക്കിയപ്പോൾ രംഗനാഥിന് തൃപ്തിയായി. പിന്നീട് യേശുദാസ് വന്ന് പാടാനായി ട്രാക്ക് കേട്ടപ്പോൾ തന്നെ പാടിയത് ശ്രദ്ധിച്ചു. അപ്പോൾത്തന്നെ ചോദിച്ചു. ഇതാരാണ് പാടിയതെന്ന്. യേശുദാസ് പാടുന്നത് കണ്ടപ്പോൾത്തന്നെ ഭയഭക്തി ബഹുമാനത്തോടെ ഒരു മൂലയ്ക്ക് മാറി നില്ക്കുകയായിരുന്നു ചന്ദ്രൻ. അവിടെ നിന്നവർ ചൂണ്ടിക്കാണിച്ചു കൊടുത്തു. അദ്ദേഹം സംതൃപ്തിയോടെ ഒന്നു മൂളി. എന്നിട്ടു പറഞ്ഞു: "കൊള്ളാം കേട്ടോ" ആദ്യമായി ട്രാക്ക് പാടുന്ന ഗാനത്തിനു തന്നെ ഇത്രയും മഹാനായ ഒരു ഗായകനിൽനിന്ന് ഇങ്ങനെയൊരഭിപ്രായം കേൾക്കുക എന്നത് വലിയ ബഹുമതിയായാണ് ചന്ദ്രന് തോന്നിയത്. ഒരവാർഡ് കിട്ടിയ പ്രതീതി.

അവിടെ തുടങ്ങി ചന്ദ്രൻ എന്ന അറിയപ്പെടാത്ത ഗായകന്റെ ട്രാക്ക് പാടലിന്റെ കാലം. തന്റെ ശബ്ദം യേശുദാസിനെപ്പോലെ മനോഹരമല്ലെന്ന് ചന്ദ്രന് നല്ല ബോധ്യമുണ്ടായിരുന്നു. എന്നാൽ, പാടുന്നതിന്റെ സ്ഥാനങ്ങളൊക്കെ കൃത്യതയോടെ പാടിയിരുന്നതിനാൽ സംഗീത സംവിധായകർക്കും യേശുദാസിനും തൃപ്തിയായിരുന്നു. പിന്നീട് ഏതാണ്ടെല്ലാ തരംഗിണി റെക്കോർഡിങ്ങിനും ചന്ദ്രനായിരുന്നു ട്രാക്ക് പാടിയിരുന്നത്. അതാ

യിരുന്നു യേശുദാസിന്റെ നിർദ്ദേശം. അതുകൊണ്ടുതന്നെ അദ്ദേഹവുമായി നല്ല ബന്ധമുണ്ടാക്കാനും ചന്ദ്രന് സാധിച്ചു. പിന്നീട് രവീന്ദ്രന്റെ സംഗീതത്തിൽ 'ഉത്രാടപ്പൂനിലാവേ..' തുടങ്ങിയ ഗാനങ്ങൾ, 'മാമാങ്കം', 'അരയന്നമേ' തുടങ്ങിയ ഗാനങ്ങളുമായി വസന്തഗീതങ്ങൾ, 'അമാവാസി നാളിൽ' തുടങ്ങിയ ഗാനങ്ങളുമായി രാഗതരംഗിണി 'ശങ്കരധ്യാനപ്രകാരം' 'ശരത് പൂർണ്ണിമായാമിനിയിൽ' തുടങ്ങിയ ഗാനങ്ങളുമായി 'ഹൃദയാഞ്ജലി' തുടങ്ങി നിരവധി ഗാനങ്ങളുടെ കുത്തൊഴുക്കായിരുന്നു തരംഗിണിയിലൂടെ.

നേരിട്ട് ഒരു പാട്ടും പാടിയില്ലെങ്കിലും ചന്ദ്രൻ ട്രാക്ക് പാടിയ തരംഗിണിയിലെ ഏതാണ്ടെല്ലാ ഗാനങ്ങളും വൻ ഹിറ്റുകളായിരുന്നു എന്നതിൽ ചാരിതാർത്ഥ്യമുണ്ട്. എന്നാൽ, താനൊരു പാട്ടുകാരനാണെന്ന ചിന്തതന്നെ ഈ കലാകാരനുണ്ടായിരുന്നില്ല. ട്രാക്ക് പാടുക എന്നത് ഒരു ഡ്യൂട്ടിയുടെ ഭാഗമായി മാത്രമേ ചന്ദ്രൻ കണ്ടിരുന്നുള്ളൂ. ഫോണില്ലാത്ത കാലത്ത് കൂട്ടുകാരോട് പറഞ്ഞുവിടും തരംഗിണിയിൽ റെക്കോർഡിങ്ങുള്ള ദിവസം. അല്ലെങ്കിൽ ദാസേട്ടൻ എയർപോർട്ടിൽ വന്നുകഴിഞ്ഞാൽ തരംഗിണിയിൽ നിന്നൊരു കാർ വരും. ട്രാക്ക് പാടി ഉടനെ പോകാൻ ദാസേട്ടൻ അനുവദിച്ചിരുന്നില്ല. റെക്കോർഡിങ് സമയത്തും അദ്ദേഹത്തിന് ചന്ദ്രന്റെ സഹായം വേണ്ടിവന്നു. എവിടെയെല്ലാം ബി ജി എം ഉണ്ടെന്നും മറ്റുമുള്ള കാര്യം പാടുന്നതിനിടെ ചന്ദ്രൻ കൈകൊണ്ട് കാട്ടിക്കൊടുക്കുന്നത് അദ്ദേഹത്തിന് വേഗം പാടാൻ സഹായിച്ചിരുന്നു.

നാടകങ്ങൾക്കുവേണ്ടി തബല വായിക്കാൻ ചന്ദ്രൻ പോയിരുന്നത് നിക്കറിടുന്ന പ്രായത്തിലായിരുന്നു. അന്ന് നാടകങ്ങളിലെ ഗായകനായിരുന്നു സംഗീത സംവിധായകൻ രവീന്ദ്രൻ മാഷ്. അന്നദ്ദേഹവുമായി നല്ല ബന്ധത്തിലുമായിരുന്നു. അക്കാലത്ത് സംഗീത കോളേജിൽ പഠിച്ചിരുന്ന ഒരു പെൺകുട്ടിയുമായി അദ്ദേഹത്തിനൊരു പ്രണയമുണ്ടായിരുന്നു. അതിന് ഇടനിലക്കാരനായും ചന്ദ്രൻ പ്രവർത്തിച്ചിട്ടുണ്ട്. അക്കാലത്ത് തണ്ടർ ബേർഡ്സ് എന്ന ഗാനമേള ട്രൂപ്പിലും രവീന്ദ്രൻ പാടുന്നുണ്ട്. അവരുടെ ഗാനമേളകളെ കൊഴുപ്പിക്കാൻ അക്കാലത്ത് രവീന്ദ്രൻ ഉണ്ടാക്കിയ പാട്ടാണ് പിന്നീട് ഒരു സിനിമയിലൂടെ ഹിറ്റായ 'ശാരീമേരി രാജേശ്വരീ...'

ശാരി എന്ന കാമുകിയുടെ ഓർമ്മയ്ക്ക് കൂടിയായിരുന്നു ഗാനം അങ്ങനെ തുടങ്ങിയതെന്നും ചന്ദ്രൻ ഓർക്കുന്നു. എന്നാൽ, പിന്നീട് മദ്രാസിലേക്ക് പോയ ശേഷം രവീന്ദ്രനെ ചന്ദ്രൻ കാണുന്നത് വർഷങ്ങൾക്കു ശേഷം തരംഗിണിയിൽ 'ഉത്സവഗാനങ്ങൾ' എന്ന ആൽബം മ്യൂസിക് ചെയ്യാനായി എത്തുമ്പോഴാണ്. അവിടെ ട്രാക്ക് പാടാൻ വന്ന ചന്ദ്രനെ അന്നാദ്യം രവീന്ദ്രൻ തിരിച്ചറിഞ്ഞില്ല. പഴയ കാലം ഓർമ്മിപ്പിക്കേണ്ടി വന്നു. 'ഉത്രാടപ്പൂനിലാവേ'യും 'വലംപിരിശംഖിൽ തുളസീതീർത്ഥ'വുമൊക്കെ രവീന്ദ്രൻ പഠിപ്പിച്ചപ്പോൾ വലിയ അടുപ്പമാണ് ചന്ദ്രന് തോന്നിയത് പ്രതീക്ഷിച്ചതുപോലെ ഈ ഗാനങ്ങൾ മലയാളികളുടെ മനസ്സിൽ എത്രയോ കാലം നിറഞ്ഞു നിന്നവയാണ്.

ചന്ദ്രൻ

യേശുദാസിന്റെ ശബ്ദ സൗകുമാര്യവും ആലാപനവശ്യതയും റേഞ്ചുമൊക്കെ വളരെയധികം വൈവിദ്ധ്യവല്ക്കരിച്ച പാട്ടുകളായിരുന്നു തരംഗിണി ആൽബങ്ങളിലൂടെ പുറത്തിറങ്ങിയത്. ഇവയൊക്കെ ആദ്യമായി പാടുമ്പോഴും ഒരു വലിയ പാട്ടുകാരനാവുക എന്ന മോഹം ചന്ദ്രനെ ഭരിച്ചില്ല. തന്റെ ശബ്ദം അതിനത്ര യോജിച്ചതല്ലെന്ന് അദ്ദേഹം സ്വയം തീരുമാനിക്കുകയായിരുന്നു. രവീന്ദ്രൻ മാഷും ദേവരാജൻമാഷുമൊക്കെ പാട്ട് കൊടുക്കാം എന്ന് അങ്ങോട്ട് പറഞ്ഞെങ്കിലും സാഹചര്യമുണ്ടായിരുന്നില്ല.

ഗാനമേളകളിൽ പെർകഷൻ ഇൻസ്ട്രമെന്റ് വായിക്കാനായിരുന്നു ചന്ദ്രന് മോഹം. ഇടയ്ക്ക് ചില തമാശപ്പാട്ടൊക്കെ പാടും.

ഒരിക്കൽ 'റംപാഹോ...' എന്ന ഹിറ്റ് ഗാനം പാടിയതോടെ ശ്രദ്ധിക്കപ്പെട്ടു. അതോടെ ഹിന്ദി, തമിഴ് ഗാനങ്ങൾ പാടിത്തുടങ്ങി. എൺപതുകളിലും തൊണ്ണൂറുകളിലും കേരളത്തിലെ ഗാനമേള ഗ്രൂപ്പുകളിൽ അറിയപ്പെടുന്ന തമിഴ് പാട്ടുകാരനായിരുന്നു ചന്ദ്രൻ. ഒരിക്കൽപ്പോലും യേശുദാസിന്റെ ഗാനം സ്റ്റേജിൽ പാടിയിട്ടില്ല. തരംഗിണിയിൽ നിരവധി സംഗീതസംവിധായകരുടെ പാട്ടുകൾ പാടിയിട്ടുണ്ടെങ്കിലും മനസ്സുകൊണ്ട് ഏറെ ഇഷ്ടപ്പെട്ട സംഗീതസംവിധായകനായ ജോൺസന്റെ ഒരു പാട്ടും പാടാൻ ചന്ദ്രന് കഴിഞ്ഞിട്ടില്ല. അദ്ദേഹം അടുപ്പിച്ചിട്ടില്ല എന്നുവേണം പറയാൻ. വളരെ സ്ട്രിക്ട് ആയ സംഗീതസംവിധായകനാണ് ജോൺസൺ. അദ്ദേഹത്തിന്റെ 'മധുരം ജീവാമൃതബിന്ദു' എന്ന ഗാനമാണ് ചന്ദ്രന് ഏറ്റവും പ്രിയപ്പെട്ട ഗാനം. ആ ഗാനം സിനിമയിലും ടി വിയിലും കാണുമ്പോൾ തന്നെപ്പോലുള്ള കലാകാരന്മാരുടെ ജീവിതം കാണുന്നതുപോലെയായിരുന്നു ചന്ദ്രന്. അങ്ങനെ ചിന്തിക്കാൻ പോലും പ്രേരിപ്പിച്ചത് യേശുദാസിന്റെ ശബ്ദമായിരുന്നെന്നും ചന്ദ്രൻ തിരിച്ചറിയുന്നു.

അദ്ദേഹത്തിന്റെ ശബ്ദവും ആലാപനവും വിസ്മയിപ്പിച്ച കോരിത്തരിപ്പിച്ച ഗാനമായിരുന്നു ടി എസ് രാധാകൃഷ്ണന്റെ *തുളസിതീർത്ഥ*ത്തിലെ 'ഒരു നേരമെങ്കിലും കാണാതെ വയ്യെന്റെ' എന്ന ഗാനം. ഇത് ട്രാക്ക് പാടിയത് ചന്ദ്രനാണ്. പാടുമ്പോഴേ ഈ ഗാനത്തിന്റെ സാദ്ധ്യതയെക്കുറിച്ചും അതിന്റെ ആകർഷണീയതയെക്കുറിച്ചും ചിന്തിച്ചിരുന്നു. വരികളും സംഗീ

തവും വല്ലാതെ സ്വാധീനിച്ചു. ആ നിർവൃതിയിലാണ് പാടിയത്. എന്നാൽ, ദാസേട്ടൻ വന്നു പാടുമ്പോൾ ചന്ദ്രൻ അവിടെയുണ്ടായിരുന്നില്ല. ഒരു ദിവസം രാവിലെ വീട്ടിനടുത്തുള്ള അമ്പലത്തിൽനിന്നാണ് ഈ ഗാനം കേൾക്കുന്നത്. അപ്പോൾ അറിയാതെ പറഞ്ഞുപോയി. ദൈവമേ... ആ ഗാനം എത്ര മനോഹരമായാണ് ദാസേട്ടന്റെ ശബ്ദത്തിലൂടെ കേൾക്കുന്നത്. പിന്നീടറിഞ്ഞു ആ ഗാനത്തിന്റെ റെക്കോർഡിങ്ങിനിടെ ദാസേട്ടൻ വിതുമ്പിപ്പോയ വിവരം.

പിന്നീട് ഒരു ദിവസം കൂടെ ജോലി ചെയ്തവർ തെറ്റിദ്ധരിപ്പിച്ചതനുസരിച്ച് തരംഗിണിയിൽനിന്ന് പടിയിറങ്ങേണ്ടിവന്നു ചന്ദ്രന്. പിന്നീട് കുറേക്കാലം ഗാനമേളകൾ. പിന്നീട് സെക്യൂരിറ്റി ജോലി. ഇപ്പോൾ വീട്ടിൽ വിശ്രമജീവിതം നയിക്കുന്നു.

ഗാനമേളക്കാലം ഗന്ധർവ്വൻ പാട്ടിന്റെ പിൻപറ്റുകാർ

ഗാനമേളകളുടെ പരിണാമം

ആദ്യകാലത്ത് പാട്ടുകൾ കേൾക്കാനുള്ള മാർഗ്ഗം റേഡിയോയും സിനിമയും മാത്രമായിരുന്നല്ലോ. ദിവസേന കൃത്യമായ ഇടവേളകളിൽ മാത്രം വന്നിരുന്ന ആകാശവാണിയുടെ ചലച്ചിത്രഗാനപരിപാടിയായിരുന്നു പ്രധാന ആശ്രയം. മറ്റെല്ലാ പരിപാടികളും മാറ്റിവെച്ച് ആളുകൾ അതു കേൾക്കാനായി റേഡിയോയുടെ അടുത്തു വന്നിരിക്കുമായിരുന്നു. തന്നെയുമല്ല അന്ന് എല്ലാ വീട്ടിലും റേഡിയോ ഇല്ല. നാട്ടിൽ പ്രമാണികളായ ആളുകളുടെ വീട്ടിൽ മാത്രമേ റേഡിയോ ഉള്ളൂ. അടുത്ത വീട്ടിൽ റേഡിയോ വെക്കുന്നത് വീട്ടിലിരുന്ന് കേൾക്കുന്നവരുണ്ട്. അവിടെ പോയി കേൾക്കുന്നവരുമുണ്ട്. കുട്ടികളൊക്കെ ചലച്ചിത്രഗാനത്തിന്റെ സമയമാകുമ്പോൾ അയലത്തെ വീട്ടിലേക്ക് ഓട്ടമാണ്.

പത്രം കഴിഞ്ഞാൽ വാർത്തയറിയാനുള്ള ഏക മാർഗ്ഗവും റേഡിയോ ആയിരുന്നു. ഉച്ചയ്ക്ക് ഒരു മണിക്ക് ചലച്ചിത്രഗാനം തുടങ്ങും. അതിന് മുമ്പായി പത്ത് മിനിട്ട് ഡൽഹിയിൽനിന്നുള്ള മലയാളം വാർത്ത. കാരണവർ ചാരുകസേരയിലിരുന്ന് ലോകവാർത്തകൾ ഗൗരവത്തിൽ കേട്ടുകൊണ്ടിരിക്കും. അപ്പോഴേക്കും അയലത്തുനിന്നൊക്കെ വിവിധ പ്രായത്തിലുള്ള കുട്ടികൾ ഓരോരുത്തരായി വന്ന് ഇറയത്തും പടിയിലും മുറ്റത്തുമൊക്കെയായി സ്ഥാനം പിടിക്കും. വാർത്ത നീണ്ടുപോകുന്തോറും ക്ഷമ കെടും. ഒടുവിൽ ചലച്ചിത്രഗാനമെത്തുന്നതോടെ എല്ലാവരുടെയും മുഖം തെളിയും.

എഴുപതുകളുടെ ഒടുക്കമൊക്കെ ആയതോടെ പതിയെപ്പതിയെ എല്ലാ വീടുകളിലും റേഡിയോ ആയി. പിന്നെ വീട്ടിൽ എല്ലാവരും അതിന് ചുറ്റും കൂടിയിരുന്ന് കേൾക്കുക എന്നതായി. അച്ഛനമ്മമാരും സഹോദരങ്ങളുമൊക്കെ ചേർന്നിരുന്ന് പാട്ടു കേൾക്കൽ. പാട്ടു ചർച്ചകൾ. വീടുകളിലെ

റിയാലിറ്റി ഷോ, ചെറിയ ക്ലബ്ബുകളിൽ പാട്ട്, പിന്നെ ചെറു ഗാനമേള സംഘങ്ങൾ. അങ്ങനെ പടിപടിയായി സ്റ്റേജുകളിൽനിന്ന് സ്റ്റേജുകളിലേക്കുള്ള പ്രയാണത്തിലൂടെ പ്രൊഫഷണൽ ഗാനമേളകളിലേക്ക്.

റേഡിയോയും സിനിമയും കഴിഞ്ഞാൽ പിന്നെ ഗാനങ്ങൾ ജനങ്ങളിലെത്തിക്കുന്നതിൽ മുഖ്യപങ്ക് വഹിച്ചത് ഗാനമേളകളാണ്. അമ്പതുകൾ മുതൽ കേരളത്തിൽ ഗാനമേളകൾ നിലനില്ക്കുന്നു. എന്നാൽ, ആദ്യകാലത്ത് അത്രവലിയ പ്രചാരമില്ല. കഥാപ്രസംഗവും നാടകവും ബാലെയും അരങ്ങുവാണ കാലത്ത് ഗാനമേളകൾ സർവ്വസാധാരണമായിരുന്നില്ല. പ്രത്യേകിച്ച് നഗരങ്ങളിൽ മാത്രമായി അത് ഒതുങ്ങിനിന്നു. അമ്പലപ്പറമ്പുകളിലേക്കൊന്നും ആദ്യകാലത്ത് ഗാനമേളയെ അടുപ്പിച്ചിരുന്നില്ല. പിന്നീട് അമ്പലപ്പറമ്പുകളുടെ ആഘോഷ അരങ്ങായി ഗാനമേളകൾ.

ഇന്നത്തെ കച്ചേരികൾപോലെ തറയിൽ ചമ്രം പടിഞ്ഞിരുന്നായിരുന്നു ആദ്യകാലത്ത് ഗാനമേള പാടിയിരുന്നത്. യേശുദാസും ആദ്യകാലത്ത് തറയിലിരുന്ന് ഗാനമേള അവതരിപ്പിച്ചിട്ടുണ്ട്. അതിന്റെ ചിത്രങ്ങൾ അടുത്ത കാലത്ത് പ്രസിദ്ധീകരിച്ചിരുന്നു.

ആദ്യകാലത്ത് സിനിമയിലെ ഗായകനായിരുന്നു പ്രധാനമായും ഗാനമേള അവതരിപ്പിച്ചിരുന്നത്. പിന്നീട് വിദേശത്തെ പോപ്പ് മ്യൂസിക്കിനെപ്പറ്റിയുള്ള വാർത്തകളും ചിത്രങ്ങളുമൊക്കെ വന്നതോടെ ഇവിടെയും ട്രൂപ്പുകൾ എന്ന സങ്കല്പം വന്നുതുടങ്ങി. നിരവധി ഉപകരണങ്ങൾ നമ്മുടെ നാട്ടിലേക്കും പ്രചാരത്തിലെത്തിയതോടെ വലിയ ഓർക്കെസ്ട്ര സംഘങ്ങൾ സൃഷ്ടിക്കപ്പെട്ടു.

എഴുപതുകളുടെ ഒടുവിലോടെ ധാരാളം പാശ്ചാത്യ ഉപകരണങ്ങൾ ഇവിടെ പ്രചാരം നേടി. അക്കോഡിയൻ, ഇല്കട്രിക് ഗിത്താർ, കോഗോ ഡ്രംസ് ജാസ്, സിന്തസൈസർ, ഓർഗ്ഗൻ എന്നിങ്ങനെ. ഓരോ പ്രദേശങ്ങളിലായി ചെറുചെറു ട്രൂപ്പുകൾ മുളപൊട്ടി. അതിൽ സിനിമാ പിന്നണിഗായകരുണ്ടായിരുന്നില്ല. പകരം പുതിയ പുതിയ ഗായകരായിരുന്നു.

സിനിമാ ഗാനങ്ങളെ ഒന്നടങ്കം യേശുദാസ് അടക്കിഭരിക്കുന്ന കാലം ഒരു ഗാനമെന്നാൽ യേശുദാസ് പാടുന്നത് എന്നതിനപ്പുറം മലയാളികൾക്ക് ചിന്തിക്കാൻ കഴിയാത്ത കാലം. പാട്ടിന്റെ ഏത് വികാരവും യേശുദാസിന്റെ ശബ്ദത്തിലൂടെ തന്നെ പുറത്ത് വരണം. പ്രണയമായാലും വിരഹമായാലും അടിപൊളിയായാലും. ഗാനം എന്നതിന്റെ അനന്തസാദ്ധ്യതയാണ് യേശുദാസ് തുറന്നിട്ടത്; വികാരങ്ങൾ അനുഭവിക്കാൻ, സ്വപ്നം കാണാൻ, ദുഃഖം മറക്കാൻ, നിർവൃതികൾ നുകരാൻ അങ്ങനെയങ്ങനെ.

ഇന്നിപ്പോൾ ഓരോതരം ഗാനങ്ങൾക്ക് കൂടുതൽ യോജിക്കുന്ന ഗായകർ നമുക്കുണ്ട്. ഹരിഹരനിൽ നിന്ന് മലയാളികൾ പ്രതീക്ഷിക്കുന്നത് ഒരിക്കലും ഒരു ഡപ്പാംകൂത്ത് പാട്ടല്ല. അതേസമയം ശങ്കർ മഹാദേവനിൽനിന്ന് മലയാളികൾ കൂടുതലും പ്രതീക്ഷിക്കുന്നത് അടിപൊളിപ്പാട്ടുകളാണ്.

എന്നാൽ, അക്കാലത്ത് അങ്ങനെയൊരു വേർതിരിവില്ല. ഏത് തരം ഗാനമായിക്കോട്ടെ. പാടുന്നത് യേശുദാസ് ആയിരിക്കണം. അതുകൊണ്ടു

തന്നെ അക്കാലത്ത് ഗാനമേളകളിൽ കടന്നുവരുന്നവരും പരമാവധി യേശുദാസിനെപ്പോലെ പാടാനാണ് ശ്രമിച്ചത്. അതായിരുന്നു ഉത്തമമായ മാതൃകയും.

ക്ഷേത്രോത്സവങ്ങളിലേക്ക് ഗാനമേളകൾ കടന്നുവന്നതോടെയാണ് അതിന് പ്രചാരം ഇത്രത്തോളം വർദ്ധിച്ചത്. കാരണം, അതോടെ വേദികൾക്ക് പഞ്ഞമില്ലാതായി. ക്ഷേത്രങ്ങളിൽ ക്ലാസിക്കൽ കലകൾ മാത്രം ആസ്വദിച്ചുകൊണ്ടിരുന്ന സാധാരണക്കാർക്ക് വേഗം ദഹിക്കുന്ന ഗാനമേളകൾ വലിയ ആവേശമാണ് നല്കിയത്.

ആചാരങ്ങളിലും നിഷ്ഠകളിലും ഇന്നും യാഥാസ്ഥിതിക മാമൂലുകളിൽ കുടുങ്ങിക്കിടക്കുന്ന ഉത്തരകേരളത്തിലെ ക്ഷേത്രങ്ങളേക്കാളുപരി വേഗം ജനാധിപത്യം എത്തിയവയായിരുന്നു തെക്കൻ കേരളത്തിലെ ക്ഷേത്രങ്ങൾ. അതുകൊണ്ടുതന്നെ ധാരാളം അവസരങ്ങൾ ഇവിടെയായിരുന്നു. പ്രത്യേകിച്ചും തിരുവനന്തപുരം, കൊല്ലം, ആലപ്പുഴ, എറണാകുളം, തൃശൂർ ജില്ലകൾ.

സിനിമകളിൽത്തന്നെ എല്ലാ തെന്നിന്ത്യൻ ഭാഷകളിലും ഹിന്ദിയിലുമായി പാടിയിരുന്ന യേശുദാസിന് അന്ന് ഗാനമേളകൾക്ക് ഒട്ടും നേരം കിട്ടിയിരുന്നില്ല. അഥവാ അദ്ദേഹം വല്ലപ്പോഴും ഗാനമേളകൾക്ക് വന്നാൽത്തന്നെ അത് ഏതാനും വലിയ നഗരങ്ങളിൽ മാത്രമായി ഒതുങ്ങി. ഗ്രാമീണർക്ക് അദ്ദേഹത്തെ നേരിൽ കാണാനോ പാടുന്നത് കേൾക്കാനോ അവസരമില്ല. ആകെയുള്ളത് അദ്ദേഹത്തിന്റെ ഗാനങ്ങൾ പാടുന്ന മറ്റ് ഗായകരുടെ ഗാനമേളകൾ കേൾക്കുക എന്നതായിരുന്നു.

അമ്പലങ്ങളിൽ ഒരുകാലത്ത് ഏറെ പ്രധാനമായിരുന്ന സംഗീതക്കച്ചേരികളുടെ തുടർച്ചപോലെയാണ് ഗാനമേളകളുടെ ചരിത്രം. ആദ്യകാലത്ത് വലിയ ഭാഗവതർമാരായിരുന്നു സിനിമയിലും പാടിയിരുന്നത്. വാഗ്ഗേയകാരനായ പാപനാശം ശിവൻ, എം കെ ത്യാഗരാജഭാഗവതർ, ടി ആർ മഹാലിംഗം, ശീർഗാഴി ഗോവിന്ദ രാജൻ, കെ ബി സുന്ദരാംബാൾ, എം എസ് സുബ്ബലക്ഷ്മി, എം എൽ വസന്തകുമാരി തുടങ്ങിയവരായിരുന്നു ആദ്യകാലത്ത് തമിഴിലെ പ്രമുഖ ഗായകർ. ഇവരായിരുന്നു പ്രധാനമായും കേരളത്തിലെ പ്രമുഖ ക്ഷേത്രങ്ങളിൽ കച്ചേരി അവതരിപ്പിച്ചിരുന്നത്. ഇവരൊക്കെ സിനിമാപ്പാട്ടുകാരായിരുന്നതിനാൽ കച്ചേരിയോടൊപ്പം സിനിമാഗാനങ്ങളും പാടി. മലയാളത്തിലെ അക്കാലത്തെ പ്രമുഖ ഗായകരായ സെബാസ്റ്റ്യൻ കുഞ്ഞുകുഞ്ഞു ഭാഗവതർ, യേശുദാസിന്റെ പിതാവ് അഗസ്റ്റിൻ ജോസഫ് തുടങ്ങിയവരൊക്കെ സംഗീതനാടകങ്ങളിലായിരുന്നു പാടിയിരുന്നത്.

ചരിത്രം തിരുത്തിയ തണ്ടർബേഡ്സ്

തെക്കൻ കേരളത്തിൽ ഗാനമേളകൾക്ക് ആദ്യമായി ആധുനികമായ രൂപഘടന നല്കിയ ഗായകനും ഗാനമേള സംഘാടകനുമാണ് തിരുവനന്തപുരം സ്വദേശിയായ തണ്ടർബേഡ്സ് ബാബു എന്നറിയപ്പെടുന്ന

തണ്ടർ ബേഡ്സ് ബാബു

ബാബു. കേരളത്തിലെ ആദ്യത്തെ ശ്രദ്ധേയമായ ഗാനമേള ട്രൂപ്പായിരുന്നു തണ്ടർബേഡ്സ്. അക്കോഡിൻ വായിച്ചിരുന്ന വേണു, ബാബു, അനിയൻ എന്ന ബാലകൃഷ്ണൻ തുടങ്ങിയവരായിരുന്നു. അണിയറ പ്രവർത്തകർ. അന്നത്തെ പല പ്രമുഖ ഗായകരും തണ്ടർബേഡ്സിന് വേണ്ടി പാടിയിട്ടുണ്ട്. പാളയം കേന്ദ്രീകരിച്ച് ഹസൻ മരിക്കാർ മ്യൂസിക്കും ചാല കേന്ദ്രീകരിച്ച് കലാകേരള ഗാനമേള ട്രൂപ്പുമാണ് അക്കാലത്തുണ്ടായിരുന്നത്. കൊല്ലത്ത് അക്കാലത്ത് ശ്രദ്ധേയമായ ട്രൂപ്പുകൾ ആരംഭിച്ചു. പ്ലേ ബാക്ക് സിങ്ങർ എന്ന നിലയിൽ കമുകറയുടെയും കെ പി ഉദയഭാനുവിന്റെയും ഗാനമേള ഉണ്ടായിരുന്നു. മൃദംഗം, ഹാർമ്മോണിയം, ബുൾബുൾ, ചിലങ്ക, ഗഞ്ചിറ എന്നിവയൊക്കെ വെച്ച് തറയിലിരുന്നാണ് അക്കാലത്ത് പാടുന്നത്. പാട്ടിനോടൊപ്പം ഉപകരണങ്ങളും വായിക്കും. അല്ലാതെ പാട്ടിന്റെ കൃത്യമായി ബി ജി എം ഒന്നുമില്ല. കൂടുതലും ഹിന്ദിപ്പാട്ടുകളും തമിഴ് പാട്ടുകളുമാണ് അവതരിപ്പിച്ചിരുന്നത്. അന്ന് പെണ്ണുങ്ങൾ പാടില്ല. ആരും പാടാൻ വന്നിരുന്നില്ല. അന്നാദ്യം തിരുവനന്തപുരം ഭാഗത്ത് വന്നത് പ്രേമ എന്ന സ്ത്രീയാണ്. പിന്നീടാണ് പെൺകുട്ടികളൊക്കെ പാടാൻ വന്നു തുടങ്ങിയത്.

ഓർക്കസ്ട്രയിൽ ശ്രദ്ധേയമായ മാറ്റങ്ങൾ കൊണ്ടുവന്ന വാദ്യോപകരണമാണ് ഗിറ്റാർ. തണ്ടർബേഡ്സിലെ എസ് എ സ്വാമി ഡൽഹിയിൽ പഠിക്കാൻ പോയി വന്നപ്പോഴാണ് ഗിറ്റാർ കൊണ്ടു വരുന്നത്. അക്കോഡിയനുമായി വേണു വന്നു. ബാലകൃഷ്ണൻ എന്നൊരാൾ കുതിരക്കുളമ്പടിയുമായി വന്നു. പിന്നീട് കോങ്ഗോ ഡ്രം വന്നു. ആദ്യം ബോങ്കോസ് ആയിരുന്നു. ആദ്യമായി കോങ്ഗോ ഡ്രം ഇവിടെ നിർമ്മിച്ചാണ് വായിച്ചത്. എഫക്ട്സ് വായിക്കുന്ന ശ്രീകണ്ഠനാണ് സ്വന്തമായി ഒരെണ്ണം ഉണ്ടാക്കിയത്. സഞ്ചിയിൽ ചിരട്ട, ചീപ്പ്, ചിലങ്ക തുടങ്ങിയവയുമായിട്ടാണ് അന്ന് ഇഫക്ട്സുകാർ എത്തിയിരുന്നത്.

കാലം മാറുന്നു

ഗാനമേളകളിൽ വ്യാപകമായി മലയാളഗാനങ്ങൾ പാടാൻ തുടങ്ങിയത് യേശുദാസിന്റെ സിനിമയിലെ വരവോടെയാണ്. അക്കാലത്തും ഗാനമേളകളിൽ ജനങ്ങളെ വിസ്മയിപ്പിച്ച ഗായകനാണ് മുഹമ്മദ് റഫി. മിക്കവാറും റഫി ഗാനങ്ങളാണ് അന്ന് കേരളത്തിൽ അലയടിച്ചിരുന്നത്.

ഗാനമേള പാട്ടുകാരനായി ബാബു വരുമ്പോൾ 14 വയസ്സ്. റഫിയുടെ

പാട്ടുകളാണ് അന്നു മുതൽ പാടിയിരുന്നത്. ചാല കേന്ദ്രീകരിച്ചുള്ള കലാകേരളയിലൂടെയായിരുന്നു അരങ്ങേറ്റം. തുടർന്നാണ് ബാബുവിന്റെ നേതൃത്വത്തിൽ തണ്ടർബേഡ്സ് രൂപീകരിക്കുന്നത്. തണ്ടർബേഡ്സിന്റെ ആദ്യ ഗാനമേള ഗാനമേളകളുടെ ചരിത്രത്തിൽ ഒരു നാഴികക്കല്ലാവുകയും ചെയ്തു. വി ജെ ടി ഹാളിൽവെച്ചായിരുന്നു പരിപാടി. അതിനുള്ള തയ്യാറെടുപ്പുകൾ നടത്തുന്നതിനിടെ ബാബുവിന് മുഹമ്മദ് റഫിയുടെ ഒരു വ്യത്യസ്തമായ ചിത്രം കിട്ടി.

മഹാത്മാഗാന്ധി, മുഹമ്മദ് റഫി എന്നിവരുടെ ഫോട്ടോകളും ചിത്രങ്ങളും എവിടെക്കണ്ടാലും വാങ്ങി സൂക്ഷിക്കുന്ന സ്വഭാവമുണ്ട് ബാബുവിന്. ഇതറിയാവുന്ന ബേക്കറി നടത്തുന്ന ഒരു സുഹൃത്ത് സാധനങ്ങൾ പൊതിയുന്നതിനിടെ കണ്ട ചിത്രമാണ് ബാബുവിന് നല്കിയത്. എന്നാൽ ബാബുവിനെ ആ ചിത്രം ഞെട്ടിച്ചുകളഞ്ഞു. ഒരു പൊതുവേദിയിൽ റഫിയുടെ ഗാനമേളയുടെ ചിത്രമായിരുന്നു അത്. അതുവരെ കണ്ടിട്ടില്ലാത്ത രീതിയിൽ റഫി നിന്നുകൊണ്ട് പാടുന്ന പടമായിരുന്നു അത്. അത് കണ്ടപ്പോൾത്തന്നെ ഗാനമേള എന്തുകൊണ്ട് നിന്ന് പാടിക്കൂടാ എന്ന് ബാബു ചിന്തിച്ചു. എന്നാൽ, ഗാനമേളകളിൽ വലിയ മാറ്റം കൊണ്ടുവരാൻ കൂടി കഴിയുന്ന ആ തീരുമാനം പറഞ്ഞപ്പോൾ സഹപ്രവർത്തകർ എതിർത്തു. നിന്ന് പാടാൻ ആരും തയ്യാറല്ല. എന്നാൽ, ബാബു തീരുമാനത്തിൽ ഉറച്ചുനിന്നു. എം ജി രാധാകൃഷ്ണൻ, ബ്രഹ്മാനന്ദൻ, കെ പി ഉദയഭാനു തുടങ്ങിവയരായിരുന്നു ഗായകർ. ഒടുവിൽ എല്ലാവരും സമ്മതിക്കുകയും ആദ്യമായി നിന്നു പാട്ടുപാടി ഗാനമേള വിജയിപ്പിക്കുകയും ചെയ്തു. അന്നു മുതലാണ് എല്ലാവരും നിന്നു പാടാൻ തുടങ്ങിയതെന്ന് ബാബു പറയുന്നു.

ബാബുവിനോട് സുഹൃത്ത് വേണു എപ്പോഴും കുളത്തൂപ്പുഴക്കാരൻ ഒരു രവീന്ദ്രനെപ്പറ്റി പറയും. അക്കാദമിയിലെ സംഗീതവിദ്യാർത്ഥിയാണ്. നല്ല ഗായകൻ. പാവപ്പെട്ട വീട്ടിൽ നിന്ന് വരുന്നയാളാണ്. പഠനത്തിനുതന്നെ പണമില്ല. ഗാനമേള ട്രൂപ്പിലെടുത്താൽ നന്നായി. എന്നാൽ, ആദ്യം ഇടമുണ്ടായിരുന്നില്ല. ആറന്നൂർ വാസുപിള്ള എന്നൊരു വില്പാട്ടുകാരനുണ്ട്. അന്നയാൾ തിരുവനന്തപുരം മേട്ടുക്കട ഭാഗത്തെ കവലച്ചട്ടമ്പിയുമാണ്. അയാളുടെ കൂടെ വില്പാട്ട് പാടാൻ രവീന്ദ്രൻ പോയതായി വേണു വന്നുപറഞ്ഞു: “അവൻ വളരെ കഷ്ടപ്പെടുന്നു. നന്നായി പാടുന്നവനാണ്. വെറുതെ വില്പാട്ട് പാടി ജീവിതം നശിപ്പിക്കേണ്ടിവരും. അവനെ ട്രൂപ്പിൽ ചേർക്കണം.” അതനുസരിച്ച് രവീന്ദ്രനെ ഉൾപ്പെടുത്താൻ ബാബു തീരുമാനിച്ചു.

രവീന്ദ്രനെ വില്പാട്ടിൽ നിന്നകറ്റിയതിന് ആറന്നൂർ വന്ന് ചൂടായെങ്കിലും പിന്നീട് അദ്ദേഹത്തെ കാര്യം പറഞ്ഞ് മനസ്സിലാക്കി. രവീന്ദ്രൻ അന്ന് തമിഴ്പാട്ടായിരുന്നു പാടിയിരുന്നത്. തണ്ടർബേഡ്സിലെ ഗായകനായി കുളത്തൂപ്പുഴ രവി എന്നാണ് അറിയപ്പെട്ടത്.

പഠിക്കുന്ന കാലത്ത് യേശുദാസ് ചെറിയ ചെറിയ ഗാനമേളകളിലൊക്കെ പാടുന്നുണ്ട്. വേണു വന്ന് പറയും അക്കാദമിയിൽ പഠിക്കുന്ന

യേശുദാസ് എന്നൊരു പയ്യനുണ്ട്. മനോഹരമായി പാടും എന്നൊക്കെ. ലതാ മങ്കേഷ്കറുടെ പ്രശസ്തഗാനമായ 'ഓ സജ്നാ..' യേശുദാസിന്റെ മാസ്റ്റർ പീസായിരുന്നു. എന്നാൽ, യേശുദാസിനെ ഉൾക്കൊള്ളിക്കാൻ തണ്ടർബേഡ്സിനായില്ല.

ചെങ്കൽച്ചൂളയിലെ ഗാനമേള

സംഗീതവിദ്യാർത്ഥിയായി തിരുവനന്തപുരത്തുള്ളപ്പോൾ യേശുദാസ് ഏതാനും ഗാനമേളകളിൽ റഫിഗാനങ്ങൾ പാടി ശ്രദ്ധേയനായിരുന്നു. സംഗീതകോളേജ് സ്ഥിതി ചെയ്യുന്ന തൈക്കാടിന് തൊട്ടടുത്ത് താമസിക്കുകയും ഗാനമേളകളിൽ പാടുകയും ചെയ്ത ബാബുവിന് യേശുദാസിനെ പരിചയപ്പെടാനോ സംസാരിക്കാനോ കഴിഞ്ഞില്ല. യേശുദാസ് മദ്രാസിൽ പോയി സിനിമയിൽ പാടിത്തുടങ്ങിയതായി എല്ലാവരും റേഡിയോയിൽ നിന്നറിഞ്ഞു. വളരെ ചുരുങ്ങിയ കാലം കൊണ്ടുതന്നെ യേശുദാസ് ഒരു വലിയ ലഹരിയായി വളർന്നു. അക്കോഡിയൻ വേണു എന്നറിയപ്പെടുന്ന വേണുവുമായി യേശുദാസിന് വലിയ ബന്ധമായിരുന്നു. പാട്ടുകാരനായ ശേഷം യേശുദാസ് ആദ്യം തിരുവനന്തപുരം നഗരത്തിൽ നടത്തുന്ന ഗാനമേള ചെങ്കൽച്ചൂളയിലാണ്. ഇപ്പോഴത്തെ ഫയർസ്റ്റേഷനടുത്ത് ഓപ്പൺ സ്റ്റേജിലാണ് ഗാനമേള.

വേണു ബാബുവിനെ ഒരു കാർഡ് കൊണ്ടു കാണിക്കുന്നു. യേശുദാസ് എഴുതിയയച്ചതാണ്. അക്കാലത്ത് തിരുവനന്തപുരത്ത് യേശുദാസിന് ഏറ്റവും അടുപ്പം വേണുവുമായിട്ടായിരുന്നു. കാർഡിൽ എഴുതിയിരുന്നത് ഈ ഗാനമേളകളെക്കുറിച്ചാണ് "എനിക്ക് ചെങ്കൽച്ചൂളയിൽ ഗാനമേളയുണ്ട്. അതിൽ ഞാൻ 'യേ മേരാ പ്രേമ് പത്ര്' എന്ന ഗാനവും മറ്റ് ചില ഹിന്ദിപ്പാട്ടുകളും പാടുന്നുണ്ട്. അത് നീ വന്ന് കേൾക്കണം."

അന്ന് ഒരു മെലിഞ്ഞ പയ്യനായ യേശുദാസിന്റെ ഗാനമേള കേൾക്കാൻ ആ പ്രദേശം മുഴുവൻ ആള് നിറഞ്ഞു. ഗവ. പ്രസിനടുത്ത് നിന്ന് താഴേക്കോ തൈക്കാട് സുബ്രഹ്മണ്യം കോവിലിനടുത്തുനിന്ന് താഴേക്കോ ആർക്കും പോകാനാവാത്തത്ര ജനം നിറഞ്ഞ് നില്ക്കുകയാണ്. ഒരു കോവിലിനടുത്താണ് സ്റ്റേജ്. സെക്രട്ടേറിയറ്റിന് താഴെ ഗവൺമെന്റ് പ്രസിനടുത്തുനിന്ന് താഴേക്കും വരാൻ കഴിയാത്ത വിധം ജനം നിറഞ്ഞു.

റഫിയുടെ ശബ്ദം അനുകരിച്ച് പാടുന്നയാളാണ് ബാബു. തന്നെയുമല്ല, അദ്ദേഹത്തിന്റെ പ്രത്യേകതകളും ആലാപനത്തിലെ പ്രത്യേകതകളും വിവിധ മാർഗ്ഗങ്ങളിലൂടെ മനസ്സിലാക്കി ഒരു റിസർച്ച് പോലെ നടത്തിയിട്ടുള്ളയാളുമാണ്. എന്നാൽ, യേശുദാസിന്റെ റഫി ഗാനം കേട്ടതോടെ ബാബു അക്ഷരാർത്ഥത്തിൽ അത്ഭുതസ്തബ്ധനായിപ്പോയി. ഇത്രയും മനോഹരമായി, ഇത്ര ഇഫക്ടോടെ റഫിയുടെ ഗാനം അതേ ശബ്ദത്തോടെ, അതേ ഭാവത്തോടെ പാടുന്നത് ഒരു സ്വപ്നം പോലെ തോന്നിച്ചതായി ബാബു പറയുന്നു. മുഹമ്മദ് റഫിയെ വാർത്തുവെച്ച ശബ്ദം, റഫി

യുടെ മെറ്റാലിക് ശൈലി പാടാൻ അന്നുവരെ മലയാളത്തിൽ മറ്റൊരാൾക്കും കഴിഞ്ഞിട്ടില്ല. അത് ഇത്രയും പെർഫെക്ഷനോടെ പാടിയത് അന്നും ഇന്നും യേശുദാസ്.

ഗായകരുടെ ശബ്ദത്തെയും ശബ്ദവിന്യാസത്തെക്കുറിച്ചുമൊക്കെ നന്നായി പഠിച്ചിട്ടുള്ള ബാബുവിന്റെ അഭിപ്രായത്തിൽ ഗായകർക്ക് നാല് തരം ശബ്ദമാണുള്ളത് ഒരു വിഭാഗത്തിന് നല്ല ബേസ് ഉണ്ടാകും. എന്നാൽ, ടോപ്പിലേക്ക് അധികം പോകില്ല. മറ്റു ചിലർക്ക് നന്നായി ടോപ്പിൽ പാടാൻ കഴിയും. എന്നാൽ ബേസ് വളരെ കുറവായിരിക്കും. ബേസും ടോപ്പും ഇല്ലാതെ ഇടയ്ക്ക് മാത്രം നിലനില്ക്കുന്ന ശബ്ദമാണ് മറ്റു ചിലർക്കുള്ളത്. എന്നാൽ, ഈ നാല് ഗുണങ്ങളും ഒത്തുചേർന്ന് അത്യപൂർവ്വമായി മാത്രം ലഭിക്കുന്ന സിദ്ധിയാണ് യേശുദാസിന്റേത്. മുഹമ്മദ് റഫിയുടെ ശബ്ദത്തിന്റെ പ്രത്യേകതയായ മെറ്റാലിക് വോയിസ് പിന്നെയുള്ളതും യേശുദാസിനാണ്.

അന്നു മുതലിന്നോളം യേശുദാസിന്റെ ഗാനമേളകൾക്ക് വൻജനപ്രവാഹം ഉണ്ടാകാതിരുന്നിട്ടേയില്ല. ഗാനമേളകൾക്കെന്നല്ല, അദ്ദേഹത്തിന്റെ ഒരു വേദിയിലും. ആദ്യകാലത്ത് അദ്ദേഹം ധാരാളം ഗാനമേളകൾ ചെയ്തിരുന്നു. പിന്നീടാണ് കച്ചേരികൾക്ക് മുഖ്യ പ്രാധാന്യം നല്കിയത്.

നാട്ടുകാരുടെ ജൂനിയർ യേശുദാസ്

ഗാനമേളകൾ സ്വയം വികസിക്കുകയും ഹിന്ദി, തമിഴ് അടിപൊളി ഗാനങ്ങൾ കൂടുതലായി ചേർക്കപ്പെടുകയും ഉത്സവപ്പറമ്പുകൾ ആഘോഷക്കളരികളായി മാറുകയും ചെയ്ത കാലത്ത്, കൊല്ലത്ത് നിന്നൊരു വേറിട്ട ശബ്ദം കൊള്ളിമീൻ പോലെ ഉയർന്നുവന്നു. ഗ്രാമങ്ങളിൽ ഉച്ചയൂണ് കഴിഞ്ഞുള്ള അയൽപക്കത്തെ വെടിപറച്ചിലുകളിൽ നസീറിന്റെയും ജയന്റെയും പുതിയ സിനിമാക്കഥകൾക്കും *മംഗള*ത്തിലെയും *മനോരമ*യിലെയും പൈങ്കിളി നോവലിലെ ആശങ്കകൾക്കുമൊപ്പം പെണ്ണുങ്ങൾ ഒരു പുതിയ വാർത്ത കൂടി കേട്ടു. കൊല്ലത്ത് നിന്നൊരു ഗായകൻ യേശുദാസിനെപ്പോലെ പാടുന്നു.

ശബ്ദസമ്പുഷ്ടിയുടെ പര്യായമായ യേശുദാസിന്റെ ശബ്ദത്തിൽ ഒരാൾക്ക് പാടാൻ കഴിയുക എന്നത് എല്ലാക്കാലത്തും മലയാളിക്ക് അത്ഭുതം ഉണ്ടാക്കുന്ന കാര്യമാണ്. എന്നാൽ, കൊല്ലം തങ്കശ്ശേരിക്കാരനായ ഒരു ക്രിസ്ത്യാനിപ്പയ്യൻ യേശുദാസിനെപ്പോലെ പാടുന്നു എന്നത് അന്ന് വാർത്തയായി. ജൂനിയർ യേശുദാസ് എന്ന് നാട്ടുകാർ അവന് ഒരു സ്ഥാനപ്പേരും നല്കി.

യേശുദാസ് എന്ന മാനസഗുരുവിനെ എല്ലാ രൂപത്തിലും വേഷത്തിലും അനുകരിച്ചുകൊണ്ടാണ് കെ ജി മാർക്കോസ് എന്ന ആ ഗായകൻ അന്ന് ഗാനമേളകളിൽ പ്രത്യക്ഷപ്പെട്ടത്. പിന്നീട് വിമർശനങ്ങൾ വിളിച്ചുവരുത്തിയ അനുകരണമായിരുന്നു അത്. ദാസിനെപ്പോലെ വെള്ള പാന്റും ഷർട്ടും, വെള്ളഷൂസ്, താടി, മൈക്ക് പിടിക്കുന്നതു പോലും യേശുദാസിനെപ്പോലെയായിരുന്നു. കുട്ടികൾ മുതൽ ചെറുപ്പക്കാർ വരെ വളരെ വിസ്മയത്തോടെയാണ് അന്ന് മാർക്കോസിന്റെ ഗാനമേള കേട്ടുനിന്നത്.

എഴുപതുകളുടെ ഒടുക്കത്തിലും എൺപതിന്റെ തുടക്കത്തിലുമായാണ് മാർക്കോസ് ആ രീതിയിൽ ശ്രദ്ധേയനാകുന്നത്. എന്നാൽ, യേശു

കെ ജി മാർക്കോസ്

ദാസിനൊരു പിൻഗാമിയായി ആരും മാർക്കോസിനെ കണ്ടില്ല. അക്കാലത്ത് പോപ്പുലറായിരുന്ന ഗാനങ്ങളും പിന്നെ ഏതാനും ചില പഴയ ഗാനങ്ങളും പാടിയാണ് മാർക്കോസ് ശ്രദ്ധേയനാകുന്നത്. ആലാപനപരമായ കഴിവിനേക്കാൾ കൂടുതൽ ശബ്ദമാണ് പലരും വിലയിരുത്തിയത്. മറ്റുള്ളവരിൽനിന്ന് യേശുദാസിനെ വ്യത്യസ്തനാക്കിയത് ശബ്ദത്തിലെ ഡെപ്ത് ആയിരുന്നതുപോലെ ആ ഒരു പ്രത്യേകതയാണ് മാർക്കോസിനെ ശ്രദ്ധേയനാക്കിയത്. സംഗീതഗവേഷകരോ മഹാരഥന്മാരോ അല്ല മാർക്കോസിനെ ശ്രദ്ധേയനാക്കിയത്. നിരക്ഷരരും സാധാരണക്കാരുമടങ്ങുന്ന ഗാനാസ്വാദകരാണ്.

ഡോക്ടർമാരുടെ കുടുംബത്തിലാണ് മാർക്കോസ് ജനിക്കുന്നത്. അപ്പൻ, അപ്പന്റെ സഹോദരി, അപ്പന്റെ അമ്മാവന്മാർ, അപ്പന്റെ അമ്മയുടെ അനുജത്തി തുടങ്ങി നിരവധിപേർ കുടുംബത്തിൽ ഡോക്ടർമാരായിരുന്നു. അങ്ങനെയൊരു കുടുംബത്തിൽനിന്ന് അക്കാലത്ത് പാട്ടിലേക്ക് തിരിയുക തീർത്തും അസംഭവ്യമായിരുന്നു. തിരുവല്ലയ്ക്കടുത്ത് പനയ്ക്കാമറ്റം എന്ന പ്രബല ഓർത്തഡോക്സ് കുടുംബത്തിലെ അംഗമാണ് മാർക്കോസ്.

അറുപതിന്റെ ആദ്യം പിതാവിന് തിരുവനന്തപുരം മെഡിക്കൽ കോളേജിലായിരുന്നു ജോലി. അന്ന് താമസിച്ചിരുന്നത് കേശവദാസപുരത്ത് വീടിനടുത്ത് സലിം തിയേറ്റർ എന്നൊരു തിയേറ്റർ ഉണ്ടായിരുന്നു. സലിം തിയെറ്ററിലെ കോളാമ്പിയിൽ നിന്നൊഴുകിവരുന്ന പാട്ടുകളായിരുന്നു ഓർമ്മവെയ്ക്കുന്ന കാലത്ത് കേട്ടിരുന്നത് അന്ന് സുശീലാമ്മയുടെ പാട്ടുകളോടായിരുന്നു താല്പര്യം. പിന്നീട് *കായംകുളം കൊച്ചുണ്ണി, മണവാട്ടി, ഭാര്യ* തുടങ്ങിയ ചിത്രങ്ങളിലെ യേശുദാസിന്റെ പാട്ടുകൾ കേൾക്കാൻ തുടങ്ങി. പത്ത് വയസ്സുവരെ തിരുവനന്തപുരത്താണ് പഠിച്ചത്. അഞ്ചാം ക്ലാസ് മുതൽ അച്ഛന് ആലപ്പുഴയിലേക്ക് ട്രാൻസ്ഫർ ആയതിനാൽ അവിടെ പഠിച്ചു. കുഞ്ചാക്കോയിലെ അപ്പച്ചന്റെ മകൻ ജിജോ ക്ലാസിൽ ഒന്നിച്ചുപഠിച്ച

താണ്. അന്ന് ജിജോയോടൊപ്പം ഉദയായിൽ ഷൂട്ടിങ് കണ്ടിട്ടുണ്ട്. സത്യൻ സാറിനെയും ഉഷാകുമാരിയെയുമൊക്കെ ആദ്യം കാണുന്നത് അവിടെ വെച്ചാണ്.

പാട്ടിനോട് കുട്ടിക്കാലം മുതലേ താല്പര്യമുണ്ടായിരുന്നെങ്കിലും അതിനെ പ്രോത്സാഹിപ്പിക്കുന്ന രീതിയിലുള്ള സാഹചര്യമായിരുന്നില്ല വീട്ടിൽ. അതിനാൽ പാട്ട് ഉള്ളിലൊതുക്കി. സ്കൂളിൽ പോലും പാടാറില്ല. ഒരിക്കൽ ഏഴാം ക്ലാസിൽ യാദൃച്ഛികമായിട്ടാണ് ക്ലാസിൽ അദ്ധ്യാപകൻ പാട്ട് പാടിച്ചത്. കൂട്ടുകാർ ഉന്തിത്തള്ളി വിട്ടു. എല്ലാവർക്കും ഇഷ്ടമായി. നല്ല പ്രോത്സാഹനം കിട്ടി ഒമ്പതാം ക്ലാസ് പകുതിയായതോടെ അപ്പന് വീണ്ടും ട്രാൻസ്ഫർ, കൊല്ലത്ത്.

അക്കാലത്ത് ചെറിയ ചെറിയ മത്സരങ്ങളിൽ പാടി സമ്മാനം നേടിയിരുന്നു. സ്കൂളിലെ മത്സരങ്ങളിലും ഒന്നാം സമ്മാനം ലഭിച്ചു. തുടർന്ന് പ്രീഡിഗ്രിക്കായി കൊല്ലം ഫാത്തിമ മാതാ നാഷണൽ കോളേജിൽ ചേർന്നു. അവിടെ കോളേജിലെ ഗായകനായിരുന്നു. അന്നത്തെ കൊല്ലത്ത് മാർക്കോസ് താമസിക്കുന്ന വീട്ടിനടുത്ത് വാട്ടർ അതോറിറ്റിയിൽ എഞ്ചിനീയറായിരുന്ന സുധാകരൻ എന്നൊരാൾക്ക് യേശുദാസുമായി വലിയ അടുപ്പമായിരുന്നു. കൊല്ലം, തിരുവനന്തപുരം മേഖലയിൽ യേശുദാസ് വന്നാൽ മിക്കവാറും സുധാകരൻ ചേട്ടന്റെ വീട്ടിലായിരുന്നു തങ്ങിയിരുന്നത്.

'ചക്രവർത്തിനി'യും മറ്റും പാടി എല്ലാവരുടെയും മനസ്സിൽ ഒരു ഗന്ധർവ്വനായി കുടിയേറിയിട്ടുള്ള യേശുദാസ് അടുത്ത വീട്ടിൽ വന്നിട്ടുണ്ട് എന്നറിയുന്നത് വല്ലാതെ മനസ്സിനെ മഥിച്ചെങ്കിലും നേരിൽ കാണാൻ കഴിഞ്ഞിരുന്നില്ല. അക്കാലത്ത് പ്രായത്തിൽ വളരെ മുതിർന്ന സുധാകരൻ ചേട്ടനുമായി അങ്ങനെയൊരടുപ്പം ഉണ്ടായിരുന്നില്ല. ദാസേട്ടന്റെ പാട്ടിന്റെ അന്ധനായ ആരാധകനായിരുന്നു സുധാകരൻ ചേട്ടൻ.

തൊട്ടടുത്ത സ്ഥലങ്ങളിലും ജില്ലകളിലുമായി അഞ്ചും ആറും പ്രോഗ്രാമുകൾക്കായിട്ടാണ് യേശുദാസ് വരിക. സ്കൂളിൽ പോകുമ്പോൾ ദൂരെനിന്ന് ഒരു നിഴൽപോലെ കണ്ടിട്ടുണ്ടെങ്കിലും അടുത്ത് പോയിട്ടില്ല. ഒരു ദിവസം സുധാകരൻ ചേട്ടന്റെ ഡ്രൈവറാണ് പറഞ്ഞത്, നിനക്ക് വേണമെങ്കിൽ യേശുദാസിനെ കാണിച്ചുതരാമെന്ന്. അങ്ങനെ ഡ്രൈവർ പറഞ്ഞ ധൈര്യത്തിൽ ഒരിക്കൽ നേരിട്ട് കയറിച്ചെന്നു. അന്ന് സുധാകരൻ ചേട്ടൻ തന്നെ ഇവൻ പാടും എന്ന് പറഞ്ഞ് പരിചയപ്പെടുത്തി. അദ്ദേഹം പാട്ടു പാടാൻ പറഞ്ഞു.

അന്നാദ്യമായി കാണുമ്പോൾ വർഷങ്ങൾക്കുമുമ്പേ മനസ്സിൽ സംഗീതമായി കുടിയേറിയ ദാസേട്ടനായിരുന്നില്ല ആകർഷണീയമായി തോന്നിയത്. മറിച്ച് ആ വ്യക്തിത്വമായിരുന്നു. വെള്ളയും വെള്ളയുമണിഞ്ഞ ദാസേട്ടന്റെ തേജസ്സിലാണ് ആദ്യം മതിമയങ്ങിയത്. അന്ന് മീശയും താടിയുമില്ല. എന്നാൽ, നന്നായി മുടിവളർത്തിയിട്ടുണ്ട്. അന്നദ്ദേഹം മൂന്ന് നാല് പാട്ടുകൾ പാടിച്ചു. 'വസുമതീ..' എന്ന പാട്ടൊക്കെ പാടി. നല്ല റിച്ച് വോയ്സ്

ആണെന്ന് അദ്ദേഹം പറഞ്ഞു. സംഗീതം പഠിക്കണമെന്ന് അദ്ദേഹം ഉപദേശിച്ചു. അന്ന് പ്രീഡിഗ്രിക്ക് പഠിക്കുകയാണ്.

വീട്ടിൽ വന്ന് പാട്ട് പഠിക്കണം. എന്നുപറഞ്ഞപ്പോൾ എല്ലാവരും എതിർത്തു. മെഡിസിന് വേണ്ടി പഠിക്കണം എന്നായിരുന്നു വീട്ടിലെ ഉപദേശം. അതൊക്കെ കഴിഞ്ഞ് വേണമെങ്കിൽ സംഗീതം പഠിക്കാം എന്നായി.

അന്ന് വൈകുന്നേരം ഭരണിക്കാവിൽ യേശുദാസിന്റെ ഗാനമേളയാണ്. അന്ന് സുധാകരൻ ചേട്ടനോടൊപ്പം യേശുദാസിന്റെ കാറിൽ തന്നെ ഗാനമേളയ്ക്ക് പോയി. അവിടെ കൂടിയ ജനസമുദ്രം കണ്ട് അക്ഷരാർത്ഥത്തിൽ ഞെട്ടിപ്പോയി. തിരുവനന്തപുരം, ആറ്റിങ്ങൽ കൊട്ടാരക്കര, മാവേലിക്കര തുടങ്ങിയ സ്ഥലങ്ങളിൽ നിന്നൊക്കെ ആളുകൾ വന്ന് നിറഞ്ഞിരിക്കുന്നു. കാറ് കടന്നുപോകാൻ പോലും കഴിയുന്നില്ല. എല്ലായിടത്തും ആളുകൾ പൊതിയുന്നു.

ജനസമുദ്രത്തെ സാക്ഷിനിർത്തി അന്ന് യേശുദാസ് തന്റെ പോപ്പുലർ ഗാനങ്ങൾ പാടുമ്പോൾ അതൊരു നിർവൃതികരമായ അനുഭവമായിരുന്നു. മാർക്കോസിന്. വെള്ളയും വെള്ളയും ധരിച്ച യേശുദാസ് സ്റ്റേജിൽ നിന്ന് പാടുന്നത് സ്റ്റേജിൽനിന്ന് വീക്ഷിച്ചതോടെ തന്റെ മാനസഗുരുവായി മാർക്കോസ് അദ്ദേഹത്തെ മനസ്സിൽ പ്രതിഷ്ഠിച്ചു. അതിനുമുമ്പേ തന്നെ വെള്ളവസ്ത്രങ്ങൾ ധരിക്കുന്ന മാർക്കോസ് അധികം താമസിയാതെ ഗാനമേളയിൽ പാടുന്നതും അതേ വേഷത്തിലും അതേ ഭാവത്തിലുമായിരുന്നു. അദ്ദേഹം മൈക്ക് ഉപയോഗിക്കുന്ന രീതിയും ശബ്ദനിയന്ത്രണവും മറ്റുമൊക്കെ തന്റെ നിരീക്ഷണത്തിലൂടെ മാർക്കോസ് അനുകരിച്ചു.

സംഗീതത്തിൽ ഒരു ഗുരുവുമില്ലാതിരുന്ന മാർക്കോസിന് ഗാനമേളയിലും പാട്ടിനെക്കുറിച്ച് എന്തെങ്കിലും പറഞ്ഞുകൊടുക്കാൻ പോലും ഒരു ഗുരുവുമുണ്ടായിരുന്നില്ല. രാജ്ഭവൻ, ഇലവൻസ്റ്റാർ തുടങ്ങിയ ചെറുകിട ഗാനമേള ട്രൂപ്പുകളിൽ വീട്ടിലറിയാതെ വല്ലപ്പോഴും പോയി പാടിയാണ് രംഗത്തെത്തുന്നത്. എന്നാൽ, വളരെ വേഗം തന്നെ മാർക്കോസിന് പേരെടുക്കാൻ കഴിഞ്ഞു. യേശുദാസിന്റെ ശബ്ദത്തോടുള്ള സാമ്യമായിരുന്നു കാരണം. പൊതുവേ ഗാനമേളയ്ക്കും മറ്റും വലിയ ആസ്വാദകരുള്ള സ്ഥലമായിരുന്നു കൊല്ലം. ഒരുപക്ഷേ, അറുപത് മുതൽ കേൾക്കുന്ന യേശുദാസിന്റെ ശബ്ദത്തോട് സാമ്യമുള്ള ഒരു ശബ്ദത്തിനായി ആളുകൾ ദാഹിച്ചിരിക്കുകയായിരുന്നു എന്ന് തോന്നുന്ന രീതിയായിരുന്നു അന്ന്.

'കിനാവിൽ ഏഥൻ തോട്ടം ഏതോ സ്വപ്നമായി..', 'ശ്രുതിയിൽ നിന്നുയരും' തുടങ്ങിയ പാട്ടുകളാണ് അന്ന് വലിയ അംഗീകാരം നല്കിയത്. വളരെ താമസിയാതെ മാർക്കോസിനെ കേൾക്കാൻ ആളുകൾ തിങ്ങിക്കൂടാൻ തുടങ്ങി.

79 ൽ ഡിഗ്രി പഠനം കഴിഞ്ഞതോടെ പാട്ടിൽ കൂടുതൽ സജീവമായി. 80–81 കാലത്തോടെ കെ ജി മാർക്കോസിന്റെ ഗാനമേള എന്നൊരു ട്രൂപ്പും സംഘടിപ്പിച്ചു. പഠനം ഉപേക്ഷിച്ച് ഗാനമേളയിലേക്കിറങ്ങിയതിൽ വീട്ടിൽ എല്ലാവർക്കും അക്ഷരാർത്ഥത്തിൽ വിഷമമായിരുന്നു ഉണ്ടായിരു

ന്നത്. എന്നാൽ, വളരെ വേഗം കേരളത്തിലങ്ങോളമിങ്ങോളം മാർക്കോസ് ഗാനമേളകളിലൂടെ ശ്രദ്ധിക്കപ്പെട്ടതോടെ അത്തരം ആശങ്ക മാറി. മാസത്തിൽ 40 ഉം 50 ഉം ഗാനമേളകൾ ലഭിച്ചു. 81 ൽ സിനിമയിൽ പാടി. ഇതോടെ കൂടുതൽ ശ്രദ്ധേയനായി. സ്വന്തമായി മൈക്ക് സെറ്റും വാദ്യോപകരണങ്ങളും വാങ്ങി.

86 ൽ ഗൾഫിൽ വെച്ച് മാർക്കോസിന് ഒരു വലിയ അപകടം സംഭവിച്ചത് നാട്ടിൽ വലിയ വാർത്തയായി. ചെറുപ്പക്കാരനായ ആ ഗായകനെ സ്നേഹിച്ച ഒരുപാട് പേർ നാട്ടിൽ ആശങ്ക പങ്കുവെച്ചു. ഗൾഫിൽ മാസങ്ങളോളം ചികിത്സയിൽ കഴിഞ്ഞ കാലത്ത് എന്നും മലയാളികൾ കാണാനെത്തി. ആ സ്നേഹം ഇന്നും മലയാളികൾക്കുണ്ടെന്ന് മാർക്കോസ് തന്റെ അനുഭവത്തിലൂടെ പറയുന്നു.

പാരമ്പര്യമില്ലാതെ പാട്ടിലേക്ക്

ഇതേ കാലയളവിൽ ഗുരുവായൂരിൽ ജനിച്ച, ഒട്ടും പാട്ട് പാരമ്പര്യമില്ലാത്ത വീട്ടിൽനിന്ന് പാട്ടുകാരനായിത്തീർന്ന ഒരു ചെറുപ്പക്കാരൻ മദ്രാസിൽ ഹെവി വെഹിക്കിൾ ഫാക്ടറിയിൽ ജോലിക്കാരനായി എത്തുന്നു. അന്നയാളുടെ മനസ്സിൽ സംഗീതമേയുള്ളൂ. എത്തിപ്പെട്ടത് അന്നത്തെ ഗാനങ്ങളുടെ തലസ്ഥാനത്ത്. ഏതൊക്കെയോ പരിചയങ്ങൾ അയാളെ റെക്കോർഡിങ് സ്റ്റുഡിയോകളിലെത്തിച്ചു. സംഗീതത്തെക്കുറിച്ച് വലിയ അറിവില്ല. പാട്ട് പാടാൻ മാത്രമറിയാം. യേശുദാസ് മനസ്സിൽ നിറഞ്ഞ് ഗാനങ്ങളായി പ്രതിധ്വനിക്കാറുണ്ട്. രാത്രിയിൽ കാത്തിരുന്ന് റേഡിയോയിലെ രഞ്ജിനിയും ചലച്ചിത്രഗാനങ്ങളും കേട്ട് എഴുതിയെടുത്ത് പഠിച്ചതാണ് ആകെയുള്ള സംഗീത പഠനം.

ഒരു സുഹൃത്തുവഴി സംഗീത സംവിധായകൻ ബി എ ചിദംബരനാഥിനെ പരിചയപ്പെട്ടത് ഉണ്ണിമേനോൻ എന്ന ആ ഗായകന്റെ വഴിത്തിരിവായി. അദ്ദേഹം ചോദിച്ചു – തനിക്ക് ട്രാക്ക് പാടാമോ എന്ന്. സംഗീതം പഠിച്ചിട്ടില്ലാത്തതിനാൽ ആരെയും നേരിടാൻ ധൈര്യമുണ്ടായിരുന്നില്ലെങ്കിലും ട്രാക്ക് പാടാൻ ധൈര്യമുണ്ടായി. വലിയ ഓർക്കസ്ട്രയ്ക്ക് നടുവിലായിരുന്നു റെക്കോർഡിങ്. പാടിയതെല്ലാവർക്കും ഇഷ്ടപ്പെട്ടതോടെ ആത്മവിശ്വാസമായി.

താൻ എല്ലാക്കാലത്തും മനസ്സിൽ ആരാധിച്ചുനടന്ന ഗാനഗന്ധർവ്വന് വേണ്ടി തന്നെയായിരുന്നു ഉണ്ണിമേനോന്റെ ആദ്യ ട്രാക്ക്. സ്വപ്നതുല്യമായിരുന്നു അത്. ആ ഗാനം പിന്നീട് യേശുദാസിന്റെ ശബ്ദത്തിലാണ് കേട്ടതെങ്കിലും പിന്നീട് തുടർച്ചയായി നൂറ് കണക്കിന് ഗാനങ്ങൾ പാടാൻ കഴിഞ്ഞു. സംഗീതത്തിൽ അതിമോഹമില്ലായിരുന്ന ഉണ്ണിമേനോന് എന്നും ട്രാക്ക് പാടാനാണ് കൊതി. ഒടുവിൽ ശ്യാമാണ് സ്വതന്ത്ര ഗായകനാകാൻ ആദ്യമായി അവസരം നല്കിയത്. *മുന്നേറ്റം* എന്ന ചിത്രത്തിലൂടെയായിരുന്നു അത്. എന്നാൽ, മലയാളത്തിൽ ഉണ്ണിമേനോൻ തന്റെ മുദ്ര പതിപ്പിക്കുന്നത് 'തൊഴുതുമടങ്ങും സന്ധ്യയുമേതോ വീഥിയിൽ മറയുന്നു' എന്ന

ഗാനത്തിലൂടെയാണ്. യേശുദാസിന് വേണ്ടി പാടാൻ വെച്ചിരുന്ന ഗാനമായിരുന്നു അത്. അതിനും അവസരം നല്കിയത് ശ്യാമാണ്. യേശുദാസിന്റെ ശബ്ദത്തോടും ആലാപനശൈലിയോടുമുള്ള സാമ്യമാണ് ഉണ്ണിമേനോനെയും മലയാളികളുടെ ഇടയിൽ ശ്രദ്ധേയനാക്കിയത്.

'ചന്ദനക്കുറിയുമായി സുഹൃദവനിയിൽ..' എന്ന ചിത്രയോടൊപ്പം പാടിയ യുഗ്മഗാനം ഉണ്ണിമേനോൻ എന്ന പുതിയ ഗായകനെ വല്ലാതെ മലയാളികളുടെ മനസ്സിൽ പ്രതിഷ്ഠിച്ചു. കേട്ടവരെല്ലാം യേശുദാസ് തന്നെ പാടിയതല്ലേ എന്ന് സംശയിച്ചു. അത്ഭുതാവഹമായ ശബ്ദസാമ്യമായിരുന്നു അന്ന്. തുടർന്ന് നിരവധി നല്ല ഗാനങ്ങൾ പാടാൻ ഉണ്ണിമേനോന് അവസരം ലഭിക്കുകയും ചെയ്തു. പിന്നീട് ഉണ്ണിമേനോന് സ്വന്തമായ ഒരു ശൈലിയുണ്ടായി. മലയാളത്തിനേക്കാൾ തമിഴിലാണ് ശ്രദ്ധേയനായത്.

കോഴിക്കോട്ടെ ജൂനിയർ

ഏതാണ്ടിതേ കാലത്താണ് ഉത്തരകേരളത്തിൽ കോഴിക്കോട്ട് നിന്ന് മറ്റൊരു ഗായകൻ യേശുദാസിന്റെ ശബ്ദത്തിൽ പാടിവരുന്നത്, സതീഷ് ബാബു. സതീഷ് ബാബുവിന്റെ ഗാനമേളകൾ കേരളത്തിലെമ്പാടും പ്രചാരം നേടി. എന്നാൽ, കൂടുതലും പഴയ ഗാനങ്ങളാണ് സതീഷ്ബാബു പാടിയത്. എഴുപതുകളിലെ യേശുദാസിന്റെ ശബ്ദത്തോടെയായിരുന്നു സതീഷ് ബാബുവിന്റെ ശബ്ദം കൂടുതൽ യോജിച്ചത്. എന്നാൽ, പിന്നീട് 'ദേവദുന്ദുഭീ സാന്ദ്രലയം...' എന്ന ഗാനം യേശുദാസിനോടൊപ്പം പാടാനും അത് മനോഹരമായി ശ്രദ്ധേയമാക്കാനും സതീഷ് ബാബുവിന് കഴിഞ്ഞു. 'മെല്ലെ നീ മെല്ലെ വരൂ...' എന്ന എസ് ജാനകിയോടൊപ്പം പാടിയ ഗാനത്തിലൂടെ സതീഷ് ബാബു ഏറെ ശ്രദ്ധേയനാവുകയും ചെയ്തു.

ഉണ്ണിമേനോൻ

കേരളത്തിലെ ഓരോ കുടുംബത്തിലും സ്വാധീനം ചെലുത്തുന്ന യേശുദാസിന്റെ ആലാപനത്തിന്റെ മൂന്ന് വ്യത്യസ്ത മേഖലകളിൽ നിന്നുള്ള പ്രതിനിധികളായിരുന്നു ഈ മൂന്ന് ഗായകരും. എന്നാൽ, ഒരു ദശാബ്ദത്തിനപ്പുറം പ്രഭാവം നിലനിർത്താൻ ഇവർക്ക് കഴിഞ്ഞില്ല. അതിലും ഇവർക്ക് മൂവർക്കും ഉണ്ടായിരുന്ന പ്രശ്നം ഇവർ ശാസ്ത്രീയസംഗീതത്തിൽ കാര്യമായ പ്രാവീണ്യം നേടിയില്ല. എന്നതാണ് ഒരു പരിധിക്കപ്പുറം ശാസ്ത്രീയ ഗാനങ്ങൾ പാടാനും ഇവർക്കായില്ല.

രാശി തെറ്റിയ ഇതിഹാസങ്ങൾ

എന്നാൽ, ഗാനമേളകളിൽ പാടിയിട്ടുണ്ടെങ്കിലും അതിലൂടെയല്ല ഗായകൻ ശ്രീകാന്ത് ശ്രദ്ധേയനായത്. അന്ന് ആകാശവാണിയിൽ അദ്ദേഹം നിരവധി ലളിതഗാനങ്ങൾ പാടിയിരുന്നു. ദേശീയതലത്തിൽ ആകാശവാണി നടത്തിയ ലളിതഗാന മത്സരത്തിൽ ഒന്നാം സ്ഥാനം ലഭിച്ചതാണ് ശ്രീകാന്തിന് വഴിത്തിരിവായത്. ഇത് അദ്ദേഹത്തെ എത്തിച്ചത് അന്ന് സിനിമാ ഗാനത്തിന്റെ മെക്കയായ ചെന്നൈയിൽ അവിടത്തെ സുൽത്താനായിരുന്ന ദേവരാജൻമാഷിന്റെയടുത്ത്. ആദ്യദിനം തന്നെ അദ്ദേഹം തൃപ്തിപ്പെടുത്താൻ കഴിഞ്ഞ ശ്രീകാന്തിന് അദ്ദേഹം ആദ്യം നല്കിയത് വയലാറിന്റെ ഇതിഹാസതുല്യമായ ഗാനം.

'ഇതിഹാസങ്ങൾ ജനിക്കും മുമ്പേ
ഈശ്വരൻ ജനിക്കും മുമ്പേ'

അന്നത്തെ മ്യൂസിക് ഇൻഡസ്ട്രിയെ ഞെട്ടിച്ചു ദേവരാജൻ മാഷിന്റെ ഈ തീരുമാനവും ശ്രീകാന്തിന്റെ പാട്ടും. അതിന്റെ പ്രതിസ്ഫുരണമായിരുന്നു *കൊട്ടാരം വില്ക്കാനുണ്ട്* എന്ന ചിത്രത്തിലെ 'ചന്ദ്രകളഭം ചാർത്തിയുറങ്ങും തീരം' എന്ന ഗാനം ശ്രീകാന്തിന് നല്കിയത് ചിലർ ഇടപെട്ട് ദേവരാജൻ മാഷിൽ വൻ സ്വാധീനം ചെലുത്തി മാറ്റിച്ചത്. പിന്നീട് ഏതാനും ഗാനങ്ങൾ പാടി പിൻവാങ്ങേണ്ടിവന്നു ഈ അനുഗൃഹീത ഗായകന്. ശ്രീകാന്തിന്റെയും മാനസഗുരു യേശുദാസ് ആയിരുന്നു. തന്റെ കരിയർ ബെസ്റ്റ് ഗാനം പാടിയ ശേഷമാണ് മദ്രാസിലെ ഒരു സ്റ്റുഡിയോയിൽ വച്ച് ആദ്യമായി യേശുദാസിനെ കാണുന്നത്. അദ്ദേഹം അന്ന് തിരിച്ചറിഞ്ഞു.

പിന്നീട് ഒരു സിനിമയ്ക്കുവേണ്ടി അദ്ദേഹത്തോടൊപ്പം പാടാനുള്ള അവസരവും ശ്രീകാന്തിന് ലഭിച്ചു. അന്ന് രണ്ടു പേർക്കുംകൂടി പാടാൻ ഒരു മൈക്കേ ഉള്ളൂ. അതും ഓർമ്മിക്കുന്ന അനുഭവമാണ് ശ്രീകാന്തിന്.

യേശുദാസ് ഗാനം ഗോപന്റെ സമ്പത്ത്

ഒരു മഹാഗായകനെ ആരാധനയോടെ ഉൾക്കൊള്ളുകയും തന്റെ മനസ്സിന്റെ സംഗീതവും ഭാവനയും സ്വന്തം ചിന്തകൾകൊണ്ട് രൂപപ്പെടുത്തുകയും ചെയ്ത അദ്ദേഹത്തിന്റെ ശബ്ദത്തിൽ പാടുകയും തന്റേതായ മറ്റൊരു ഗാനസൃഷ്ടി നടത്തുകയും ചെയ്യുന്ന രീതിയാണ് നമ്മുടെ നാട്ടിലെ ഗായകരിലുള്ളത്. ഇതുതന്നെയാണ് കല്ലറ ഗോപൻ തുടർന്നതും.

യേശുദാസിന്റെ ശബ്ദവും സംഗീതവുമാണ് സംഗീത ഉപജീവനമാർഗ്ഗമാക്കുവാനും കല്ലറ ഗോപൻ എന്ന ഒരു പ്രശസ്തി എനിക്കുണ്ടാകാനും കാരണം.

> ഞാൻ മാത്രമല്ല, എന്റെ തലമുറയിൽപ്പെട്ടവരുടെയും തുടർന്നുള്ളവരുടെയും ആലാപനസംസ്കാരം ഉണ്ടാക്കിത്തന്നത് അദ്ദേഹമാണ്. എന്റെ കാലത്തും എന്റെ അച്ഛന്റെ തലമുറയിലും തുടർന്നു

> വന്ന തലമുറയിലും സംഗീതത്തിന്റെ അടിസ്ഥാനം അല്ലെങ്കിൽ അവർ തിരിച്ചറിയുന്ന ആലാപനശൈലി എന്നാൽ, ദാസ് സാറിന്റെ ശൈലിയാണ് അതുതന്നെയാണ് നമ്മുടെ സംഗീത സംസ്കാരവും. കല്ലറഗോപന്റെ വാക്കുകൾ

തിരിച്ചറിവായ കാലത്ത് ആദ്യം കാണുന്നത് *നദി* എന്ന സിനിമയാണ്. കല്ലറ ശരവണ തിയേറ്ററിൽ അന്ന് കുടുംബത്തോടെയാണ് സിനിമ കാണാൻ പോകുന്നത്. അന്ന് വീട്ടിൽ റേഡിയോ ഇല്ല. എന്നാൽ, വീട്ടിൽ മൈക്ക് സെറ്റുണ്ട്. ഗോപൻ ജനിക്കും മുമ്പേ 57 മുതൽ അച്ഛന് സ്വന്ത മായി മൈക്ക് സെറ്റുണ്ട്. സുന്ദരാംബാൾ, ത്യാഗരാജ ഭാഗവതർ, സുബ്ബ ലക്ഷ്മി തുടങ്ങിയവരുടെ പാട്ടുകൾ ധാരാളമായി കേട്ടിരുന്നു. എന്നാൽ, അന്ന് തിരിച്ചറിവില്ല. ആദ്യമായി തിരിച്ചറിയുന്നത് യേശുദാസിന്റെ പാട്ടു കളാണ്. വീട്ടിൽ മൂന്ന് നാല് വലിയ പെട്ടികൾ നിറയെ അന്നത്തെ ഡിസ്കു കളായിരുന്നു. എല്ലാ പാട്ടു കളും പുതുതായി ഇറങ്ങു മ്പോൾ തന്നെ വാങ്ങും. ഉത്സ വപ്പറമ്പുകളിലും മറ്റും ചില യിടത്തൊക്കെ മൈക്ക് ഓപ്പ റേറ്ററായി താനും പോകും.

കല്ലറ ഗോപൻ

യേശുദാസിന്റെ സംഗീ തത്തോടുള്ള ആരാധന വ്യക്തിയോടും ഉണ്ടായിരു ന്നു. പത്താം ക്ലാസ് കഴി ഞ്ഞാണ് വീട്ടിൽനിന്ന് പുറ ത്തുപോകാൻ അനുമതി കിട്ടി യത്. അതിനുമുമ്പ് വീട്ടിൽ അടങ്ങിയൊതുങ്ങിക്കഴിയുന്ന സ്വഭാവമായിരുന്നു. യേശുദാ സിന്റെ പാട്ട് നേരിൽ കേൾക്ക ണമെന്ന് അന്നേ ആഗ്രഹമു ണ്ടായി. എന്നാൽ, അതിന് മാർഗ്ഗമുണ്ടായിരുന്നില്ല. ഗ്രാമമായ കല്ലറയിൽ അന്ന് ഗാനമേളകൾതന്നെ അപൂർവ്വമാണ്. ദാസേട്ടനെ ആദ്യം കാണുന്നത് തിരുവനന്തപുരത്ത് കരി ക്കകം ക്ഷേത്രത്തിൽ അദ്ദേഹം കച്ചേരിയവതരിപ്പിക്കാനെത്തിയപ്പോഴാ യിരുന്നു. പത്താം ക്ലാസ് കഴിഞ്ഞ് ഗോപൻ തിരുവനന്തപുരത്ത് പഠിക്കാൻ വന്നു. ആദ്യം എം പി കോളേജ് എന്ന സ്ഥാപനത്തിൽ ഇലക്ട്രിക്കൽ എഞ്ചിനീയറിങ് പഠിക്കാൻ ചേർന്നു. നാടകകൃത്തായ പി കെ വേണുക്കു ട്ടൻ നായരായിരുന്നു എം പി കോളേജിലെ പ്രിൻസിപ്പൽ. അദ്ദേഹത്തിന്റെ നാടകപ്രവർത്തനത്തിൽ സഹകരിച്ചതോടെ അദ്ദേഹം ഗോപന്റെ പാട്ട്

തിരിച്ചറിയുകയും പ്രോത്സാഹിപ്പിക്കുകയും ചെയ്തു. എഞ്ചിനീയറിങ് പഠിക്കുമ്പോഴും ഗോപന്റെ മനസ്സിൽ സംഗീതമായിരുന്നു. സ്വാതിതിരുനാൾ സംഗീത കോളേജിൽ പഠിക്കണമെന്നായിരുന്നു ആഗ്രഹം. അതിനായി ആദ്യം ശ്രമിച്ചെങ്കിലും അഡ്മിഷൻ കിട്ടിയില്ല. നേരത്തെ ശാസ്ത്രീയ സംഗീതം പഠിക്കാത്തതായിരുന്നു കാരണം. എന്നാൽ, പിന്നീട് നാടക സംഗീതത്തിൽ സഹകരിക്കുന്ന കാലത്ത് പലതും മനസ്സിലാക്കാൻ ശ്രമിച്ചു. അതുകൊണ്ട് പിറ്റേവർഷം സംഗീതകോളേജിൽ അഡ്മിഷൻ ലഭിക്കുകയും ചെയ്തു. അന്ന് വഞ്ചിയൂരിലുള്ള അച്ഛന്റെ സഹോദരിയുടെ വീട്ടിലായിരുന്നു താമസം. അവിടെ കൂടുതൽ സ്വാതന്ത്ര്യം ലഭിച്ചു.

ആയിടയ്ക്കാണ് ദാസ് സാറിന്റെ കച്ചേരി കരിക്കകം ക്ഷേത്രത്തിൽ വരുന്നത്. കച്ചേരി നേരിൽ കാണണമെന്നുറപ്പിച്ചു. രാത്രി എട്ടുമണിക്കാണ് കച്ചേരി. എന്നാൽ, അഞ്ചുമണിക്കേ ഗോപൻ അവിടെയെത്തി. ഏറ്റവും മുന്നിൽ സ്ഥാനം പിടിച്ചു.

സ്റ്റേജിന് നടുവിലൂടെ വഴിയും അപ്പുറത്ത് സ്ത്രീകൾക്കായുള്ള ഭാഗവുമാണ്. വഴിയുടെ ഓരത്ത് ഏറ്റവും മുന്നിൽ സ്ഥാപിച്ച മുളങ്കുറ്റിയിൽ പിടിച്ചിരുന്നു. സ്ഥലം മറ്റാർക്കും വിട്ടുകൊടുക്കാതെ എട്ട് മണി വരെ അവിടെ തന്നെയിരുന്നു. എട്ട് മണിയാവാറായതോടെ ഗാനഗന്ധർവ്വൻ വന്നു. അദ്ദേഹത്തെ ആരാധനയോടെ നോക്കിക്കണ്ട നൂറുകണക്കിന് ജനങ്ങളുടെയിടയിൽ കൺനിറയെ കണ്ട് ഗോപനിരുന്നു. അദ്ദേഹം വെള്ള ഷൂസും തൂവെള്ള മുണ്ടും ജൂബയുമണിഞ്ഞ് നടന്നുപോയത്. തൊട്ടരികിലൂടെയായിരുന്നു എന്നും ഗോപൻ ഓർക്കുന്നു. വിരുബോണിവർണ്ണം, വാതാപി, പാവനഗുരു തുടങ്ങിയവയൊക്കെയാണ് അന്ന് പാടിയത്. കല്യാണിയാണ് പ്രധാനമായി പാടിയരാഗം എന്നും ഓർമ്മയുണ്ട്.

ഇനിയില്ല ഇങ്ങനെയൊരാൾ

ഗോപന്റെ യേശുദാസ് കാഴ്ചപ്പാടിങ്ങനെ:

"കർണ്ണാടക സംഗീതത്തിൽ അന്നുവരെയുണ്ടായിരുന്ന രീതി പാടുന്ന സാഹിത്യം എന്താണെന്ന് നമുക്ക് തിരിച്ചറിയാൻ കഴിഞ്ഞിരുന്നില്ല എന്നതാണ്. ചവച്ച് പാടുന്ന രീതിയായിരുന്നു പണ്ട്. വ്യക്തമായി കച്ചേരിക്ക് ആരും പാടാറില്ല. അതിന് മാറ്റം വരുത്തിയതാണ് ദാസ് സാറിന്റെ ഏറ്റവും വലിയ പ്രത്യേകത. കർണ്ണാടക സംഗീതത്തിൽ ആകർഷണീയത കൊണ്ടുവന്നു. ശബ്ദം, ഭാവം, അക്ഷരസ്ഫുടത അങ്ങനെ എല്ലാം ഒത്തിണങ്ങിയ ആലാപനം. സിനിമാഗാനങ്ങളിൽ ഇനിയൊരിക്കലും ഇതുപോലൊരാൾ ഉണ്ടാകില്ല. 1983 ലാണ് ആദ്യമായി ഗാനമേള പ്രൊഫഷണലായി ഞാൻ പാടുന്നത്. അതിനുമുമ്പ് നാടകങ്ങളിൽ പാടിയിരുന്നു. അദ്ദേഹത്തിന്റെ പാട്ടുകൾ വേദിയിൽ പാടുന്നത് ഒരു വെല്ലുവിളിയാണ്. പ്രത്യേകിച്ച് ക്ലാസിക്കൽ ടച്ചുള്ള പാട്ടുകൾ, അതൊക്കെ കേട്ടു വഴങ്ങിയതുകൊണ്ടു മാത്രം നമുക്ക് പാടാം എന്നല്ലാതെ പൂർണ്ണമായും നീതിപുലർത്താൻ കഴിയില്ല. കാരണം, അതൊക്കെ അദ്ദേഹത്തിന് മാത്രം സാധിക്കുന്ന കാര്യമാണ്.

കൈതപ്രം വിശ്വനാഥൻ

ആദ്യകാലങ്ങളിൽ അദ്ദേഹത്തിന്റെ ശബ്ദവും ആലാപനശൈലിയും മാത്രമായി അനുകരിക്കാൻ ശ്രമിച്ചിരുന്നു. പിന്നീട് സംഗീതത്തെപ്പറ്റി കൂടുതൽ പഠിക്കുകയും മറ്റ് വിവിധ സംഗീതസംവിധായകരോടൊപ്പം സഹകരിക്കുകയും അവിടെ പാട്ടുകൾ പുതുതായി പാടുകയും ചെയ്തപ്പോഴാണ് എന്റേതായ ശൈലിയിലേക്ക് വന്നത്. എങ്കിലും അങ്ങനെയൊരു ആലാപനശൈലി രൂപപ്പെടുത്തുന്നതിൽ അദ്ദേഹത്തിന്റെ പങ്ക് വലുതാണ്. അതിന്റെ ഒരംശത്തിലെങ്കിലും എത്താൻ ഒരിക്കലും എനിക്ക് കഴിയുമെന്നും പ്രതീക്ഷയില്ല.

ഗായക ലക്ഷണത്തിൽ ഏറ്റവും മുഖ്യമായി പറഞ്ഞിട്ടുള്ള പ്രത്യേകതയാണ് ത്രിസ്ഥായി സഞ്ചാരം. മന്ദ്രസ്ഥായി, മദ്ധ്യസ്ഥായി, താരസ്ഥായി. മൂന്ന് സ്ഥായിയിലും ഒരുപോലെ മനോഹരമായി പാടാൻ കഴിയുന്ന ശബ്ദഗുണം ലഭിച്ച മലയാളത്തിലെ ഏക ഗായകൻ യേശുദാസാണ്. ജന്മം കൊണ്ടുമാത്രം കിട്ടുന്ന സിദ്ധിയുമാണത്. പാടാനുള്ള എല്ലാ സിദ്ധിയും കൊടുത്താണ് ദൈവം അദ്ദേഹത്തെ സൃഷ്ടിച്ചതെന്ന് പറയേണ്ടിവരും.

ഗുരുവിന്റെ ശാസന

ശബ്ദത്തിൽ അദ്ദേഹം കൊടുക്കുന്ന പ്രാധാന്യവും അതിനുവേണ്ടി അനുഷ്ഠിക്കുന്ന നിഷ്ഠകളും അത്ഭുതമുണ്ടാക്കിയിട്ടുണ്ട്. ഒരിക്കൽ കൈതപ്രം വിശ്വനാഥനുവേണ്ടി യേശുദാസ് പാടുന്നു. സ്റ്റുഡിയോയിൽ ഞാനും വിശ്വനുമുണ്ട്. ദാസ് സാറിനെ നേരത്തെ പരിചയപ്പെട്ടിട്ടുണ്ട്. ധാരാളം വേദികളിൽ അദ്ദേഹത്തിന്റെ പ്രോഗ്രാമുകളിലും അല്ലാതെയും പാടി നേരിട്ടറിയാം.

ഞാൻ ട്രാക്ക് പാടിയിട്ട് കിട്ടിയ ഇടവേളകളിൽ പുറത്തേക്കിറങ്ങി. ദാസ് സാർ പാടാൻ കയറി. ഈ സമയം ഞാനും വിശ്വനും കൂടി പുറത്തിരുന്ന് വെറ്റില മുറുക്കി. അദ്ദേഹം വരില്ലെന്നാണ് കരുതിയത്. എന്നാൽ, പിടിക്കപ്പെട്ടു. അദ്ദേഹം മുറുക്കിയതിന് വഴക്ക് പറഞ്ഞു. പാട്ടുകാർ മുറുക്കാൻ പാടില്ലെന്ന് പറഞ്ഞ് അതിന്റെ ഭവിഷ്യത്തുകളെപ്പറ്റി കുറേ നേരം ഉപദേശിച്ചു. മുറുക്കുമ്പോൾ നാവിന് അത് ഉച്ചാരണത്തെ ബാധിക്കും. ശ്രുതി ചേരാതെ വരും. ഇത്ര സൂക്ഷ്മതയോടെയാണ് അദ്ദേഹം ശബ്ദത്തെ സൂക്ഷിക്കുന്നത്. അല്ലെങ്കിൽ മനോഹരമായി നിലനിർത്തുന്നത്. ഇപ്പോഴും എവിടെ കണ്ടാലും ആ വാത്സല്യം അദ്ദേഹം കാണിക്കാറുണ്ട്.

മറഞ്ഞിരുന്നാലും മനസ്സിന്റെയുള്ളിൽ

യേശുദാസിനെ അനുകരിച്ച് പാടുന്നതിൽ വളരെയേറെ വിജയിച്ച മറ്റൊരു ഗായകനാണ് പന്തളം ബാലൻ. ഗാനമേളയിലൂടെ ചുരുങ്ങിയ കാലം കൊണ്ടുതന്നെ ബാലൻ ശ്രദ്ധേയനായി. അന്ന് ഗാനമേളക്കാർക്ക് വെല്ലുവിളിയായിരുന്ന 'പ്രമദവനം' 'രാമകഥാ ഗാനലയം' തുടങ്ങിയ ഗാനങ്ങൾ പാടിയാണ് സാധാരണക്കാരായ അനേകം ആസ്വാദകരെ ബാലൻ ആകർഷിച്ചത്. എന്നാൽ, ബാലൻ സംഗീതത്തിലേക്കും പിന്നീട് ഗാനമേളയിലേക്കും വന്നത് വളരെ യാദൃച്ഛികമായിട്ടായിരുന്നു.

പന്തളം മെഡിക്കൽ മിഷൻ ഹോസ്പിറ്റലിനടുത്ത് കുടശനാട് പഞ്ചായത്തിലെ പൂഴിക്കാട് ജനിച്ച പന്തളം ബാലന് നന്നേ ചെറുപ്പത്തിൽ സംഗീതം ഒരു വലിയ മോഹമായിരുന്നില്ല. റേഡിയോയിലൂടെ നിരവധി പാട്ടുകൾ കേൾക്കും. സംഗീതവാസന ചെറുപ്പത്തിലേ ഉണ്ടായിരുന്നു. പൂഴിക്കാട് യു പി സ്കൂളിലെ ഹെഡ്മാസ്റ്ററായിരുന്നു അച്ഛൻ. അഞ്ചിലോ ആറിലോ പഠിച്ചിരുന്ന ബാലനെ അഞ്ചിലോ ആറിലോ പഠിക്കുമ്പോൾ അച്ഛൻ സ്കൂളിൽ നടന്ന ഒരു ആഘോഷത്തിനിടെ യാദൃച്ഛികമായി പാടാൻ ക്ഷണിച്ചു. അതിന് മുമ്പൊന്നും ബാലനെ അച്ഛൻ പാടിച്ചിരുന്നില്ല. എന്നാൽ, അദ്ദേഹം അത് തിരിച്ചറിഞ്ഞിരുന്നു. അന്ന് റേഡിയോയിൽ നിന്ന് കേട്ടു പഠിച്ച

'ചിത്തിരത്തോണിയിൽ അക്കരെ പോകാൻ എത്തിടാമോ പെണ്ണേ..'

എന്ന ഗാനമാണ് പാടിയത്.

പിന്നീടാണ് അച്ഛൻ അദ്ദേഹത്തിന്റെ സുഹൃത്ത് കൂടിയായിരുന്ന വെൺമണി സുകുമാരൻ എന്ന സംഗീതജ്ഞന്റെയടുത്ത് സംഗീതം പഠിക്കാനായി കൊണ്ട് ചേർത്തത്. അപ്പോഴാണ് സംഗീതത്തെക്കുറിച്ച് കൂടുതൽ അറിയുന്നതും. ശാസ്ത്രീയ സംഗീതത്തോടൊപ്പം യേശുദാസിന്റെ സിനിമാഗാനങ്ങൾ കൂടുതലായി സ്വാധീനിച്ചു. തരംഗിണിയുടെ ആൽബങ്ങളിലെ 'മാമാങ്കം', 'ഉത്രാടപ്പൂനിലാവേ', 'അരയന്നമേ...' തുടങ്ങിയ ഗാനങ്ങൾ ഇഷ്ടപ്പെടുകയും പാടുകയും ചെ യ്തതോടെയാണ് യേശുദാസിന്റെ ആലാപനശൈലി തനിക്ക് വഴങ്ങുന്നതാണെന്ന് ബാലൻ തിരിച്ചറിയുന്നത്.

യേശുദാസിനെ നേരിൽ കാണണമെന്ന് അന്ന് വലിയ ആഗ്രഹമു

പന്തളം ബാലൻ

ണ്ടായിരുന്നു. എന്നാൽ, സാധിച്ചില്ല. പന്തളം ദേവീ ക്ഷേത്രത്തിന്റെ നവരാത്രി മണ്ഡപത്തിലാണ് അന്ന് നല്ല പ്രോഗ്രാമുകൾ വരിക. നാലിലോ അഞ്ചിലോ പഠിക്കുമ്പോഴാണ് ആദ്യമായി ഒരു ഗാനമേള കേൾക്കാൻ പോകുന്നത്. ഇടവ ബഷീറിന്റെ ഗാനമേളയായിരുന്നു ആദ്യം കേട്ടത്. ദാസേട്ടന്റെ പാട്ടുകൾ അതേ രീതിയിൽ തന്നെ അനുകരിച്ചു പാടിയിരുന്ന കെ ജി മാർക്കോസിന്റെ ഗാനമേള അത്ഭുതാദരവോടെ കേട്ടു നിന്നത് പിന്നെയും രണ്ട് മൂന്ന് വർഷങ്ങൾ കൂടി കഴിഞ്ഞാണ്. അപ്പോഴും ബാലൻ ഒരു ഗാനമേളക്കാരനാവാൻ ആഗ്രഹിച്ചിട്ടേയില്ല.

ബാലൻ പഠിച്ചത് സ്വാതിതിരുനാൾ സംഗീത കോളേജിലായിരുന്നു. 1986 ൽ ആയിരുന്നു അവിടെ ഒന്നാംവർഷം ചേരുന്നത്. അതിനുമുമ്പ് ഗാനമേളകളിലൊന്നും പാടിയിരുന്നില്ല. അവിടെ ഒരു ചടങ്ങിൽ അക്കാലത്തിറങ്ങിയ തരംഗിണിയുടെ ഓണപ്പാട്ട് പാടിയത് ശ്രദ്ധേയമായതോടെയാണ് അന്നത്തെ സിതാര ഓർക്കസ്ട്രയിൽ പാടാൻ അവസരം ലഭിക്കുന്നത്. അവിടെ നിന്ന് വളരെ വേഗമാണ് ബാലൻ ശ്രദ്ധിക്കപ്പെടുന്നത്. 'പ്രമദവനം', 'ഹരിമുരളീരവം', 'രാമകഥാ ഗാനലയം' തുടങ്ങി സെമി ക്ലാസിക്കൽ ഗാനങ്ങൾ ഗാനമേളകളിൽ പാടി കൈയടി നേടിയതോടെ പന്തളം ബാലൻ സാധാരണക്കാരുടെ ഇടയിൽ ഏറെ ശ്രദ്ധേയനായി.

യേശുദാസിന്റെ പാട്ടുകൾ മാത്രം പാടി ഇത്രയും നാൾ ഗാനമേളകളിലൂടെ ജീവിച്ചയാളാണ് താനെന്ന് ബാലൻ പറയുന്നു. മറ്റൊരു ഗായകന്റെയും പാട്ടുകൾ വേദിയിൽ പാടിയിട്ടില്ല. എന്നാൽ, വിധിവൈപരീത്യത്താൽ കവിഞ്ഞ ഏഴെട്ടുവർഷമായി അമേരിക്കയിൽ മറ്റ് ജോലി ചെയ്ത് ജീവിക്കുകയായിരുന്നു ബാലൻ. ഇവിടെനിന്ന് പോകുന്നതിന് മുമ്പ് ഒരിക്കലും യേശുദാസിന്റെ ഗാനമേളയോ കച്ചേരിയോ കേൾക്കാൻ ബാലന് അവസരമുണ്ടായില്ല. അദ്ദേഹത്തെ നേരിൽ കാണുന്നതും ഗാനമേള നേരിൽ കേൾക്കുന്നതും അമേരിക്കയിൽ വെച്ചായിരുന്നു.

97 ൽ കോട്ടയം നെഹ്റു സ്റ്റേഡിയത്തിൽ വൈകുന്നേരം യേശുദാസിന്റെ ഗാനമേളയുണ്ടായിരുന്നു. അതേ ദിവസം കഷ്ടിച്ച് ഒരു കിലോമീ

റ്റർ ദൂരെ തിരുനക്കര ക്ഷേത്രത്തിൽ പന്തളം ബാലന്റെ ഗാനമേള. അതുകൊണ്ട് അന്നും കാണാൻ കഴിഞ്ഞില്ല. എന്നാൽ, അതിലേറെ ബാലനെ ദുഃഖിപ്പിച്ചത് മറ്റൊന്നാണ്. യേശുദാസിന്റെ അറുപതാം പിറന്നാൾ ആഘോഷമായിരുന്നു നെഹ്റു സ്റ്റേഡിയത്തിൽ. അന്ന് ഗാനമേളകളിൽ തിളങ്ങിനിന്ന ഒട്ടുമിക്ക ഗായകരും ആ വേദിയിൽ ദാസേട്ടന്റെ പാട്ടുകൾ പാടി. എന്നാൽ, താൻ ക്ഷണിക്കപ്പെട്ടില്ല. ആ പരിപാടി ഭാര്യയോടും മക്കളോടുമൊപ്പം ടി വിയിൽ കണ്ടുകൊണ്ടിരിക്കുമ്പോൾ കണ്ണുകൾ നിറഞ്ഞതായി പന്തളം ബാലൻ ഓർക്കുന്നു.

എന്നെന്നും യേശുദാസ്

വലുതും ചെറുതുമായ നിരവധി ഗായകർ എൺപതുകളിൽ യേശുദാസ് ഗാനങ്ങളുമായി ശ്രദ്ധേയരായി. ഇടവാ ബഷീർ, ബാലഗോപാലൻ തമ്പി, കാഞ്ഞങ്ങാട് രാമചന്ദ്രൻ, ക്രിസ്റ്റഫർ തുടങ്ങിയവർ. തൊട്ടടുത്ത ദശാബ്ദത്തിലാണ് മധുബാലകൃഷ്ണൻ, വിൽസൺ പിറവം, കെസ്റ്റർ, സന്തോഷ് കേശവ്, വിൽസരാജ് തുടങ്ങിയവർ യേശുദാസ് ഗാനങ്ങളിലൂടെ ശ്രദ്ധേയരാവുന്നത്. എന്നാൽ, അക്കാലമാവുമ്പോഴേക്കും യേശുദാസിന്റെ ആധിപത്യം തെല്ലൊന്ന് കുറയുന്നു. എം ജി ശ്രീകുമാറും വേണുഗോപാലുമൊക്കെ നിരവധി ഗാനങ്ങൾ പാടുന്നരീതിയിലേക്കുള്ള മാറ്റം. തമിഴിൽ എ ആർ റഹ്മാൻ കൊണ്ടുവന്ന പുതിയ ട്രെന്റ്. പുതിയ നിരവധി ഗായകർ. അങ്ങനെ ഗാനസംസ്കാരം തന്നെ മാറ്റപ്പെടുന്നു.

മലയാളികളുടെ ആസ്വാദനത്തെ നിർണ്ണായകമായി സ്വാധീനിച്ചിരുന്ന തരംഗിണി എന്ന യേശുദാസിന്റെ പ്രസ്ഥാനം പൂർണ്ണമായും കേരളത്തിൽ നിന്ന് ഇല്ലാതാകുന്നു. ചെറിയ സ്റ്റുഡിയോകളിൽ പോലും ആധുനിക നിലവാരത്തിൽ ആൽബങ്ങൾ ചെയ്യാവുന്ന അവസ്ഥയിലേക്ക് കാര്യങ്ങൾ മാറ്റപ്പെട്ടു.

സിനിമയ്ക്കപ്പുറത്തുള്ള ഗാനങ്ങൾ തരംഗിണിയിലൂടെ മാത്രം കേട്ടിട്ടുള്ള മലയാളികൾക്ക് പഞ്ചായത്തടിസ്ഥാനത്തിൽത്തന്നെ നിരവധി പ്രൊഡ്യൂസർമാർ ഓണം കേറാമൂലയിലെ ക്ഷേത്രങ്ങളിൽ പോലും സ്വന്തമായി ആൽബങ്ങൾ, ഭക്തിഗാന കാസെറ്റുകളുടെയും സി ഡി കളുടെയും പ്രളയത്തിലൂടെ രംഗത്തുവന്ന നൂറുകണക്കിന് ഗായകർ. എന്നാൽ, ഇത്തരത്തിലുള്ള ആൽബങ്ങൾ അല്പായുസ്സുകളാണ്. ഇന്നും മനസ്സിൽ യഥാർത്ഥ ഭക്തി പ്രതിഫലിക്കണമെങ്കിൽ ഗാനഗന്ധർവ്വന്റെ ശബ്ദത്തിലൂടെ അതാസ്വദിക്കണം. യഥാർത്ഥത്തിൽ പ്രമുഖ ക്ഷേത്രങ്ങൾ ഉൾപ്പെടെ ഏതു ക്ഷേത്രത്തിന്റെയും പ്രൗഢി ആലാപനത്തിലൂടെ പ്രഖ്യാപിക്കണമെങ്കിൽ അതിന് അദ്ദേഹത്തിന്റെ കണ്ഠനാദം വേണം എന്ന അവസ്ഥ വരെയെത്തി.

മറഞ്ഞുപോയ മാണിക്യം

എറണാകുളം പറവൂർ സ്വദേശിയായ സംഗീതാദ്ധ്യാപകൻ ശിവകൃഷ്ണന്റെ വീട്ടിൽ എല്ലാവരും പാട്ടുകാരോ സംഗീതതല്പരരോ ആയിരുന്നു. അച്ഛന്റെ ശിഷ്യനായ കൊടകര മാധവൻ സംഗീതസംവിധായകനായിരുന്നു. *രാരീരം* എന്ന ചിത്രത്തിലെ അദ്ദേഹത്തിന്റെ ഗാനങ്ങൾ അന്ന് ശ്രദ്ധേയമായി. അദ്ദേഹം ശിവകൃഷ്ണന്റെ ഒരു ചേട്ടനും കൂടിയായിരുന്നു. അദ്ദേഹം വീട്ടിൽ വന്നുകഴിഞ്ഞാൽ പിന്നെ യേശുദാസിന്റെ പാട്ടാണ്. യേശുദാസിനെക്കൊണ്ട് സ്വന്തം സംഗീതത്തിൽ പാട്ടുകൾ പാടിച്ചാണ് അദ്ദേഹം എപ്പോഴും പറയുമായിരുന്നു.

'ശ്യാമമേഘമേ... നീയെൻ പ്രേമദൂതുമായ്..

ദൂരെ പോയ് വരൂ...'

എന്ന ഗാനമൊക്കെ അദ്ദേഹം അതുപോലെ പാടുന്നത് വീട്ടിലെല്ലാവരും കേട്ടിരുന്നു. അങ്ങനെ ആറേഴ് വയസ്സുള്ളപ്പോൾ തന്നെ ശിവകൃഷ്ണന്റെ മനസ്സിൽ യേശുദാസ് ഒരു വിഗ്രഹമായി. സംഗീതം പഠിപ്പിച്ച് കിട്ടുന്ന അച്ഛന്റെ തുച്ഛമായ വരുമാനത്തിലാണ് കുടുംബം കഴിഞ്ഞുവന്നത്. വീട്ടിൽ നല്ല റേഡിയോ പോലുമില്ല.

റേഡിയോയിലൂടെ കാത്തിരുന്നാണ് ചലച്ചിത്ര ഗാനങ്ങൾ കേൾക്കുക. എത്ര ദൂരെ നിന്ന് കേട്ടാലും ദാസേട്ടന്റെ ശബ്ദം തിരിച്ചറിയാനും അത് നന്നായി ഗ്രാസ്പ് ചെയ്യാനും ശിവകൃഷ്ണന് കഴിഞ്ഞിരുന്നു. പാട്ട് കേൾക്കാനായി പിന്നെയുള്ള മാർഗ്ഗം സിനിമ കാണുകയാണ്. വീട്ടിനടുത്ത് നിന്ന് നാലഞ്ച് കിലോമീറ്റർ നടന്ന് കാലടി ജവഹർ തിയേറ്ററിൽ പോയാണ് സിനിമ കണ്ടിരുന്നത്. സിനിമ കാണുക എന്നാൽ പ്രധാനമായും പാട്ട് കേൾക്കുക എന്നതാണ്. മൂന്ന് മണിക്കുള്ള മാറ്റിനി ഷോ കാണാനായി നേരത്തേ നടന്ന് രണ്ട് മണിയോടെ അവിടെയെത്തും. തിയേറ്ററിൽ

ശിവകൃഷ്ണൻ

റെക്കോർഡിടുന്നത് കേൾക്കണം. സ്കൂളിലെ മത്സരത്തിന് പാടാനായി പാട്ടുകൾ കാണാതെ പഠിക്കാനാണ് പലപ്പോഴും തിയേറ്ററുകളിൽ പോയിരുന്നത്. യേശുദാസിന്റെ ആലാപന വശ്യതയും ശബ്ദത്തിന്റെ പ്രത്യേകതകളുമൊക്കെ അന്നത്തെ അറിവുവെച്ച് മനസ്സിലാക്കിയാണ് പാട്ടുകൾ പഠിച്ചിരുന്നത്.

'ലക്ഷാർച്ചന കണ്ട് മടങ്ങുമ്പോഴൊരു'

തുടങ്ങിയ പാട്ടുകളാണ് അന്ന് കോമ്പറ്റീഷനൊക്കെ പാടിയിരുന്നത്.

പത്ത് നാല്പത് വർഷങ്ങൾക്കു മുമ്പ് ഗ്രാമത്തിലേക്ക് ശാസ്ത്രീയ സംഗീതം കൊണ്ടുവന്നത് തന്റെ പിതാവ് ബാലകൃഷ്ണക്കുറുപ്പാണെന്ന് ശിവകൃഷ്ണൻ കരുതുന്നു. കാരണം, അതുവരെ ഗ്രാമത്തിലെങ്ങും ശാസ്ത്രീയമായി സംഗീതം പഠിച്ചിട്ടുള്ളയാളല്ല. അങ്ങനെ അദ്ദേഹം ആ ഗ്രാമത്തിലെ ആദ്യത്തെ സംഗീതാദ്ധ്യാപകനായി. പിന്നീട് ധാരാളം ശിഷ്യസമ്പത്തുമുണ്ടായി.

ആൺമക്കളെ രണ്ടുപേരെയും കുറുപ്പ് സംഗീതം പഠിപ്പിച്ചു. മൂത്തമകൻ മയിൽവാഹനൻ. ഇളയ മകൻ ശിവകൃഷ്ണൻ. മയിൽവാഹനൻ ചെറുപ്പകാലത്തേ അന്യാദൃശമായ പ്രതിഭ സംഗീതത്തിൽ പ്രതിഫലിപ്പിച്ചു. സ്കൂളിലോ മറ്റെവിടെയോ പോയി മത്സരിച്ചാലും ഒന്നാം സമ്മാനവുമായേ മടങ്ങിവരൂ. മയിൽവാഹനൻ പേര് കൊടുത്തു എന്നറിഞ്ഞാൽ പിന്നെയാരും മത്സരിക്കാൻ തയ്യാറാകാത്ത അവസ്ഥയായിരുന്നു. മാണികൃമംഗലം എൻ എസ് എസ് സ്കൂളിലായിരുന്നു പഠിച്ചിരുന്നത്. നന്നേ ചെറുപ്പത്തിലേ യേശുദാസിന്റെ അന്നത്തെ സൂപ്പർ ഹിറ്റായതും പ്രയാസമേറിയതുമായ ഗാനങ്ങൾ വളരെയധികം പെർഫെക്ഷനോടെ പാടിയിരുന്നു. ഒരുപക്ഷേ, നാട്ടിൽ പലരും വിശ്വസിച്ചു ഇവൻ വളർന്നു കഴിഞ്ഞാൽ വലിയ സംഗീതജ്ഞനാകുമെന്ന്. പലരും തറപ്പിച്ചു പറഞ്ഞു. യേശുദാസ് കഴിഞ്ഞാൽ പിന്നെ മയിൽവാഹനനാണെന്ന്. എന്നാൽ അങ്ങനെയൊരു പ്രതീക്ഷയ്ക്ക് മയിൽവാഹനന്റെ ഗാനങ്ങളെ എത്തിച്ചുകൊടുക്കാതെ കാലം അവനെ തിരിച്ചുവിളിച്ചു. 14-ാം വയസ്സിലായിരുന്നു അത്. നടന്നുപോകും വഴി കാലിൽ ഒരു മരക്കുറ്റി കൊണ്ടാണ് അത് പഴുത്ത് വലുതായി പ്രതിഭാധനനായ ആ കുട്ടിയുടെ മരണത്തിൽ കലാശിച്ചു. യുവാവായി, യേശുദാസിന്റെ കളരിയായ മദ്രാസിലെത്തി എല്ലാ ത്യാഗങ്ങളും

സഹിച്ച് ഒരു ഗായകനായി പേരെടുക്കുന്നതിന് കാത്തുനിന്നില്ല അവനു വേണ്ടി കാലം. മറിച്ച് ഒരു ഗാന്ധർവ്വ ഗായകന്റെ ഗാനങ്ങൾ മനസ്സിൽ ധ്യാനിച്ച്, താലോലിച്ച് വളർന്ന ഒരുപാട് സ്വപ്നം കണ്ട കുട്ടിയായി അവൻ വിടവാങ്ങിയപ്പോൾ അവശേഷിച്ചത് ദുഃഖത്തോടെയെങ്കിലും അവനെക്കുറിച്ചുള്ള ധന്യസ്മൃതികളായിരുന്നു. മയിൽ വാഹനൻ മരിക്കുമ്പോൾ ശിവകൃഷ്ണന് ഏഴ് വയസ്സേയുള്ളൂ. ചേട്ടനോടൊപ്പം പലയിടത്തും മത്സരങ്ങൾക്ക് പാടാൻ പോകുമ്പോൾ കൂടെ പാടിയിട്ടുണ്ട്. എവിടെച്ചെന്നാലും സമ്മാനങ്ങൾ വാരിക്കൂട്ടുന്നതും കണ്ടിരുന്നു. നന്നേ കുട്ടിക്കാലത്തേ ചേട്ടനുമായുള്ള സഹവാസം ശിവകൃഷ്ണനിലും പാട്ടിന്റെ പ്രതിഭ വളർത്തി ഓരോ പാട്ടിലും യേശുദാസ് പ്രയോഗിക്കുന്ന സംഗതികളൊക്കെ നന്നായി തിരിച്ചറിഞ്ഞിരുന്നു. എന്നാൽ, അതൊക്കെ കൂടുതൽ ശാസ്ത്രീയമായി മനസ്സിലാക്കിയത്, തൃപ്പൂണിത്തുറ ആർ എൽ വി കോളേജിൽ സംഗീതം പഠിക്കാൻ ചേർന്നപ്പോൾ മുതലാണ്. അവിടെ നിരവധി പേർ ഒരു ഗാനം പാടുമ്പോഴാണ് ദാസേട്ടന്റെ പാട്ടിന്റെ വില മനസ്സിലാക്കിയത്. അവിടെ വെച്ചുതന്നെയാണ് അദ്ദേഹത്തിന്റെ വ്യക്തിപ്രഭാവത്തിൽ വല്ലാതെ തകർന്നുപോയതും.

അവിശ്വസനീയമായ സാന്നിദ്ധ്യം

ഒരുദിവസം ഉച്ചയ്ക്ക് വിദ്യാർത്ഥികൾ ചോറുണ്ടശേഷം അവിടത്തെ കെട്ടിടങ്ങൾക്ക് നടുവിലത്തെ വട്ടക്കിണറിനടുത്ത് കൈകഴുകി പാത്രം മോറിക്കൊണ്ടുനില്ക്കുമ്പോൾ ആരോ വിളിച്ചുപറഞ്ഞു: “അതാ ദാസേട്ടൻ പോകുന്നു.” പെട്ടെന്ന് തിരിഞ്ഞുനോക്കുമ്പോൾ ശിവകൃഷ്ണന് വിശ്വസിക്കാനായില്ല. കുട്ടിക്കാലം മുതൽ താൻ മനസ്സിലാരാധിക്കുന്ന മഹാഗായകൻ വെള്ളവസ്ത്രത്തിന്റെ പ്രഭയിൽ തീക്ഷ്ണമായ മുഖപ്രസാദത്തോടെ ജ്വലിക്കുന്ന കണ്ണുകളോടെ കൺമുന്നിലൂടെ നടന്നുനീങ്ങുന്നു.

കുട്ടികളെല്ലാവരും പാത്രങ്ങൾ വലിച്ചെറിഞ്ഞ് ഓടിക്കിതച്ചെത്തി. പ്രിൻസിപ്പലിന്റെ റൂമിൽ അദ്ദേഹം എത്തിയതോടെ ഗുരുതുല്യനായ സംഗീതജ്ഞൻ മാവേലിക്കര പ്രഭാകരവർമ്മ തന്നെ സ്വന്തം ഇരിപ്പിടം യേശുദാസിനായി ഒഴിഞ്ഞുകൊടുത്തു. യേശുദാസ് അദ്ദേഹത്തെ കാണാനായി എത്തിയതാണ്, അടുത്ത് ഒരു പ്രോഗ്രാമിന് വന്നപ്പോൾ.

കുട്ടികൾ വാതിലിലും ജനലരികത്തും തിക്കിത്തിരക്കി. പ്രിൻസിപ്പൽ പറഞ്ഞതനുസരിച്ച് ഓരോരുത്തരായി വന്ന് അദ്ദേഹത്തിന്റെ കാൽതൊട്ട് വന്ദിച്ചു. ശിവകൃഷ്ണന്റെ തൊണ്ടയിൽ വെള്ളം വറ്റി. എന്തെങ്കിലും ഒന്ന് സംസാരിക്കണമെന്ന് മനസ്സ് വെമ്പിയെങ്കിലും അതിനുള്ള ധൈര്യമില്ലാതെ അദ്ദേഹത്തിന്റെ പ്രഭയിൽ വല്ലാതെ ചുളിഞ്ഞ് നിന്നുപോയി.

രണ്ട് മാസത്തിനകം കോളേജിന്റെ വാർഷികം വരുന്നു. കുട്ടികളെല്ലാവരും ചേർന്ന് ഒരഭ്യർത്ഥന നടത്തി. വാർഷികത്തിന് തങ്ങൾക്ക് ഒരു കച്ചേരി നടത്തിത്തരണം. അദ്ദേഹം അത് നിറഞ്ഞ മനസ്സാലേ സ്വീകരിച്ചു. അവിടെ വന്ന് കച്ചേരിയും നടത്തി.

ശിവകൃഷ്ണന് ഇരിങ്ങാലക്കുടയിൽ ഒരു സുഹൃത്തുണ്ടായിരുന്നു. ജോസ്. ചായക്കടയിൽ പണിക്ക് നില്ക്കുകയായിരുന്നു ജോസ്. പാട്ട് പാടുകയൊന്നുമില്ല. എന്നാൽ, യേശുദാസ് എന്നുകേട്ടാൽ പിന്നെ എല്ലാം മറക്കും. എപ്പോഴും അദ്ദേഹത്തിന്റെ പാട്ടുകൾ കേൾക്കുക. അദ്ദേഹത്തിന്റെ ചിത്രങ്ങളും ഫോട്ടോകളും ശേഖരിക്കുക ഇതൊക്കെയായിരുന്നു ജോസിന്റെ വിനോദങ്ങൾ.

ചായക്കടയിൽനിന്ന് കിട്ടുന്ന വരുമാനത്തിൽനിന്ന് മിച്ചം പിടിച്ച് കിട്ടുന്നത് കൊണ്ടായിരുന്നു ഇങ്ങനെ ചിത്രങ്ങൾ സംഘടിപ്പിച്ചിരുന്നത്. ഒരു ദിവസം യാദൃച്ഛികമായി ജോസിന് യേശുദാസിന്റെ ഒരു പഴകിയ ഫോട്ടോ ലഭിച്ചു. പഴകി അവിടവിടെ പൊളിഞ്ഞ് തുടങ്ങിയ ഒരു ഫോട്ടോയായിരുന്നു അത്. ചെമ്പൈ വൈദ്യനാഥഭാഗവതർ കച്ചേരി നടത്തുമ്പോൾ യേശുദാസ് തൊട്ടടുത്തിരുന്ന് പാടുന്നതിന്റെ ദൃശ്യമായിരുന്നു അത്. അത് കഴിയാവുന്നിടത്തോളം സംരക്ഷിച്ച് ജോസ് സൂക്ഷിച്ചു.

ഒരിക്കൽ ആ ഫോട്ടോ യേശുദാസിന് സമ്മാനിക്കണമെന്ന് ജോസിന് തോന്നി. തൃശൂരിൽ ഒരു പരിപാടിക്കെത്തിയപ്പോൾ ഹോട്ടലിൽ പോയി കണ്ടു. യേശുദാസ് അത്ഭുതത്തോടെയാണ് ഇങ്ങനെയൊരു ഫോട്ടോ കണ്ടത്. ഒരുപക്ഷേ, അദ്ദേഹം ആഗ്രഹിച്ചിരുന്നതും അതുവരെ നേടാൻ കഴിഞ്ഞിട്ടില്ലാത്തതുമായ ഫോട്ടോ ആയിരുന്നു അത്. അദ്ദേഹത്തിന്റെ മുഖം വികാരഭരിതമാകുന്നത് ജോസിന് കാണാൻ കഴിഞ്ഞു. വഴിയിൽ നിന്ന് കിട്ടിയ ആ ഫോട്ടോയ്ക്ക് അന്ന് പ്രതിഫലമായി ഗാനഗന്ധർവ്വൻ നല്കിയത് ജോസിനൊരു ജോലിയായിരുന്നു. അന്ന് ജോസിന് വലുത് ജോലിയായിരുന്നു.

ആ ഫോട്ടോ കണ്ടിട്ട് അദ്ദേഹം പറഞ്ഞു: "നീ ആ ഫോട്ടോ ഒന്ന് എൻലാർജ് ചെയ്യിച്ചിട്ട് അതുമായി മദ്രാസിലേക്ക് വരൂ." ജോസ് വളരെ സന്തോഷത്തോടെ ക്ഷണം സ്വീകരിച്ചു. അതിനുള്ള പണമൊപ്പിക്കലായി. ഫോട്ടോ വലുതായി ഫ്രെയിം ചെയ്ത് അതുമായി മദ്രാസിന് വണ്ടികയറി. അവിടെയെത്തുമ്പോൾ ദാസേട്ടൻ 'ശാന്തമീ രാത്രിയിൽ വാദ്യഘോഷാദികൾ കൊണ്ടുവാ' എന്ന പാട്ടിന്റെ റെക്കോർഡിങ്ങിലാണ്. ജോസിന് അന്ന് ആ റെക്കോർഡിങ് നേരിൽ കാണാൻ കഴിഞ്ഞു. അതുകഴിഞ്ഞ് ദാസേട്ടൻ ജോസിനെയും കൂട്ടി നേരെ പോയത് അദ്ദേഹത്തിന്റെ വീട്ടിലേക്കാണ്.

അവിടെവച്ച് അദ്ദേഹം ചോദിച്ചു: "നിനക്കെന്താ ജോലി." ജോസ് പറഞ്ഞു: "എനിക്ക് ചായക്കടയാണ്. എനിക്ക് പാട്ടുകളോട് ചില താല്പര്യങ്ങളൊക്കെയുണ്ട്." എന്നാൽ, നീയിവിടെ നിന്നോ, നിനക്ക് തരംഗിണിയിൽ എന്തെങ്കിലും പണി ശരിയാക്കാം എന്ന് അദ്ദേഹം പറഞ്ഞു. ഇത് അന്ന് ജോസിന് വലിയ ആശ്വാസമായിരുന്നു. അങ്ങനെ സൗണ്ട് എഞ്ചിനീയറുടെ സഹായിയായി ജോസ് അവിടെ കുറേക്കാലം കഴിഞ്ഞു. എന്നാൽ, പിന്നീട് നാട്ടിലേക്ക് തിരികെ പോരുകയായിരുന്നു. അതോടെ ജോസിന്റെ സംഗീതമൊക്കെ അസ്തമിച്ചു. ഇപ്പോൾ ജോസ് എവിടെയാണെന്ന് ശിവകൃഷ്ണന് ഒരറിവുമില്ല.

സ്നേഹഗായകൻ

പി കെ നാരായണൻ വൈദ്യർ എന്ന കൊല്ലത്തെ ഒരു പൗരപ്രമുഖന്റെ മകനാണ് ഫോട്ടോഗ്രാഫറായ വേണു ആശ്രാമം. കേവലം ഒരു വൈദ്യർ മാത്രമായിരുന്നില്ല വേണുവിന്റെ പിതാവ്. അന്നത്തെ പഞ്ചായത്ത് ജഡ്ജ്, ബെഞ്ച് മജിസ്ട്രേറ്റ്, ആയുർവ്വേദ വൈദ്യമഹാമണ്ഡലം പ്രസിഡന്റ് തുടങ്ങിയ നിലകളിൽ പ്രവർത്തിച്ചുവരുന്ന ഒരു ജന്മിയായിരുന്നു. ആശ്രാമത്തുനിന്ന് കായൽവാരത്തേക്കുള്ള വഴിയിലെ പഴയ വീട്ടിൽ ഇപ്പോൾ വിശ്രമജീവിതം നയിക്കുന്ന വേണുവിന്റെ ജീവിതത്തിൽ നിർണ്ണായകമായിരുന്നു യേശുദാസുമായുള്ള ബന്ധം. വളരെ യാദൃച്ഛികമായാണ് കൊല്ലത്തുനിന്നുള്ള ഒരു വെറും ഗാനാസ്വാദകൻ യേശുദാസിന്റെ സുഹൃത്താകുന്നത്. എന്നാൽ, അതിന് അച്ഛനോടുള്ള കടപ്പാടുണ്ട്. യേശുദാസിന്റെ അച്ഛൻ അഗസ്റ്റിൻ ജോസഫും വേണുവിന്റെ പിതാവും തമ്മിലുണ്ടായിരുന്ന ആത്മബന്ധം രണ്ടുപേരുടെയും മക്കൾ തമ്മിൽ തുടർന്നത് വളരെ യാദൃച്ഛികമായിട്ടായിരുന്നു.

ആദ്യകാലത്ത് അഗസ്റ്റിൻ ജോസഫ് അഭിനയിച്ചിരുന്നത് ഓച്ചിറ വേലുക്കുട്ടിയുടെ നാടക ട്രൂപ്പിലായിരുന്നു. അന്ന് കൊല്ലത്ത് പലയിടത്തും പ്രോഗ്രാമുകൾ സംഘടിപ്പിക്കുന്നതിനും മറ്റും ധാരാളം സഹായങ്ങൾ ചെയ്തിട്ടുള്ള നാരായണൻ വൈദ്യനോട് അഗസ്റ്റിൻ ജോസഫിന് മാനസികമായ അടുപ്പമുണ്ടായിരുന്നു. വൈദ്യർ മരിക്കുന്ന സമയത്ത് അഗസ്റ്റിൻ ജോസഫിന് വരാൻ കഴിഞ്ഞില്ല. അന്നദ്ദേഹം സുഖമില്ലാതെ കിടപ്പിലായിരുന്നതിനാൽ മരണത്തിൽ അനുശോചനമറിയിച്ചുകൊണ്ട് ഒരു കത്തയക്കുകയുണ്ടായി. അന്നത്തെ പ്രമുഖ നടനും ഗായകനുമായ അഗസ്റ്റിൻ ജോസഫിന്റെ കത്ത് വീട്ടുകാർ വളരെ ആത്മാർത്ഥതയോടെ സൂക്ഷിച്ചുവെച്ചു. അതിന്റെ തൊട്ടടുത്ത വർഷം 1964 ഫെബ്രുവരിയിൽ അഗസ്റ്റിൻ ജോസഫ് മരിക്കുകയും ചെയ്തു.

ഇതിനിടെ യേശുദാസ് ഗായകനാകുന്നതും സിനിമയിലെയും റേഡിയോയിലെയും ഗാനങ്ങളിലൂടെ മലയാളികളുടെ മനം കവർന്നതും ഏതൊരു മലയാളിയെയും പോലെ വേണുവും അറിഞ്ഞു.

എന്നാൽ, യേശുദാസിന്റെ ആദ്യത്തെ സംഗീതക്കച്ചേരി കേൾക്കാൻ അവസരം ലഭിച്ചത് തികച്ചും യാദൃച്ഛികമായിട്ടായിരുന്നു. യേശുദാസ് പഠിച്ച ആർ എൽ വി കോളേജിലായിരുന്നു അദ്ദേഹത്തിന്റെ ആദ്യത്തെ കച്ചേരി നടന്നത്. ആ സമയത്ത് വേണുവിന്റെ അളിയൻ ഡോ. എൻ ശ്രീധരൻ തൃപ്പൂണിത്തുറ ആയുർവ്വേദ കോളേജിലെ പ്രിൻസിപ്പലായിരുന്നു. അദ്ദേഹം അന്നത്തെ ക്ഷണിക്കപ്പെട്ട അതിഥികളിലൊരാളായി കച്ചേരി കേട്ടു. യേശുദാസിനെ പരിചയപ്പെട്ടപ്പോൾ നാരായണൻ വൈദ്യരെപ്പറ്റി പറയുകയും അദ്ദേഹത്തിന് വളരെ സന്തോഷമാവുകയും ചെയ്തു.

അധികം താമസിയാതെ യേശുദാസ് പഠിച്ച ഇരിമ്പനം ഹൈസ്കൂളിന്റെ സിൽവർ ജൂബിലിയോടനുബന്ധിച്ച് യേശുദാസിന്റെ ആദ്യത്തെ ഗാനമേള. അതുകേൾക്കാൻ വേണു കൊല്ലത്ത് നിന്ന് ഫോർട്ട് കൊച്ചിയിലെത്തി.

മുന്നിലാണ് സീറ്റ് കിട്ടിയത്. അന്നത്തെ ഗാനമേള വേണുവിന്റെ മനസ്സിൽ ഇന്നലത്തെപ്പോലെ ഓർമ്മയുണ്ട്. രാധാ കുപ്പുസ്വാമി എന്ന ഗായികയായിരുന്നു കൂടെ പാടിയത്. ഭാരം വല്ലാത്ത ഭാരം, ഇടയകന്യകേ തുടങ്ങിയ ഗാനങ്ങളായിരുന്നു ആദ്യം പാടിയത്.

പരിപാടി കഴിഞ്ഞ് പരിചയപ്പെടാൻ പോയി. കൊല്ലത്ത് ആശ്രാമത്ത് നിന്നാണെന്ന് പറഞ്ഞപ്പോൾ അവിടെ നാരായണൻവൈദ്യരെ അറിയുമോ എന്നാണ് അദ്ദേഹം ചോദിച്ചത്. എന്നാൽ, ആദ്യം മകനാണെന്ന് പറഞ്ഞില്ല, അടുത്താണെന്നാണ് പറഞ്ഞത്. കൊല്ലത്തൊരു ഗാനമേള നടത്താൻ എന്താകും എന്ന് ചോദിച്ചപ്പോൾ അദ്ദേഹം പറഞ്ഞു: "അത് നോക്കണ്ട. വണ്ടിക്കൂലി തന്നാൽ മതി. എനിക്ക് ആ വീട്ടിൽ ഒന്നു പോകാമല്ലോ." വേണു എന്നാൽ അറിയിക്കാം എന്നു പറഞ്ഞ് അഡ്രസും ഫോൺ നമ്പരും കൊടുത്തു. യേശുദാസ് കൊച്ചിയിലെ അഡ്രസ് കൊടുത്തു. അന്നദ്ദേഹത്തിന് ഫോണില്ല. അടുത്ത പ്രോഗ്രാം എവിടെ

വേണു ആശ്രാമം

യാണെന്ന് ചോദിച്ചപ്പോൾ പന്തളത്ത് കോളേജിലാണെന്ന് പറഞ്ഞു. അന്ന് ഞാൻ കാറുമായി വരാം എന്റെ കൂടെ കൊല്ലത്തുവരെ വരാമോ എന്ന് ചോദിച്ചപ്പോൾ അദ്ദേഹം സമ്മതിച്ചു. എറണാകുളത്തെ സാമുവൽ ജോൺ എന്നയാളുടെ സ്റ്റാൻഡേർഡ് പെനന്റ് കാറിലാണ് യേശുദാസ് തിരിച്ചു പോകുന്നത്. കാറിൽ കയറിയിരുന്നപ്പോഴാണ് താൻ നാരായണൻ വൈദ്യരുടെ മകനാണെന്ന് വേണു പറയുന്നത്. ഇത് കേട്ടതും കാറിൽനിന്ന് ചാടിയിറങ്ങി യേശുദാസ് വേണുവിനെ കെട്ടിപ്പിടിച്ചു. കാറിൽ കയറ്, വീട്ടിൽ പോയി അമ്മച്ചിയെയും കൊണ്ടുവരാമെന്ന് പറഞ്ഞു. എന്നാൽ, അപ്പോൾ വരാൻ ബുദ്ധിമുട്ടുണ്ട്, വഴി പറഞ്ഞു തന്നാൽ പിറ്റേന്ന് വരാമെന്ന് പറഞ്ഞു പിരിഞ്ഞു.

മഹാഗായകന്റെ എളിമ

പിറ്റേന്ന് കൃത്യമായി മറ്റൊരാളെയും കൂട്ടി വേണു ഒരു പതിനൊന്നു മണിയോടെ ഫോർട്ട് കൊച്ചിയിലെ ദാസിന്റെ വീട്ടിലെത്തി. അന്നത്തെ പഴയ വീടാണ്. "ഞങ്ങൾ ചെല്ലുമ്പോൾ ദാസേട്ടൻ ഒരു കൈലി ഉടുത്ത് വീടിന്റെ മുമ്പിലത്തെ തിണ്ണയിൽ ഒരു പുൽപ്പായയിലിരുന്ന് ഹാർമ്മോണിയം വായിക്കുകയാണ്. ഞങ്ങളെ കണ്ടപ്പോൾ എഴുന്നേറ്റ് സ്വീകരിച്ചു. അമ്മച്ചീ ദാ വന്നു എന്നാണ് വിളിച്ചു പറഞ്ഞത്. അമ്മച്ചി കണ്ടപാടെ കെട്ടിപ്പിടിച്ചു വിശേഷങ്ങൾ ചോദിച്ചു.

ഞങ്ങൾ മുമ്പിലെ മുറിയിൽ കിടന്ന ഒരു ചാര് ബെഞ്ചിലാണിരുന്നത്. ചെറിയ വീടാണെങ്കിലും വലിയ ഹാളായിരുന്നു. മുകളിൽ തടിയടിച്ച മേടയാണ്. അത് വാടകയ്ക്ക് കൊടുത്തിരിക്കുകയാണ്. പിതാവ് മരിക്കുമ്പോൾ യേശുദാസിന്റെ കുടുംബത്തിന് ആറായിരം രൂപയുടെ കടമുണ്ട്. അതിന് ചെറിയൊരാശ്വാസമായിരുന്നു വാടക.

സംസാരിച്ചിരിക്കെ, യേശുദാസ് പറഞ്ഞു. "ഞാൻ ദാ വരുന്നേ." അല്പം കഴിഞ്ഞപ്പോൾ ഗാനഗന്ധർവ്വൻ രണ്ടു കൈയിലും ഓരോ ചായയും കടയിൽനിന്ന് വാങ്ങി വരുന്നു. ചായ ഇലച്ചീന്തിൽ മൂടിയാണ് കൈയിൽ പിടിച്ചിരിക്കുന്നത്.

ഓർമ്മയിൽ കൗതുകമുണ്ടാക്കുന്ന കാഴ്ചയാണിന്ന് വേണുവിനത്. വീട്ടിൽനിന്ന് ചോറുണ്ടിട്ട് പോകാമെന്ന് നിർബ്ബന്ധിച്ചെങ്കിലും നില്ക്കാതെ വേണു തിരികെ പോന്നു.

കൊല്ലത്തെ ആദ്യ ഗാനമേള

ഇടയ്ക്ക് പ്രോഗ്രാമിന്റെ കാര്യം പറഞ്ഞുകൊണ്ട് കത്തെഴുതിയിരുന്നു. പന്തളത്തെ ഗാനമേളയ്ക്ക് വേണു കാറുമായി ചെന്നു. അന്ന് പാസില്ലാത്ത വേണുവിന് യേശുദാസ് തന്നെയാണ് അവിടെ സീറ്റ് വാങ്ങിക്കൊടുത്തത്. പ്രോഗ്രാം കഴിഞ്ഞ് പോൾ എന്ന സുഹൃത്തുമൊത്ത് അന്ന് പറഞ്ഞതുപോലെ കൊല്ലത്തേക്ക് പോന്നു. കാർ കൊല്ലത്തെത്തുമ്പോൾ രാത്രി രണ്ടര മണി. ബസ് സ്റ്റാന്റിനടുത്തുള്ള കടയിൽനിന്ന് ചായയും

യേശുദാസിന്റെ വിവാഹച്ചടങ്ങ്

കുടിച്ചാണ് വീട്ടിലെത്തിയത്. വീട്ടിൽ എല്ലാവരും ഉണർന്നില്ല. ചിറ്റപ്പൻ മാത്രമേ ഉണർന്നുള്ളൂ. യേശുദാസാണെന്നറിഞ്ഞപ്പോൾ കൊണ്ടുപോയി കിടത്തെടാ എന്ന് പറഞ്ഞു. മുറിയിലെ ഡബിൾകോട്ട് കട്ടിലിൽ വേണുവിനൊപ്പമാണ് ദാസ് അന്ന് കിടന്നത്. തൊട്ടടുത്തുള്ള സിംഗിൾകോട്ട് കട്ടിലിൽ ഒപ്പം വന്ന പോളേട്ടനും കിടന്നു.

പിറ്റേന്ന് രാവിലെ വീട്ടുകാർ ഉണരുമ്പോൾ ഗായകൻ യേശുദാസ് വീട്ടിൽ. എല്ലാവരും അത്ഭുതാദരവോടെ നിന്നു. കുറച്ചു നേരത്തിനകം അയലത്തുനിന്നൊക്കെ ആളുകൾ മണത്തറിഞ്ഞ് വരാൻതുടങ്ങി.

വീട്ടിൽ രാവിലത്തെ ആഹാരം റെഡിയാക്കുന്നതിനിടയ്ക്ക് ഒരു പാട്ടു പാടിച്ചാലോ എന്ന് മനസ്സിലൊരു മോഹം. എന്നാൽ, അങ്ങനെ പറഞ്ഞാൽ അദ്ദേഹത്തിനെന്തു തോന്നും എന്ന് വീട്ടുകാർ. യേശുദാസിനെ പ്രശസ്തിയിലേക്കുയർത്തിയ 'താമസമെന്തേ' കേൾക്കാനാണ് എല്ലാവർക്കും താല്പര്യം.

ആഗ്രഹമറിയിച്ചതോടെ ഒരു വിരോധവുമില്ലാതെ അദ്ദേഹം പാടി. ജനലരികിലും വീടിന് ചുറ്റിലും അറിഞ്ഞുവന്ന കുറേപ്പേർ കേട്ടു നിന്നു. അന്ന് ജനലഴികളിലൂടെ എത്തി വലിഞ്ഞ് കേട്ടുനിന്നവരൊക്കെ യേശുദാസിനെ ആദ്യം കണ്ട ആ മുഹൂർത്തം മനസ്സിലെ മധുരമായ ഓർമ്മയായി സൂക്ഷിക്കുന്നു.

അന്നവിടെ ആതിഥ്യം സ്വീകരിച്ചശേഷം യേശുദാസ് എറണാകുളം ഫാസ്റ്റ് പാസഞ്ചറിലാണ് തിരികെ പോയത്. വേണുവാണ് അന്ന് കൊല്ലം

ബസ്സ്റ്റാന്റിൽ പോയി ടിക്കറ്റ് ബുക്ക് ചെയ്ത് കൊടുത്തത്. അന്ന് 6 രൂപ യായിരുന്നു ബസ് ചാർജ്.

അന്ന് പോയശേഷം കത്തുവഴിയാണ് ബന്ധപ്പെടുന്നത്. പിന്നീട് ഗാന മേള കൊല്ലത്ത് സംഘടിപ്പിച്ചപ്പോഴേക്കും ഒരു വർഷംകൂടി കഴിഞ്ഞു. 66 ലാണ് ആദ്യമായി യേശുദാസിന്റെ ഗാനമേള കൊല്ലത്ത് കിളികൊല്ലൂർ എസ് വി ടാക്കീസിൽ നടക്കുന്നത്. അന്നത്തെ ഏറ്റവും വലിയ തിയേറ്ററാ യിരുന്നു അത്. ഗേറ്റ് കളക്ഷൻ മാത്രം അന്ന് തൊള്ളായിരത്തിലധികം രൂപയായിരുന്നു. അന്നത് വലിയ തുകയാണ്.

സീറ്റ് തികഞ്ഞില്ല. ഒടുവിൽ പുറത്തുനിന്ന് കസേരയെടുത്താണ് ആളെ ഇരുത്തിയത്. അന്നത്തെ ഗാനമേള യേശുദാസ് നന്നായി ആസ്വദി ച്ചു. അന്ന് 32 പാട്ടുവരെ പാടി. ഗാനമേള കഴിഞ്ഞ് നേരെ വേണുവിന്റെ വീട്ടിൽ. അവിടെ രണ്ട് ദിവസം തങ്ങിയശേഷമായിരുന്നു ദാസ് മടങ്ങി യത്. ഗാനമേളയ്ക്ക് 1101 രൂപ കൊടുക്കാമെന്നാണ് വേണു മനസ്സിൽ കണ്ടത്. എന്തുതരണം എന്നു ചോദിച്ചപ്പോൾ ഒന്നും തന്നില്ലെങ്കിലും ഞങ്ങൾ സന്തോഷമായി പോകും. ഈ വീട്ടിൽ വരാൻ കഴിഞ്ഞല്ലോ. അതു തന്നെ വലിയ ഭാഗ്യം എന്നായിരുന്നു മറുപടി. എന്നാൽ പറഞ്ഞ തുക നല്കിയാണ് അന്നയച്ചത്.

യേശുദാസിന്റെ അനുജൻ ആന്റണിയും പിന്നീട് ഈ വീട്ടിൽ വന്ന് താമസിച്ചിട്ടുണ്ട്. രണ്ടുപേർക്കും വേണുവിന്റെ അമ്മയുടെ അനുജത്തിയുടെ പാചകം നന്നായി ഇഷ്ടപ്പെട്ടു. കോഴിയിറച്ചി വെക്കാനും അമ്മ മിടുക്കി യായിരുന്നു. അതിന് അവരുടേതായ ഒരു പൊടിക്കൈയുണ്ട്. "ദാസേട്ടൻ അടുക്കളയിൽ ചെന്ന് തവി കൊണ്ടു അടുപ്പിൽനിന്ന് കോരി പാത്രത്തി ലിട്ട് തിന്ന് നോക്കി അഭിപ്രായം പറയുമായിരുന്നു." വേണു ഓർക്കുന്നു.

കൊല്ലത്തെ പ്രോഗ്രാമിനുശേഷം കോട്ടയത്തായിരുന്നു ഗാനമേള. മാമ്മൻ മാപ്പിള ഹാളിലായിരുന്നു അന്ന് പ്രോഗ്രാം. അക്കാലത്ത് കൊല്ലത്തും തിരുവനന്തപുരത്തും ഗാനമേളകൾ മിക്കതും വേണു വഴി യായിരുന്നു നടത്തിയിരുന്നത്.

തിരുവനന്തപുരത്ത് യൂണിവേഴ്സിറ്റി കോളേജിൽ ഗാനമേള വെച്ച പ്പോൾ വിദ്യാർത്ഥികൾ ആവേശത്തോടെ അദ്ദേഹത്തെ വന്നു പൊതിയു ന്നത് കണ്ടിരുന്നു. രണ്ടും മൂന്നും ദിവസത്തെ പ്രോഗ്രാമുണ്ടെങ്കിൽ വേണു വിന്റെ പെങ്ങളുടെ തിരുവനന്തപുരം പാറ്റൂരിലുള്ള വീട്ടിലായിരുന്നു തങ്ങി യിരുന്നത്, അവിടെ നിന്ന് എയർപ്പോർട്ടിലേക്ക് പോകാൻ എളുപ്പമായിരു ന്നു.

ചിത്രയുടെ ദേശീയ പുരസ്കാരം

കുറേക്കാലത്തിനുശേഷം പ്രഭയുമൊത്തുള്ള യേശുദാസിന്റെ വിവാഹ സമയത്ത് ഫോട്ടോഗ്രാഫറായും വേണു ഉണ്ടായിരുന്നു. പിന്നീട് ഗൾഫിൽ സ്വന്തമായി സ്റ്റുഡിയോ തുടങ്ങിയ വേണു യേശുദാസിന്റെ എല്ലാ ഗൾഫ് പ്രോഗ്രാമുകളിലും അദ്ദേഹത്തോടൊപ്പം ഉണ്ടായിരുന്നു. ഒരിക്കൽ യേശു

യേശുദാസും, പ്രഭയും, സഹോദരിയും

ദാസും ചിത്രയും പങ്കെടുത്ത ഗാനമേള സംഘം യു എ ഇയിൽ പര്യടന ത്തിനിടെ വേണുവിന്റെ ഫ്ളാറ്റിൽ ഊണ് കഴിക്കാനെത്തി. ചിത്രയുടെ അച്ഛനും ഉണ്ടായിരുന്നു. കാൻസർ ബാധിച്ച് തൊണ്ടയിൽ ഓപ്പറേഷൻ കഴിഞ്ഞ് പ്ലാസ്റ്ററിട്ട നിലയിലായിരുന്നു അദ്ദേഹം അന്നെത്തിയത്. എല്ലാ വരും ഊണ് കഴിച്ചുകൊണ്ടിരിക്കെ അദ്ദേഹം അകത്തെ മുറിയിൽ കിട ന്നു. അപ്പോഴാണ് *ഖലീജ് ടൈംസ്* എന്ന പത്രത്തിൽനിന്ന് അവിടെ ഫോൺകോൾ വരുന്നത്. ചിത്രയ്ക്ക് ആ വർഷത്തെ സംസ്ഥാന അവാർഡ് ലഭിച്ചു എന്ന വാർത്ത അറിയിക്കാനായി. 1987 ലായിരുന്നു അത്. അത് *നഖക്ഷതങ്ങളി*ലെ 'മഞ്ഞൾപ്രസാദ'വും എന്ന ഗാനത്തിനാണ് അവാർഡ് ലഭിച്ചത്. ഇന്നും യേശുദാസുമായി വേണു സൗഹൃദം കാത്തുസൂക്ഷിക്കു ന്നു. അടുത്തകാലത്ത് അദ്ദേഹത്തിന്റെ സ്കൂളിൽ സിൽവർ ജൂബിലി ആഘോഷം ഉദ്ഘാടനം ചെയ്യാൻ യേശുദാസ് എത്തിയിരുന്നു.

പ്രമേഹരോഗിയായ വേണു ഇപ്പോൾ വീട്ടിൽ വിശ്രമജീവിതം നയി ക്കുകയാണ്. ഓർമ്മകളിൽനിന്ന് നിറസൗഹൃദം ഒട്ടും ചോർന്നുപോയിട്ടി ല്ലെങ്കിലും ചൂണ്ടിക്കാണിക്കാൻ കൈയിലുണ്ടായിരുന്ന നൂറുകണക്കിന് ഫോട്ടോഗ്രാഫുകൾ പല കാരണം കൊണ്ടും നശിച്ചുപോയി. യേശുദാ സിന്റെ വിവാഹ ഫോട്ടോവരെ ഉണ്ടായിരുന്നു അക്കൂട്ടത്തിൽ.

മഹാഗായകനെ മനസ്സിൽ പ്രതിഷ്ഠിച്ച്

നേട്ടങ്ങളുടെയും അവാർഡുകളുടെയും മഹാപ്രവാഹം പോലെയായിരുന്നു യേശുദാസിന്റെ ജീവിതം. ആ ധാരാളിത്തം ഉള്ളതുകൊണ്ടാകാം അദ്ദേഹം തനിക്ക് ലഭിച്ച വിലപ്പെട്ട അവാർഡുകൾ പലതും സൂക്ഷിച്ചു വെച്ചിട്ടില്ല. അതെല്ലാം എവിടെയൊക്കെയോ ആരുടെയൊക്കെയോ കൈകളിലാണ്. 'പ്രമദവനം' എന്ന പ്രശസ്ത രവീന്ദ്രൻ ഗാനത്തിന് ലഭിച്ച സംസ്ഥാന അവാർഡ് ഉൾപ്പെടെ നിരവധി പുരസ്കാരങ്ങളും മറ്റും 25 വർഷമായി അദ്ദേഹത്തിന്റെ വിനീത ശിഷ്യനും സഹായിയുമായി കഴിയുന്ന സാബു തോമസിന്റെ തിരുവനന്തപുരത്തെ വീട്ടിലാണ്. തമിഴിലും ഹിന്ദിയിലും മലയാളത്തിലുമായി അദ്ദേഹം പാടിയിട്ടുള്ള നൂറ് കണക്കിന് ചിത്രങ്ങളുടെ പഴയ എൽ പി റെക്കോഡുകളും കാസെറ്റുകളും അദ്ദേഹത്തിന് കോംപ്ലിമെന്ററി കോപ്പിയായി ലഭിച്ചവ സാബു നിധി പോലെ സൂക്ഷിച്ച് തൂത്ത് തുടച്ച് സംരക്ഷിച്ചിട്ടുണ്ട്. ഒരു ലൈബ്രറിയിലും ഇവയൊക്കെ ഇത്ര സൂക്ഷ്മതയോടെ സുരക്ഷിതമായി സൂക്ഷിക്കാറില്ല.

തേടിത്തേടിയലഞ്ഞു ഞാൻ

യേശുദാസിനൊപ്പം ഒരു നിഴലായി മാത്രം തന്റെ ജീവിതം മാറ്റിയെഴുതണമെന്നാഗ്രഹിച്ചയാളാണ് തൃശൂരിൽ ജനിച്ച സാബു തോമസ്. ഇപ്പോൾ തിരുവനന്തപുരത്ത് തിരുമലയ്ക്കടുത്ത് താമസിക്കുന്നു. തിരുവനന്തപുരം മോഡൽ സ്കൂളിൽ അദ്ധ്യാപകനാണ്. പാട്ടുകാരനല്ല, ദാസേട്ടന്റെ ശിഷ്യത്വത്തിൽ പഠിച്ചു എന്നു മാത്രം. യേശുദാസിനെ മലയാളികൾ നന്നായി മനസ്സിലാക്കാൻ, തന്നാൽ കഴിയുന്നതെന്തും ചെയ്യുക എന്നതുമാത്രമാണ് സാബുവിന്റെ ജീവിത ലക്ഷ്യം. ദാസ് സാർ എന്നാണ് സാബു വിളിക്കുക. യേശുദാസിനെക്കുറിച്ചുള്ള എല്ലാ വിവരങ്ങളും വരും

സാബു തോമസ്

തലമുറ അറിയണം. അതിനായി ഇതെല്ലാം റെക്കോഡ് ചെയ്ത് സൂക്ഷിക്കണം എന്ന് ആഗ്രഹിച്ച് അദ്ദേഹത്തെക്കുറിച്ചു കിട്ടാവുന്ന എല്ലാ രേഖകളും ഓഡിയോ ആയും വീഡിയോ ആയും റെക്കോർഡ് ചെയ്ത് സൂക്ഷിക്കുക എന്നതാണ് വർഷങ്ങളായി സാബു ചെയ്യുന്ന പ്രധാന ദൗത്യം. അദ്ധ്യാപകനായി ജോലി നോക്കുമ്പോഴും തന്റെ ഇടവേളകളിൽ ഇതിനായി സമർപ്പിച്ചിരിക്കുകയാണ് സാബു. ഇപ്പോൾ അദ്ദേഹത്തിന്റെ ആദ്യകാലം മുതലുള്ള എല്ലാ ഗാനങ്ങളും ഓർഡർ തെറ്റാതെ കാറ്റഗറൈസ് ചെയ്തുവരികയാണ്.

കുട്ടിക്കാലത്ത് 'ഇന്നലെ മയങ്ങുമ്പോൾ ഒരു മണിക്കിനാവിന്റെ' പോലെയുള്ള പാട്ടുകൾ പാടുന്ന യേശുദാസിനേക്കാൾ കൂടുതൽ ഇഷ്ടം 'സന്ധ്യയ്ക്കെന്തിന് സിന്ദൂരം' പോലെയുള്ള ജയചന്ദ്രന്റെ പാട്ടുകളായിരുന്നു. എന്നാൽ കുറച്ചുകൂടി വളർന്നപ്പോഴാണ് യേശുദാസ് ഒരു വികാരമായത്. പിന്നീട് ആവേശമായി. അദ്ദേഹത്തിന്റെ മുന്നിലിരുന്ന് പഠിക്കുക എന്നത് ഒരു മോഹമായി. എന്നാൽ, അതിനൊരു മാർഗ്ഗവും കണ്ടില്ല. അങ്ങനെയിരിക്കെ പത്രത്തിൽ വായിക്കുന്നു, യേശുദാസ് തിരുവനന്തപുരത്ത് തരംഗനിസരി എന്നൊരു സംഗീത സ്കൂൾ ആരംഭിക്കുന്നു എന്ന വിവരം. അപ്പോൾമുതൽ അവിടെ ചേർന്ന് പഠിക്കണം എന്ന മോഹം വളർന്നു. അദ്ദേഹത്തെപ്പോലെ പാടണമെന്ന് ഒരിക്കലും ആഗ്രഹിച്ചില്ല. എന്നാൽ, അദ്ദേഹത്തിന്റെ നിഴലായി നടക്കണമെന്നാഗ്രഹിച്ചു. അതിനുവേണ്ടിയായിരുന്നു ജീവിതം സാബു ഡിസൈൻ ചെയ്തതും. യാദൃച്ഛികമായി സംഭവിച്ച ചില നിമിത്തങ്ങളിലൂടെ അത് സാധിക്കുകയും ചെയ്തു.

ഭാഗ്യംപോലെ ചാലക്കുടിയിൽനിന്ന് 80 ൽ സർക്കാർ ഉദ്യോഗസ്ഥരായ അച്ഛനും അമ്മയും ട്രാൻസ്ഫറായി തിരുവനന്തപുരത്തേക്ക് വന്നു. ഹെൽത്ത് സർവ്വീസിലായിരുന്നു രണ്ടുപേരും. ഇവിടെവന്ന് താമസം തുടങ്ങിയതോടെ ആദ്യത്തെ ഉദ്യമം തരംഗനിസരിയിൽ പോവുക എന്നായിരുന്നു. തൊട്ടടുത്ത അക്കാഡമിക് ഇയറിൽ അവിടെ ഇന്റർവ്യൂവിനു പോയി. അടുത്ത വർഷം സാബുവിന് സെലക്ഷൻ കിട്ടിയില്ല. ദുഃഖിതനായി കമ്മി

റ്റിയോട് പറഞ്ഞു: ഞാൻ ഇതിനായിട്ടാണ് തൃശൂരിൽനിന്ന് ഇവിടെ വരെ വന്നത്. അങ്ങനെ ഗിറ്റാറിന് ചേർന്നുകൊള്ളാൻ പറഞ്ഞു.

ആദ്യവർഷം ഗിറ്റാർ പഠിച്ചു. ആ സമയത്താണ് യേശുദാസിന്റെ പാട്ടുകളുടെ 25-ാം വാർഷികാഘോഷം വലിയ വിപുലമായ ഗാനമേള കൊച്ചിയിൽ നടക്കുന്നു. മെഗാ ഗാനമേളയിലേക്ക് ഇവിടത്തെ വിദ്യാർത്ഥികളായ കുറേപ്പേരെ കോറസ് പാടാനായി കൊണ്ടുപോകുന്നു. അന്ന് ഗിറ്റാർ പഠിച്ചിരുന്നതിനാൽ സാബുവിന് അതിന്റെ ഭാഗമാകാൻ കഴിഞ്ഞില്ല. വലിയ വിഷമമായി. തരംഗനിസരിയിൽ അന്ന് അതിന്റെ പ്രാക്ടീസ് നടക്കുന്നുണ്ട്. പാട്ടുകാരായ കുട്ടികൾ പ്രാക്ടീസ് ചെയ്യുന്നത് കാണാനായി ഇടയ്ക്കൊക്കെ അവിടെ പോയി നില്ക്കും. ഒരു ദിവസം ആരാദ്ധ്യനായ ദാസ് സാർ നേരിട്ടു വരുന്നു. വെള്ള ജൂബ്ബയും മുണ്ടും ധരിച്ച് അദ്ദേഹം നടന്നു വരുന്നതു കണ്ടപ്പോൾ അറിയാതെ തൊഴുതു നിന്നുപോയി. ദാസ് സാറിന്റെ അനുജൻ ആന്റപ്പൻ ചേട്ടനുമുണ്ടായിരുന്നു കൂടെ. ജ്വലിക്കുന്ന ഓർമ്മയാണിന്നും ഇത് സാബുവിന്. അടുത്ത വർഷം പാട്ടിന്റെ ഇന്റർവ്യൂ പാസായി ഗാനഭൂഷണത്തിന് ചേർന്നു. അധികം താമസിയാതെ തരംഗിണിയിൽ ദാസ് സാറിന്റെ റെക്കോർഡിങ്ങിനുതന്നെ കോറസ് പാടാൻ അവസരം ലഭിക്കുകയും ചെയ്തു.

തിരക്കുള്ള യേശുദാസ് വല്ലപ്പോഴും മാത്രമേ ക്ലാസെടുക്കാൻ വരികയുള്ളൂ. അദ്ദേഹം വന്നുകഴിഞ്ഞാൽ പിന്നെ ഒരു സ്വപ്നത്തിലെന്നപോലെയാണ് കുട്ടികൾ. മഹാഗായകൻ മുന്നിലിരിക്കുമ്പോൾ എല്ലാവരും മതി മറന്നിരിക്കും. ഒരിക്കൽ ശബരിമലയ്ക്ക് പോകാൻ മാലയിട്ടിരിക്കുന്ന സമയത്ത് വെള്ള ജുബ്ബയും കറുത്ത മുണ്ടുമിട്ട് ചെരുപ്പിടാതെ നടന്നുവന്ന് അദ്ദേഹം ഒരു കീർത്തനം പഠിപ്പിച്ചു. അതും ദീപ്തമായ ഒരോർമ്മ.

ദാസ് സാറിന്റെ തരംഗിണിയിലെ റെക്കോർഡിങ്ങിൽ എന്നും കാഴ്ചക്കാരനായിരുന്നു സാബു. ഏത് പാതിരാവിലും റെക്കോർഡിങ് ഉണ്ടെങ്കിൽ സാബു അവിടെയുണ്ടാകും. രാത്രിയിൽ വീട്ടിൽ വന്നുകഴിഞ്ഞാലും റെക്കോർഡിങ് ഉണ്ടെങ്കിൽ അവിടെനിന്ന് വീട്ടിലെ ഫോണിൽ വിളിച്ചുപറയാൻ ഏർപ്പാടാക്കിയിട്ടുണ്ട്. ഉടനെ ബൈക്കിൽ പാഞ്ഞെത്തും. വല്ലപ്പോഴുമൊക്കെ കോറസ് പാടാൻ അവസരം ലഭിക്കാറുണ്ട്. അതിനുള്ള കൊതിയും മനസ്സിലുണ്ട്.

നിധിചാല സുഖമാ

തരംഗിണിയിൽ നടന്ന നിരവധി റെക്കോർഡുകളിൽ ഏറ്റവും ത്രസിപ്പിക്കുന്ന ഓർമ്മയായി സാബുവിന്റെ മനസ്സിലുള്ളത് തരംഗിണിക്ക് വേണ്ടി ചെയ്ത ഒരു അയ്യപ്പൻ കാസറ്റിന്റെ റെക്കോർഡിങ്ങാണ്. ഒരു ദിവസം രാത്രിയിൽ റെക്കോർഡിങ് ഉണ്ടെന്ന് അറിയിപ്പ് കിട്ടി. ഉടനെ തന്നെ സ്റ്റുഡിയോയിലെത്തി. രാത്രി പത്തര മണിയായി ദാസ് സാർ എത്തിയപ്പോൾ. 12 പാട്ടുകളുണ്ട്. എസ് രമേശൻ നായർ എഴുതിയ വരികൾക്ക് ദക്ഷിണാമൂർത്തിയുടെ സംഗീതം. പാട്ടുകൾ ട്രാക്കെടുത്തുവെച്ചിട്ടുണ്ട്. ദാസ് സാറിന്റെ ഭാര്യയും ഇളയ മകൻ വിജയും മറ്റുമുണ്ട്. വിജയ് അന്ന് വളരെ കുട്ടിയാണ്. അവിടെയൊക്കെ അങ്ങോട്ടുമിങ്ങോട്ടും ഓടിനടന്ന് ബഹളമുണ്ടാക്കുന്നുമുണ്ട്.

ദാസ് സാർ ഓരോ പാട്ടുകളായി പ്രാക്ടീസ് ചെയ്ത് നിഷ്പ്രയാസം അഭൗമമായ ശബ്ദത്തോടെ, സമ്പൂർണ്ണഭക്തിഭാവത്തോടെ പാടിവെച്ചത് കേട്ടപ്പോൾ ആത്മാവിൽ ആ മഹാഗായകനെ പ്രണമിക്കാതിരിക്കാനായില്ല. ആ പ്രതിഭയിൽ അത്രത്തോളം നിസ്സാരനാണല്ലോ താനെന്ന് സാബുവിന് ഏതൊരു ആരാധനകനെയുംപോലെ തോന്നുകയുണ്ടായി. ട്രാക്ക് ഗായകന്റെ ശബ്ദത്തെ ഓർമ്മയാക്കി പാട്ടിന്റെ ഭാവതലങ്ങൾക്ക് ശബ്ദസൗകുമാര്യത്തിന്റെ ചന്ദനഗന്ധം ചാലിച്ചാണ് സ്റ്റുഡിയോവിൽ നിറയുന്നത്. അയ്യപ്പചരിതത്തിലൂടെ ഭക്തിയുടെ സൂക്ഷ്മതലങ്ങളിലൂടെ ആത്മീയസഞ്ചാരം നടത്തിയ രമേശൻനായരുടെ വരികൾക്ക് ആദ്ധ്യാത്മിക ഭാവവും സംഗീതത്തിന്റെ ധന്യതയും സൃഷ്ടിച്ചിരിക്കുന്നു ദക്ഷിണാമൂർത്തി.

'വില്ലെടുത്ത് വിളയാടും ദൈവമേ...
ഭക്തഹൃദയമാം നീലവാനിൽ
മഴവില്ലെടുത്തു കുലയ്ക്കും വൈഭവമേ..'

'പ്രകൃതീ നീയൊരു മാളികപ്പുറത്തമ്മ
ഇരവും പകലും ഇരുമുടിയാക്കി
മലയാത്രക്കിറങ്ങിയൊരമ്മ...
സത്യമാം പൊന്നും
പതിനെട്ടാംപടിയുടെ തത്ത്വമേ..'

തുടങ്ങിയ എല്ലാ ഗാനങ്ങളും ഒന്നിനൊന്ന് മെച്ചമാണ്. ട്രാക്ക് കേട്ട് സ്വന്തം കൈപ്പടയിലെഴുതി. ദാസ് സാർ പാടുമ്പോൾ ഇടയ്ക്കിടെ ചില നിർദ്ദേശങ്ങൾ കൊടുക്കുക മാത്രമേ ദക്ഷിണാമൂർത്തി സ്വാമി ചെയ്യുന്നുള്ളൂ. ഏറ്റവും ഒടുവിൽ പാടിയ ഗാനം.

'ആഴി പൂജയ്ക്ക് കർപ്പൂരം കൊണ്ടുവരും
ആഗ്രഹായനമേഘങ്ങളേ..'

ഇന്നും ഭക്തനിർഭരമായ ഓർമ്മയാണ് സാബുവിന്. ഒടുവിലത്തെ പാട്ടും പാടിക്കഴിഞ്ഞപ്പോൾ രാത്രി രണ്ട് മണികഴിഞ്ഞ് അതും കഴിഞ്ഞ് അവിടെനിന്ന എല്ലാവർക്കും ചോക്ലേറ്റും കൊടുത്താണ് അന്നത്തെ റെക്കോർഡിങ് അവസാനിച്ചത്.

ഗാനഗന്ധർവ്വൻ സ്റ്റുഡിയോയിൽ പാടുന്നു

ചെറുപ്പകാലത്ത് മറ്റെല്ലാവരെയുംപോലെ സാബുവും യേശുദാസിന്റെ ഗാനങ്ങൾ കേട്ടെങ്കിലും നന്നേ ചെറുപ്പത്തിൽത്തന്നെ യേശുദാസ് എന്ന അതുല്യമായ വ്യക്തിത്വത്തോടും അദ്ദേഹത്തിന്റെ സംഗീതത്തോടും സാബുവിന് അടുപ്പമുണ്ടായിരുന്നു.

യേശുദാസിനെ മാറിനിന്ന് എല്ലാവിധത്തിലും വീക്ഷിക്കുകയായിരുന്നു സാബു എപ്പോഴും. ഒരു സംഗീതപ്രേമിയുടെ ഏറ്റവും വലിയ ആഗ്രഹം യേശുദാസ് സ്റ്റുഡിയോയിൽ പാടുന്നത് കണ്ടുനില്ക്കുക എന്നതാണല്ലോ. സാബുവിന്റെ നിരീക്ഷണത്തിൽ സ്റ്റുഡിയോയിലെ യേശുദാസ് ഇങ്ങനെ.

തരംഗിണിയിലായിരുന്നു അക്കാലത്ത് മിക്ക റെക്കോർഡിങ്ങും. ട്രാക്ക് പാടിയിട്ടാവും മിക്കവാറും പാട്ടെടുക്കുക. പാടാൻ അദ്ദേഹം എത്തുമ്പോഴേക്കും സ്റ്റുഡിയോവിൽ നിശ്ശബ്ദത. ട്രാക്കും മൈക്കുകളുമെല്ലാം ഓക്കെ ആയിരിക്കും. വന്നയുടൻ കൺസോളിലിരുന്ന് യേശുദാസ് പാട്ട് കേൾക്കുന്നു. ചെവിയിലൂടെ കേൾക്കുന്ന പാട്ട് മനസ്സിൽ എന്ത് ചലനങ്ങളാണുണ്ടാക്കുക എന്ന് കണ്ടുനില്ക്കുന്നവർ ഒരുപക്ഷേ, അത്ഭുതത്തോടെ വീക്ഷിക്കുകയായിരിക്കും. മനസ്സിലുറപ്പിക്കാനായി വീണ്ടും കേൾക്കും. പിന്നീട് കൈയിലുള്ള കാസെറ്റിലേക്ക് അതിനെ പകർത്തും. ആദ്യകാലത്ത് കാസെറ്റായിരുന്നു. ഇപ്പോൾ വോയിസ് റെക്കോർഡറും മറ്റും. അപ്പോഴേക്കും മനസ്സ് പാട്ടിനായി തയ്യാറെടുത്ത് കഴിയും. പിന്നെ എല്ലാം ഓഫ് ചെയ്യാൻ പറയും. അടുത്ത് ആരെങ്കിലും ഉണ്ടെങ്കിൽ അവരെയൊക്കെയും പുറത്തേക്കിറക്കി നിർത്തും. എല്ലാവരും അതുകണ്ടറിഞ്ഞാവും തരംഗിണിയിൽ നില്ക്കുക.

പിന്നെ ഒരു പേപ്പറെടുക്കും. ആദ്യകാലം മുതലുള്ള അദ്ദേഹത്തിന്റെ ശീലമാണ്. ആരുടെ പാട്ടായാലും സ്വന്തം കൈപ്പടയിൽ പേപ്പറിന് എഴുതിയ ശേഷമേ പാടാറുള്ളൂ. പേപ്പറെടുത്താൽ അതിന്റെ മുകളറ്റത്ത് ഒരു ചെറിയ വര വരയ്ക്കും. അങ്ങനെയാണ് എപ്പോഴും തുടങ്ങുക. റെക്കോർഡറിൽനിന്ന് പാട്ട് കേട്ട് അതിന്റെ വരികൾ പേപ്പറിൽ പകർത്തും. ആദ്യത്തെ പേപ്പറിൽ വലിയ വടിവൊത്ത അക്ഷരത്തിൽ പല്ലവി എഴുതും. അപ്പോൾത്തന്നെ പല്ലവിയിൽ അതിന്റെ നൊട്ടേഷനും എഴുതിവെക്കും. നൊട്ടേഷൻ എഴുതുന്നത് ചുവന്ന മഷികൊണ്ട് കൃത്യമായി കാണത്തക്ക രീതിയിലാണ്. പാട്ട് പൂർണ്ണമായി എഴുതിക്കഴിഞ്ഞാൽ അത് ഒന്ന് കൂടി കേൾക്കും. അപ്പോൾ അതീവശ്രദ്ധയോടെ സ്വരങ്ങളും വാക്കുകളുമൊക്കെ ശരിയാണോ എന്ന് വീണ്ടും പരിശോധിക്കും. പിന്നെയൊരു ചെറിയ ഗ്യാപ്പാണ്. ഒരഞ്ച് മിനിറ്റ് ചിലപ്പോൾ വെള്ളം കുടിക്കും. പണ്ട് അദ്ദേഹത്തിനൊരു ശീലമുണ്ടായിരുന്നു. ആയുർവ്വേദത്തിൽ കിട്ടുന്ന 'സമഹാൻ' എന്ന പൊടി ചെറിയ ചൂടുവെള്ളത്തിലിട്ട് കുടിക്കും. അത് കുടിച്ചാൽ ഒരു റിഫ്രഷ്നെസ് കിട്ടും. ചുക്കുവെള്ളം കുടിക്കുന്നതുപോലെയാണ്. ഇപ്പോൾ സമഹാൻ കുടിക്കാറില്ല.

ആ ചെറിയ ഇടവേളയിൽ അദ്ദേഹം കൂടുതൽ ഫ്ളെക്സിബിളാകും. പാട്ടിന്റെ ലോകത്തുനിന്ന് വേഗം പുറത്തിറങ്ങി അടുത്തിരിക്കുന്നവരോട് ചെറിയ തമാശയൊക്കെ പറഞ്ഞ് അല്പനേരം. പാടാൻ പോകുന്ന പാട്ടിന് ആരും പ്രതീക്ഷിക്കാത്ത ഭാവാത്മകത കൊടുക്കാൻ അദ്ദേഹത്തിന്റേതായ ഒരു തന്ത്രമായിരിക്കാം അത്. അങ്ങനെ സംസാരിച്ചുകൊണ്ടിരിക്കെ ശരി... എന്ന് പറഞ്ഞ് വേഗം പാട്ടിന്റെ ലോകത്തേക്ക് ഒരു രാഗത്തിൽനിന്ന് മറ്റൊന്നിലേക്കുള്ള അതിദ്രുത സഞ്ചാരംപോലെ.

നേരെ കൺസോളിനകത്തേക്ക്. മുണ്ടാണ് ഉടുക്കുന്നതെങ്കിൽ മടക്കിക്കുത്തും. മിക്കവാറും മുണ്ടും ജുബ്ബയുമിട്ടാണ് അദ്ദേഹം പാടുക. ശരീരത്തെ കൂടുതൽ ഒഴുക്കൻ മട്ടിലാക്കാനായി. കൂടുതൽ ഫ്രീ ആകാനാണിത്. മൈക്രോഫോൺ നേരെ വെക്കും. തരംഗിണി സ്റ്റുഡിയോയിൽ മൈക്കിന് മുന്നിൽ കാൽവെക്കാൻ ഒരു സ്റ്റാന്റുണ്ട്. അതിൽ ഒരു കാൽകയറ്റിവച്ചാൽ കൂടുതൽ ഫ്രീ ആയി. മൈക്ക് ചെക്ക് ചെയ്തു കഴിഞ്ഞാൽ റെക്കോഡിസ്റ്റിനോട് 'പോട്' എന്നു പറയും പാട്ടിടാൻ ആവശ്യപ്പെടുകയാണ്.

ദശാബ്ദങ്ങളായി ചെന്നൈയിലെ സ്റ്റുഡിയോകളിൽ പാടുന്ന അദ്ദേഹം റെക്കോർഡിങ് വേളയിൽ കൂടുതലും തമിഴ് വാക്കാണ് ഉപയോഗിക്കുക. ആദ്യം പല്ലവി കേൾക്കും. പിന്നീട് ഒരു തവണ കൂടി ഇടാൻ പറയും. ഒന്നുകൂടി കേട്ടുകഴിഞ്ഞാൽ ഉടൻ പറയും "ടേക്ക് പോകലാമേ.." ഓക്കെ പറഞ്ഞാൽ 'പല്ലവിയുടെ ആദ്യവരി അതിന്റെ തരളഭാവത്തോടെ വിരിയുന്നു. നിർത്തിയിട്ട് പാടിയത് കേൾക്കും. ഇഷ്ടപ്പെട്ടില്ലെങ്കിൽ വീണ്ടും ടേക്ക് പറയും. ചിലപ്പോൾ നാലഞ്ച് വെറൈറ്റി പല്ലവിതന്നെ പാടിവെക്കും. സംഗീതസംവിധായകൻ ചിന്തിച്ചിട്ടില്ലാത്ത ഭാവതലങ്ങളിലേക്കാണ്

ഓരോന്നും ചെന്നെത്തിയിട്ടുണ്ടാവുക. ഓരോന്നും അങ്ങേയറ്റം ശ്രമകരമായാണ് പാടിവെക്കുക. അത് അദ്ദേഹത്തിന്റെ മുഖത്തുതന്നെ പ്രകടമാവുമെന്ന് സാബു നിരീക്ഷിച്ചിട്ടുണ്ട്.

മൈക്കിന്റെ പൊസിഷനിങ്ങിലും ശബ്ദനിയന്ത്രണത്തിലുമൊക്കെ പാടുമ്പോൾ കൊടുക്കുന്ന ശാസ്ത്രീയ നിറവ് സാബു അത്ഭുതാദരങ്ങളോടെ എത്രയോ നോക്കിനിന്നിട്ടുണ്ട്. പലപ്പോഴും എല്ലാവരും ഓക്കെ പറഞ്ഞാലും അദ്ദേഹത്തിന് തൃപ്തികരമാവില്ല. വീണ്ടും മറ്റൊരു വൈറൈറ്റി അങ്ങനെ തൃപ്തികരമാകുന്നതുവരെ പാട്ട് പാടിവെക്കും. എല്ലാം ഓക്കെ എന്ന് മനസ്സിൽ തോന്നിക്കഴിയുമ്പോൾ പുറത്തേക്കിറങ്ങും.

പിന്നെ നിശ്ശബ്ദനായി കേൾക്കുന്നു. മഹത്തായ ഗാനങ്ങൾ പാടിയിട്ട് പുറത്തുവന്ന് ഹെഡ്ഫോൺ വെച്ച് പാടുമ്പോൾ ഇത് താനാണ് പാടിയതെന്ന ഭാവഭേദം പോലുമില്ലാതെ നിസ്സംഗനായി കേട്ടുനില്ക്കും. കൈകൊണ്ട് താളം ഇടുക മാത്രം ചെയ്യും. ഓക്കെ, ഇതുമതി എന്നു പറഞ്ഞ് ആ മഹത്തായ ഗാനത്തോട് വിടപറയുകയാണ് യേശുദാസ് മറ്റൊരു പാട്ടിന്റെ ഭാവാത്മകതയിലേക്ക്.

അതേസമയം ഗാനമേളകളിൽ പാടുമ്പോൾ അദ്ദേഹത്തിന് വല്ലാത്ത ടെൻഷനാണ്. ആദ്യമായി പാടുന്നതുപോലെ. കോമരം തുള്ളുന്നപോലുള്ള അവസ്ഥയാണ് ചിലപ്പോൾ. അറിവിന്റെ സമഗ്രതയുള്ളതുകൊണ്ടാണ് അത്രത്തോളം ആകുലപ്പെടേണ്ടി വരുന്നത്. പാട്ട് മനസ്സിൽ പെയ്തിറങ്ങുമ്പോൾ എന്തോ ഒരു അവസ്ഥ സംഭവിക്കുന്നു. രണ്ട് പാട്ട് പാടിയിട്ട് വെള്ളം കുടിക്കും. അടുത്ത പാട്ടിന്റെ പ്രിപ്പറേഷൻ. പേശി മുറുകും. വാശി, ബഹളം, ദേഷ്യം, കച്ചേരിക്ക് മുമ്പ് ഭാര്യയെപ്പോലും വഴക്ക് പറയുന്നത് കേട്ടിട്ടുണ്ട്.

സ്റ്റുഡിയോയിൽ ഏറ്റവും അടുപ്പമുള്ളവർപോലും അദ്ദേഹത്തിന്റെ അടുത്തു നില്ക്കാറില്ല. എന്നാൽ, തനിക്ക് അതിനുള്ള ഭാഗ്യമുണ്ടായിട്ടുണ്ടെന്ന് സാബു പറയുന്നു. 25 വർഷമായി അദ്ദേഹത്തോടൊപ്പം സഹകരിക്കുന്നു. ഗാനമേളകളിൽ എല്ലാ കാര്യത്തിനും ഒപ്പം നിന്നിട്ടുണ്ട്. പാട്ടുകൾ എടുത്ത് കൊടുക്കാനും മറ്റെല്ലാ സഹായത്തിനുമായി. അദ്ദേഹം ദേഷ്യക്കാരനാണെന്ന് പലരും പറയാറുണ്ട്. എന്നാൽ, തനിക്ക് ഒരിക്കൽപോലും അങ്ങനെയൊരു ദുരനുഭവം ഉണ്ടായിട്ടില്ല. ഇത് താൻ എവിടെ ചെയ്ത പുണ്യമാണെന്നറിയില്ലെന്നും സാബു പറയുന്നു.

നാല് രൂപയുടെ ലാഭം

ഓരോ കച്ചേരിക്കും ഗാനമേളയ്ക്കും ലക്ഷങ്ങൾ പ്രതിഫലം വാങ്ങുന്ന ഗാനഗന്ധർവ്വൻ പലപ്പോഴും ഏതാനും നൂറിന്റെയും അമ്പതിന്റെയും നോട്ടുകൾ മാത്രമുള്ള പഴ്സുമായാണ് നടക്കുന്നതെന്നും സാബു നിരീക്ഷിച്ചിട്ടുണ്ട്. എൺപതുകളിലൊക്കെ തരംഗിണിയിൽ അദ്ദേഹം സ്ഥിരമായി ഉണ്ടായിരിക്കുന്ന കാലത്ത് സാബു പലപ്പോഴും ആ പഴ്സ് കണ്ടിട്ടു

ണ്ട്. ചിലപ്പോൾ ഒരു കാസെറ്റ് വാങ്ങി വരാൻ പഴ്സ് തുറന്ന് ആകെയുള്ള രണ്ടോ മൂന്നോ നോട്ടുകളിൽനിന്ന് ഒരു അമ്പത് രൂപ എടുത്തു കൊടുക്കും. സാബു ആ നോട്ട് പോക്കറ്റിൽ സൂക്ഷിച്ചുവെച്ചിട്ട് കൈയിലുള്ള മറ്റൊരു 50 ന്റെ നോട്ടെടുത്ത് അതുകൊണ്ട് കാസെറ്റ് വാങ്ങിക്കൊടുക്കും. ദാസ് സാറിന്റെ പണം വരദാനമായി സൂക്ഷിക്കും.

എന്നാൽ, യേശുദാസ് പഴ്സ് പൂർണ്ണമായും ഒഴിച്ചിടാറില്ല. എപ്പോഴും ഒരു 20 രൂപയുടെ നോട്ട് അതിൽ കാണും. എന്തിനാണെന്ന് അദ്ദേഹം സാബുവിനോട് പറഞ്ഞിട്ടുണ്ട്.

സിനിമയിൽ ചാൻസ് തേടി ആദ്യം മദ്രാസിൽ പോകുന്നത് കടം വാങ്ങിയ പണവുമായാണ്. അന്ന് 12 രൂപയാണ് ഫോർട്ട് കൊച്ചിയിൽ നിന്ന് മദ്രാസിലേക്ക് ടിക്കറ്റ് ചാർജ്. അതിന് 16 രൂപ ഒരു ടാക്സി ഡ്രൈവറും അപ്പച്ചന്റെ സുഹൃത്തുമായിരുന്ന കരുവേലിപ്പടി മത്തായി കടമായി നല്കി. അദ്ദേഹത്തിന്റെ കാറിലാണ് റെയിൽവേ സ്റ്റേഷനിലെത്തിയത്. അന്നദ്ദേഹം കാറിലിരുന്ന് കമന്റ് പറഞ്ഞു: "അപ്പോ എനിക്കീ ഓട്ടത്തിന്റെ കാശുമില്ല. പോകാനുള്ള പണം കടം തരികയും വേണം." അന്നത്തെ യാത്രയിലാണ് കേരളത്തിന് വിലമതിക്കാനാവാത്ത യേശുദാസ് സൃഷ്ടിക്കപ്പെട്ടത് എന്നതിൽ മത്തായി എന്ന ഡ്രൈവർ മറ്റാരേക്കാളും സന്തോഷിച്ചു.

അതിന്റെ ഓർമ്മയ്ക്കായി ഇന്നോളം യേശുദാസ് തന്റെ പഴ്സിൽ 20 രൂപയുടെ ഒരു നോട്ട് സൂക്ഷിക്കുന്നു. 16 രൂപ കഴിച്ച് ബാക്കിയുള്ള നാല് രൂപ തന്റെ സമ്പാദ്യം. അദ്ദേഹം പലപ്പോഴും പറയും നാല് രൂപ ലാഭമാണെടാ എന്റെ ജീവിതത്തിലെന്ന്.

ഈ നാലിന്റെ ഗുണിതങ്ങൾ അങ്ങനെ പലപ്പോഴും അദ്ദേഹത്തിന്റെ ജീവിതത്തിൽ ചില കൗതുകച്ചേരുവകൾ ചേർത്തു. രാജ്യമെങ്ങും ആരാധിക്കപ്പെട്ട ശബ്ദത്തിനുടമയായ അദ്ദേഹം രാജ്യത്തെ ഏറ്റവും തിരക്കിട്ട ഗായകരിലൊരാളായിരുന്നിട്ടും ഏറ്റവും അധികകാലം വാങ്ങിയ തുക ഒരു ഗാനത്തിന് 40,000 രൂപയാണ്. ഇത് എത്രയോ കാലം ഒരുപോലെ നിലനിർത്തി. തമിഴിലും ഹിന്ദിയിലുമൊക്കെ ഗായകർക്ക് ലക്ഷങ്ങൾ പ്രതിഫലം നല്കുമ്പോഴും യേശുദാസ് 40,000ത്തിൽനിന്ന് കൂട്ടിയില്ല. തമിഴിലും ഹിന്ദിയിലുമൊക്കെ അദ്ദേഹത്തെ പാടിപ്പിക്കുന്നത് അത്തരത്തിൽ നിർമ്മാതാക്കൾക്ക് ലാഭവുമായിരുന്നു.

ഒരു ഘട്ടത്തിൽ മലയാളത്തിൽ കലാഭവൻ മണി ഒരു പാട്ടിന് ഇതിനേക്കാൾ വലിയ തുക വാങ്ങി. എന്നിട്ടും യേശുദാസ് ചാർജ് കൂട്ടിയില്ല. പിന്നീടാണ് മാറ്റം വന്നത്.

തെന്നിന്ത്യയിലെ ഏറ്റവും പ്രശസ്തനായ സൗണ്ട് റെക്കോഡിസ്റ്റായിരുന്നു കോടീശ്വരറാവു. കോടീശ്വരറാവുവാണ് യേശുദാസിന്റെ ആദ്യ ഗാനം റെക്കോർഡ് ചെയ്തത്. പാട്ട് റെക്കോർഡ് ചെയ്തിട്ട് പറഞ്ഞു. ഇനി പത്ത് വർഷം കഴിഞ്ഞ് പറയാം. പത്ത് വർഷത്തേക്ക് യേശുദാസിനെ കവച്ചുവെക്കാൻ ആരും ഉണ്ടാകില്ല എന്നാണ് അദ്ദേഹം ഉദ്ദേശിച്ചത്.

എന്നാൽ, കോടീശ്വര റാവുവിന്റെ പ്രവചനം അക്ഷരാർത്ഥത്തിൽ ഫലിച്ചു എന്നു മാത്രമല്ല, കോടീശ്വരറാവു ഗ്യാരന്റി കൊടുത്ത ആദ്യ ദശകം പിന്നിട്ട ശേഷം പിന്നീട് നാല് ദശകങ്ങൾ കൂടി യേശുദാസ് ഗാനലോകത്തെ കീഴടക്കി. ഇനിയും ആ ജൈത്രയാത്ര തുടരുന്നു.

കാലിയായ പോക്കറ്റ്

മിക്കപ്പോഴും മുണ്ടും ജുബ്ബയുമാണ് ധരിക്കുക. നമ്പർലോക്കുള്ള ഒരു പെട്ടിയിലായിരിക്കും ബാക്കിയുള്ള വസ്തുക്കളും പഴ്സും ഉണ്ടാവുക. അത് മറ്റാരെങ്കിലുമായിരിക്കും സൂക്ഷിക്കുക. അദ്ദേഹത്തിന്റെ അലക്കി ത്തേച്ച് വൃത്തിയാക്കിയ ജുബ്ബയുടെ പോക്കറ്റ് ശൂന്യമായിരിക്കും. എപ്പോഴും കൈവശം ആവശ്യത്തിന് മാത്രം പൈസ. ഇഷ്ടം പോലെ പണം ലഭിക്കുമ്പോഴും അതിന്റെ ധാരാളിത്തത്തെപ്പറ്റി അദ്ദേഹം ചിന്തിച്ചിട്ടില്ലെന്ന് സാബു തന്റെ നിരീക്ഷണത്തിൽനിന്ന് വിലയിരുത്തുന്നു.

ഒന്നരികിൽ കേൾക്കാതെ കാണാതെ ഗന്ധർവ്വസാന്നിദ്ധ്യം

പാട്ടുകൾ പാടിപ്പഠിക്കേണ്ട ചെറുപ്രായത്തിൽ ജന്മസിദ്ധമായ കഴിവുണ്ടായിട്ടും അവസരങ്ങളില്ലാതെപോയ എത്രയോ പേർ യേശുദാസിന്റെ പാട്ടുകൾ കേട്ട് ഗാനരംഗത്തെത്തിയിട്ടുണ്ട്. ഇതിൽ പെൺകുട്ടികളും ധാരാളമുണ്ട്. വളരെതാഴ്ന്ന ജീവിനിലവാരത്തിൽനിന്ന് സംഗീതം പഠിച്ചാണ് കൊട്ടാരക്കര സ്വദേശിയായ രമ സ്വാതിതിരുനാൾ സംഗീത കോളേജിൽ ട്യൂട്ടറായത്. പാടാനുള്ള കഴിവ് കുടുംബത്തിൽ പലർക്കുമുണ്ട്.

കൊട്ടാരക്കരയ്ക്കടുത്ത് പള്ളിക്കൽ എന്ന ഗ്രാമത്തിൽ ജനിച്ചു. അച്ഛൻ പന്തൽ പണിക്കാരൻ. പിന്നെയുള്ളത് അമ്മയും രണ്ട് സഹോദരന്മാരും. വീട്ടിൽ പശുവുണ്ട്. രാവിലെ പശുവിന് പുല്ല് പറിക്കലും കടയിൽ പോക്കും വീട്ടിലെ ചെറിയ പണികളും അമ്പലക്കുളത്തിലെ അലക്കും കുളിയുമൊക്കെ കഴിഞ്ഞാണ് കുട്ടിക്കാലത്ത് സ്കൂളിൽ പോയിരുന്നത്. ഇതിനിടെ ആകെ കേൾക്കുന്ന സംഗീതം അമ്പലത്തിൽ വെളുപ്പിനെ ഇടുന്ന ഭക്തിഗാനങ്ങളാണ്. പി ലീലയുടെയും എം എസ് സുബ്ബലക്ഷ്മിയുടെയുമൊക്കെ ഭക്തിഗാനങ്ങൾ.

അമ്മ തികഞ്ഞ ഭക്തയും അച്ഛൻ ഒരു കമ്യൂണിസ്റ്റ് അനുഭാവിയും പ്രവർത്തകനുമായിരുന്നു. അമ്മ എന്നും രാവിലെ കൊണ്ടു പോയി അമ്പലത്തിലെ കുളത്തിൽ കുളിപ്പിക്കും. പിന്നെ കൂവളമാല കെട്ടി അമ്പലത്തിൽ കൊടുത്ത് ചന്ദനക്കുറിയിട്ടേ വീട്ടിൽ വരൂ.

നാട്ടിൽ വളരെ അപൂർവ്വം വീടുകളിലേ റേഡിയോ ഉള്ളൂ. അതിൽ പലരുടെയും വീടുകളിൽ പ്രവേശനം തന്നെയില്ല. ഉത്തരകേരളത്തിലെ വടക്കൻപാട്ടുകളിൽ പറഞ്ഞുകേട്ടിട്ടുള്ള വീരന്മാരുടെ അപദാനങ്ങൾ ചാടി നടന്ന പാണരുടെ പരമ്പര ഇത്ര തലമുറകളോളം പാട്ടിന്റെ നേർത്ത വെളിച്ചം കെടാതെ കാത്തുവെച്ചു. സംഗീതസംവിധായകൻ രവീന്ദ്രന്റെ

ബന്ധുകൂടിയാണ് രമ. വടക്കൻപാട്ടിൽ വല്ലപ്പോഴും വിരുന്നെത്തുന്ന പാണനാരെപ്പോലെ ഏതെങ്കിലും വീട്ടിലെ റേഡിയോയിൽനിന്നോ ഉത്സവപ്പറമ്പിലെ കോളാമ്പിയിൽനിന്നോ വന്നെത്തുന്ന അവ്യക്ത ഗാനമാണ് പാട്ടു പാടിപഠിക്കാനുള്ള അസംസ്കൃത വസ്തു. 'വലംപിരിശംഖിൽ... തുളസീതീർത്ഥം...' എന്ന തരംഗിണി ആൽബം ഗാനം സ്കൂളിലും ജില്ലാ തലത്തിലും ലളിതഗാനമായി പാടി രമ സമ്മാനം നേടി. എന്നാൽ, അത് നേരിട്ട് കേട്ടല്ല. പലർ പറഞ്ഞുതന്നാണ് പഠിച്ചത്. അടുത്ത് കേൾക്കാൻ അവസരം തീരെ കുറവെങ്കിലും യേശുദാസിന്റെ സ്വരമാധുരി മനസ്സിനെ വല്ലാതെ ആകർഷിച്ചു. 'കായാമ്പു കണ്ണിൽ വിടരും... കമലദളം കവിളിൽ വിടരും...' ആദ്യം ഓർമ്മയിൽ ഒഴുകിയെത്തുന്ന ഗാനം.

അടുത്തൊരു വീട്ടിൽ റോഡിയോ ഉണ്ട്. സ്വന്തം സ്കൂളിലെ അദ്ധ്യാപികയുടെ വീടാണ്. വീടിന്റെ മുമ്പിലത്തെ സ്വകാര്യമുറിയിലാണ് റേഡിയോ വെച്ചിരിക്കുന്നത്. ആഴ്ചയിലൊരിക്കൽ രാവിലെ ആകാശവാണിയുടെ ലളിതസംഗീതപാഠം കേൾക്കാൻ അവിടെ പോകും. അപ്പോഴാണ് യഥാർത്ഥത്തിൽ പഠിക്കാൻ പാകത്തിനൊരു പാട്ട് കേൾക്കുക. അവരുടെ വീടിന്റെ അകത്ത് പ്രവേശനമില്ല. കൂടെ പഠിക്കുന്ന ടീച്ചറുടെ മകൾ അകത്തും രമ വെളിയിൽ ജനലിനരികിലും നിന്ന് ലളിത സംഗീതപാഠം കേൾക്കും. കൈയിൽ തുണ്ട് പേപ്പറും പെൻസിലുമായി കാത്തുനില്ക്കും. വരികൾ എഴുതിയെടുക്കാൻ പലപ്പോഴും പാട്ട് കേട്ട് പൂർത്തിയാകും മുമ്പ് ടീച്ചർ വന്ന് കതക് വലിച്ചടച്ച് പാട്ട് നിർത്തിയിട്ട് പോകും. അന്നൊക്കെ വേദനനിച്ചെങ്കിലും ഇന്നത്ര കാര്യമായി തോന്നാറില്ലെന്ന് രമ ടീച്ചർ പറയുന്നു. സ്കൂളിൽ പോകാനുള്ള തിടുക്കമായിരുന്നത്രെ ടീച്ചർക്ക്.

അത്യാവശ്യം നന്നായിപാടുന്ന ചേട്ടൻ പാടിക്കേട്ടിട്ടാണ് യേശുദാസിന്റെ പാട്ടുകളുടെ വരികളും മറ്റും അടുത്തറിഞ്ഞിട്ടുള്ളത്. എന്നാൽ, മഹാനായ ആ ഗായകനെപ്പറ്റി മറ്റൊന്നുമറിയില്ല. ആദ്യമൊക്കെ അദ്ദേഹത്തിന്റെ രൂപം തന്നെയറിയില്ല. എവിടെ നിന്നെങ്കിലും കിട്ടുന്ന പഴയ സിനിമാ മാഗസിനിൽനിന്നാണ് താടിവെച്ച അദ്ദേഹത്തിന്റെ സുമുഖമായ രൂപം കണ്ടിട്ടുള്ളത്.

അദ്ദേഹത്തിന്റെ പാട്ടുകൾ അതുപോലെ പാടുന്ന ഗായകരെ അടുത്ത് കണ്ടപ്പോൾ ആ ഗാനങ്ങൾ മറ്റൊരനുഭവമായി. സംഗീത കോളേജിൽ പഠിക്കുമ്പോൾ തന്നെ ഗാനമേളകളിലൂടെ ശ്രദ്ധേയനായ കല്ലറ ഗോപനോട് ഹോസ്റ്റലിൽ താമസിച്ചിരുന്ന ഒരുപറ്റം പെൺകുട്ടികൾക്ക് വലിയ ആരാധനായിരുന്നു. അവിടെ പഠിച്ച പലരും കോളെജിൽ പഠിച്ച ഗായകരെ പ്രേമിച്ച് വിവാഹം കഴിച്ചിട്ടുണ്ട്. എന്നാൽ, അതിൽ പലതും വിജയിച്ചില്ല. പാട്ട് കൊണ്ട് ജീവിക്കാൻ കഴിയില്ലെന്ന് കണ്ടപ്പോൾ പലരും വേർപിരിഞ്ഞിട്ടുമുണ്ട്.

വീടിന് തൊട്ടടുത്തുള്ള വീട്ടിൽ ഭാർഗ്ഗവിയമ്മൂമ്മയും കുടുംബവും താമസിക്കാനെത്തിയപ്പോഴാണ് യഥാർത്ഥത്തിൽ പാട്ടുകൾ അടുത്ത് കേൾക്കാൻ അവസരം ലഭിച്ചത്. അടുത്ത വീടുകളിലാദ്യമായി ടേപ്പ്

റെക്കോർഡർ എത്തിയതവിടെയാണ്. ഗൾഫിൽനിന്ന് കൊണ്ടുവന്ന ജെ വി സിയുടെ ഒരു മോണോ ടേപ്പ്. ബാബുവണ്ണൻ എന്ന് എല്ലാവരും വിളിക്കുന്ന രാജേന്ദ്രനും അനുജൻ ജയചന്ദ്രനും സംഗീതാസ്വാദകരാണ്. മിക്കപ്പോഴും ആ വീട്ടിൽനിന്ന് പാട്ടു കേൾക്കാം. ആ വീട്ടിൽ സ്വാതന്ത്ര്യത്തോടെ പോയിരിക്കുന്ന നേരത്താണ് തരംഗിണിയുടെ പാട്ടുകൾ ധാരാളം കേൾക്കുന്നത്. യേശുദാസിന്റെ ശബ്ദം ഏറ്റവും മനോഹരമായി പരിലസിച്ചുനിന്ന കാലത്തെ 'ഉത്രാടപ്പൂനിലാവേ.' 'മാമാങ്കം' തുടങ്ങിയ ഗാനങ്ങൾ ഓർമ്മയിലെന്നും പൂവിടർത്തി നില്ക്കുന്നവയാണ്.

ആദ്യമായി യേശുദാസിന്റെ ക്ലാസിക്കൽ മ്യൂസിക് ശ്രദ്ധിക്കുന്നതും അയലത്തെ വീട്ടിൽനിന്നാണ്. അവിടെ എപ്പോഴും തരംഗിണിയുടെ കാസെറ്റ് വെക്കും. അതിൽ ഏറ്റവും ആകർഷിച്ചത് "പാവനഗുരുപവനപുരാധീശമാശ്രയേ.." എന്ന കീർത്തനമായിരുന്നു.

കുട്ടിക്കാലത്തേ വീട്ടിൽ നിന്ന് കുറച്ചു ദൂരെ ഗംഗാധരൻ ഭാഗവതരുടെയടുത്ത് പഠിക്കാൻ പോയെങ്കിലും കച്ചേരിയൊന്നും നേരിട്ട് കേട്ടിട്ടുണ്ടായിരുന്നില്ല. അത് ഏറ്റവും അടുത്ത് കേൾക്കാൻ കഴിഞ്ഞത് യേശുദാസിന്റെ കാസെറ്റിലൂടെയാണ്. രാവിലെ ആണുങ്ങളൊക്കെ പോയിക്കഴിയുമ്പോൾ അവിടത്തെ ചേച്ചിയോട് പറഞ്ഞ് മുമ്പിലത്തെ മുറിയിലിരുന്ന് യേശുദാസിന്റെ ക്ലാസിക്കലും ഓണപ്പാട്ടുകളും റേഡിയോയിലെ ചലച്ചിത്രഗാനങ്ങളും മറ്റും കേട്ടു.

ചെമ്പൈ, ശെമ്മാങ്കുടി എന്നൊക്കെ കേട്ടിട്ടുള്ളതല്ലാതെ ഇവരുടെയൊന്നും പാട്ട് കേൾക്കാൻ അന്ന് ഭാഗ്യമുണ്ടായില്ല. യേശുദാസിന്റെ ശബ്ദഭംഗിയായിരുന്നു അന്നേറെ ആകർഷിച്ചിരുന്നത്.

വീട്ടിൽനിന്ന് നാല് കിലോമീറ്റർ ദൂരെയാണ് പ്രശസ്തമായ കൊട്ടാരക്കര ഗണപതിക്ഷേത്രം. അവിടെ യേശുദാസിന്റെയും മറ്റും വലിയ വലിയ പ്രോഗ്രാമുകൾ ഉത്സവത്തിന് നടക്കാറുണ്ട്. എന്നാൽ, അതൊന്നും കേൾക്കാൻ ആരും വീട്ടിൽനിന്ന് വിടില്ല. ഒരിക്കൽ യേശുദാസിന്റെ കച്ചേരിയുള്ള ദിവസം അച്ഛൻ അറിയാതെയാണ് അടുത്ത വീട്ടിലെ ചേച്ചിയോടൊപ്പം കച്ചേരി കേൾക്കാൻ പോയത്. അന്നവിടെ ചെല്ലുമ്പോൾ ഏറ്റവും പിറകിലാണ് ഇരിപ്പിടം കിട്ടിയത്. യേശുദാസിനെ ഒരു പൊട്ടുപോലെയാണ് കണ്ടത്.

> ചേട്ടൻ വായനശാലയിൽ പോയിരുന്നത് ചലച്ചിത്ര ഗാനം കേട്ടിട്ട് പാട്ടിന്റെ വരികൾ എഴുതിക്കൊണ്ട് വന്ന് വീട്ടിലിരുന്ന് പാടും. അത് കേട്ടാണ് ഞാൻ യേശുദാസിന്റെ ഗാനങ്ങൾ പാടിയിട്ടുള്ളത്. കൊട്ടാരക്കര ഗേൾസ് ഹൈസ്കൂളിൽ പഠിക്കുന്ന കാലത്ത് ലളിതഗാനത്തിന് ജില്ലാതലത്തിൽ സമ്മാനം ലഭിച്ചു. അന്നൊന്നും സമ്മാനത്തിന്റെ വിലയൊന്നുമറിയില്ല. തിരുവനന്തപുരത്ത് സംഗീതകോളേജിൽ പഠിക്കാൻ വന്നതോടെയാണ് പലതിലും തിരിച്ചറിവുണ്ടായത്. താടിവെച്ച യേശുദാസിന്റെ ചിത്രം വീക്കിലിയിലൊക്കെ കണ്ടി

ട്ടേയുള്ളൂ. നേരിൽ കാണുന്നത് പിന്നെ വർഷങ്ങൾക്ക് ശേഷം ഞാൻ സംഗീതകോളേജിൽ പഠിക്കാനെത്തിയ കാലത്താണ്. അന്ന് ഞാനും യൂണിയനിലുണ്ട്. യൂണിയൻ ഉദ്ഘാടനച്ചടങ്ങ് നിർവ്വഹിക്കാനാണ് യേശുദാസ് എത്തിയത്. ശബ്ദംപോലെ ആകർഷണീയമായ രൂപമാണ് അദ്ദേഹത്തിനുള്ളതെന്ന് മനസ്സിലാക്കിയതന്നാണ് ടീച്ചർ പറയുന്നു.

ഒരു ആരാധകന്റെ അജ്ഞാത ഗാനശേഖരം

പഴയ നടി പൊന്നമ്പിളിയുടെ അച്ഛന്റെ കസിനായ സുധാകരൻ എന്ന പി ഡബ്ല്യു ഡി എഞ്ചിനീയർ യേശുദാസിന്റെ ഏറ്റവും വലിയ ആരാധകരിലൊരാളായിരുന്നു. നങ്ങ്യാർകുളങ്ങര സ്വദേശിയായ അദ്ദേഹം എഴുപതുകളിൽ എഞ്ചിനീയറായി കൊല്ലത്തുവന്നു. യേശുദാസിന്റെ ഗാനങ്ങളോടുള്ള ആരാധന അദ്ദേഹത്തെ ഗാനഗന്ധർവ്വനുമായി അടുപ്പിച്ചു. യേശുദാസിന്റെ കച്ചേരിയോ ഗാനമേളയോ എവിടെയെങ്കിലും ഉണ്ടെങ്കിൽ അവിടെ ഓടിയെത്തുക എന്നത് സുധാകരന്റെയും പ്രത്യേകതയായിരുന്നു. എന്നാൽ, എല്ലാവരെയുംപോലെ വെറുതെ ആസ്വദിച്ചിരിക്കുക മാത്രമല്ല പ്രോഗ്രാം റെക്കോർഡ് ചെയ്യുകയുമുണ്ടായിരുന്നു. ഇത്തരത്തിൽ യേശുദാസിന്റെ നൂറുകണക്കിന് ഗാനമേളകളുടെയും കച്ചേരികളുടെയും റെക്കോർഡ് സുധാകരന്റെ ശേഖരത്തിലുണ്ടായിരുന്നു.

ഏറ്റവും വലിയ പ്രത്യേകത ലൈവ് പ്രോഗ്രാമുകൾ റെക്കോർഡ് ചെയ്യാനുള്ള സംവിധാനം എഴുപതുകളിൽ ആരുടെ പക്കലും ഇല്ല എന്നതാണ്. കാസറ്റുകൾ നിലവിൽ വന്നിട്ടില്ല. റെക്കോർഡുകളൊക്കെ ലോഗ് പ്ലേ സംവിധാനത്തിലാണ്. അപൂർവ്വമായി സ്പൂൾ റെക്കോർഡിങ് സംവിധാനമുണ്ട്. അന്നത്തെ കാലത്ത് അത് ആകാശവാണിയിലും മറ്റുമേ നിലവിലുള്ളൂ. ഒന്നിലധികം ചാനലുകൾ കൊടുക്കാവുന്ന മിക്സറും നിലവിലില്ല. ഇന്ത്യയിൽ ഇത്തരത്തിലൊന്നും തന്നെ നിർമ്മിക്കുന്നുമില്ല. ആകെയുള്ളത് ജപ്പാനിൽ തോംസന്റെയും മറ്റും വിലപിടിപ്പുള്ള ഉപകരണങ്ങളാണ്. തോംസന്റെ സ്പൂളും മറ്റ് സംവിധാനങ്ങളും വൻവില കൊടുത്ത് അദ്ദേഹം ഗൾഫിൽനിന്ന് വരുത്തി. റെക്കോർഡിങ്ങിനായി മിക്സർ അദ്ദേഹം സ്വന്തമായിത്തന്നെ ഡിസൈൻ ചെയ്തു. നാലഞ്ച് മൈക്ക് കൊടുക്കത്തക്ക രീതിയിൽ അന്ന് കൊല്ലത്തെ ഏറ്റവും നല്ല റേഡിയോ

മെക്കാനിക്കായ പെരേരയുടെ സഹായവും തേടി. ഇതേ പെരേര പിന്നീട് യേശുദാസിന്റെ തരംഗിണിയിൽ റെക്കോർഡിസ്റ്റുമായി. ഒരു വലിയ ബ്രീഫ്കേസിൽ റെക്കോർഡിങ്ങിനുള്ള എല്ലാ സംവിധാനവുമായാണ് സുധാകരൻ അമ്പലപ്പറമ്പുകളിലും മറ്റും പോയിരുന്നത്. അക്കാലത്ത് അത്ഭുതാദരങ്ങളോടെയാണ് നാട്ടുകാർ ഇത് കണ്ടിരുന്നത്. ഇന്നത്തെപ്പോലെ മാർക്കറ്റിങ് സംവിധാനം നിലവിലില്ലാതിരുന്ന കാലത്ത് തന്റെ ഗാനമേളകൾ റെക്കോർഡ് ചെയ്ത് കേൾക്കാൻ യേശുദാസിനും അത് ഗുണകരമായി.

കൊല്ലം, ആലപ്പുഴ ഭാഗങ്ങളിൽ പ്രോഗ്രാമുള്ളപ്പോൾ യേശുദാസ് സുധാകരന്റെ വീട്ടിലായിരുന്നു താമസം. ഗാനമേളകൾ പിന്നീട് അവിടെ വച്ച് അദ്ദേഹം റെക്കോർഡ് ചെയ്ത് കേൾക്കുകയും ചെയ്തിരുന്നു. മാർക്കോസ് എന്ന ഗായകന് യേശുദാസ് എന്ന മാനസഗുരുവിനെ ആദ്യമായി കണ്ടെത്തുന്നതിനും അനുഗ്രഹം നേടുന്നതിനും ഇടനിലക്കാരനായി വർത്തിച്ചതും ഇതേ സുധാകരനായിരുന്നു.

കൊല്ലത്തുനിന്ന് ആലപ്പുഴയിലെത്തി സൂപ്രണ്ടിങ് എഞ്ചിനീയറായാണ് അദ്ദേഹം റിട്ടയർ ചെയ്യുന്നത്. അതിനുശേഷവും യേശുദാസുമായുള്ള ബന്ധം തുടർന്നു. എന്നാൽ, 2002 ൽ അദ്ദേഹം മരിക്കുകയും ഈ റെക്കോർഡുകൾ വിസ്മൃതിയിലാവുകയും ചെയ്തു. അദ്ദേഹത്തിന്റെ മരണത്തെത്തുടർന്ന് ഭാര്യയും മരിച്ചു. അധികം താമസിയാതെ ഏക മകനും മരിച്ചതോടെ ആ ഗാനകുതുകിയുടെ ഓർമ്മകൾ എന്നേക്കുമായസ്തമിച്ചു. കന്യാകുളങ്ങരയിൽ അദ്ദേഹത്തിന്റെ വീട് നിന്ന സ്ഥലം ഇന്ന് ഒരു വൻകിട ഹോട്ടലാണ്. അദ്ദേഹത്തിന്റെ റെക്കോർഡുകളെക്കുറിച്ചും ആർക്കും ഒരറിവുമില്ല.

പാട്ടിന്റെ കടലുമായി

മനസ്സിൽ പാട്ടിന്റെ കടലുമായി നടക്കുന്ന റിട്ട. ബാങ്ക് ഉദ്യോഗസ്ഥൻ ഷാജിലാൽ ഇപ്പോൾ കൊട്ടാരക്കര എഴുകോണിൽ താമസിക്കുന്നു. കൊല്ലത്തെ അദ്ദേഹത്തിന്റെ കുടുംബം പാട്ടുകാരുടെയും സംഗീതകുതുകികളുടേതുമാണ്. എല്ലാവിധ സംഗീതവുമാസ്വദിക്കുന്ന ഇദ്ദേഹത്തിന്റെ മനസ്സിലെ വിസ്മയമാണ് യേശുദാസ്. ബാലമുരളീകൃഷ്ണയുടെയും പർവ്വീൻ സുൽത്താനയുടെയും ആരാധകനായ ഇദ്ദേഹം ബോംബെയിലും മദ്രാസിലുമൊക്കെ കച്ചേരികൾ കേൾക്കാനായി മാത്രം യാത്ര ചെയ്യുന്നയാളാണ്. ആശ്രാമത്ത് യേശുദാസിന്റെ കച്ചേരി കേൾക്കാൻ ഒരിക്കൽ പോയ അദ്ദേഹത്തിന്റെ അനുഭവം.

സിനിമാ താരങ്ങളേക്കാൾ പ്രശസ്തിയായിരുന്നു അക്കാലത്ത് യേശുദാസിന്. അതിവിശാലമായ ആശ്രാമം മൈതാനം മുഴുവൻ നിറഞ്ഞ് ആള് നില്ക്കുക എന്നത് അക്കാലത്ത് സങ്കല്പത്തിനപ്പുറമായിരുന്നു. ഒരു സംഗീതക്കച്ചേരിയിൽ ഒരുഗായകൻ ഇത്രത്തോളം ആളുകളെ ആകർഷിക്കുക എന്നത് അത്ഭുതം തന്നെയാണ്.

അക്കാലത്ത് മുഹമ്മദ് റഫിയുടെ 'മധുബന് മേ രാധിക...' ഏതാണ്ടെല്ലാ കച്ചേരിക്കും യേശുദാസ് പാടിയിരുന്നു. റഫിയുടെ ഇത്രയും പ്രശസ്തമായ ഗാനത്തിൽ ഒരു ഭൃഗ പാടിയിരിക്കുന്നത് പങ്കജ് മല്ലിക്കാണെന്നാണ് കേട്ടിട്ടുള്ളത്. റഫിയുടെ ശബ്ദത്തിന് അത്രയും റേഞ്ച് ഉണ്ടായിരുന്നില്ല. എന്നാൽ, യേശുദാസ് അത് നിസ്സാരമായി പാടും. എത്ര വേഗം പാടിയാലും എത്ര ഗമകവും വാക്കുകളും സ്വരവുമൊക്കെ വ്യക്തവും സ്ഫുടവുമാണ്. മുക്കാൽ മിനിറ്റ് കൊണ്ടൊക്കെ ഒരു വർണ്ണം പാടിയാലും സ്ഫുടമായിരിക്കും. അത് അദ്ദേഹത്തിന് മാത്രമുള്ള സിദ്ധിയാണ്. അത്രയധികം പ്രാക്ടീസ് ആണ്.

> വലിയ കട്ടി ശബ്ദമുള്ളവർക്ക് അത്ര ഫ്രെഷ്നസ് ഉണ്ടാകില്ല. എന്നാൽ, ഏത് സ്ഥായിയിലും ഉടനീളം ഒരു സ്വീറ്റ്നെസ്, യേശുദാസിന്റെ ശബ്ദത്തിലുണ്ട്. 'ഒറ്റക്കമ്പിനാദം' ഒക്കെ ഇറങ്ങിയ കാലത്ത് അത്ഭുതപ്പെട്ടുപോയിട്ടുണ്ട്. ഇന്നത്തെപോലെയുള്ള സംവിധാനങ്ങളൊന്നുമില്ലാതിരുന്ന കാലത്ത് റെക്കോർഡ് ചെയ്തിട്ടുപോലും ആളുകളെ ആ ശബ്ദം അത്ഭുതപ്പെടുത്തി. എനിക്ക് അന്നൊരു ട്രാൻസിസ്റ്റർ റേഡിയോ ഉണ്ടായിരുന്നു. ഞാൻ മലർന്ന് കിടന്നിട്ട് റേഡിയോ നെഞ്ചിൽ വെച്ച് ഈ പാട്ട് കേട്ടിട്ടുണ്ട്. അപ്പോൾ ശബ്ദം നെഞ്ചിൽ പ്രതിദ്ധ്വനിക്കും.

ഷാജിലാലിന്റെ വാക്കുകൾ ഇത്രയും കാലവും ആ ശബ്ദവും ബേസും നിലനിർത്തി പാടുക എന്നത് എക്കാലത്തെയും സംഗീതത്തിലെ അത്ഭുതമാണെന്നും ഷാജിലാൽ വിലയിരുത്തുന്നു.

ആയിരം ഗാനങ്ങൾതൻ ആനന്ദലഹരിയിൽ

യേശുദാസ് എന്ന ഗാനരൂപത്തിന് ഗാനാസ്വാദനത്തിന്റെ ഏത് മേഖലയിലും ഒരുപോലെ സ്വീകാര്യതയാണുള്ളത്. പൂജാമുറിയിലും കതിർമണ്ഡപത്തിലും ഉത്സവപ്പറമ്പിലും തെരുവോരത്തുമെന്ന് വേണ്ട മദ്യപാനസദസ്സുകളിൽ വരെ ദാസേട്ടന്റെ ഗാനങ്ങൾ ആവോളം ആളുകൾ ആസ്വദിക്കാറുണ്ട്. സഹൃദയരുടെ മദ്യപാന സദസ്സുകളിൽ ഒഴിവാക്കാനാവാത്തതാണ് ഗാനങ്ങൾ. ഓരോരുത്തരും ഓരോ തരം താല്പര്യമുള്ളവരായിരിക്കും. തലയ്ക്ക് പിടിച്ചുകഴിഞ്ഞാൽ പിന്നെ വിരഹഗാനങ്ങൾ മാത്രം കേൾക്കാൻ ആഗ്രഹിക്കുന്നവരുണ്ട്. രണ്ടെണ്ണമടിക്കുമ്പോൾ ഇംഗ്ലീഷ് വരുന്നവരെപ്പോലെ സെമിക്ലാസിക്കൽ ആസ്വദിക്കേണ്ടവരുണ്ട്. അവർക്ക് ഉത്തരാസ്വയംവരവും പൊൽത്തിങ്കൾക്കലയും മറ്റും വേണം. മറ്റുചിലർക്ക് പ്രണയഗാനങ്ങൾ മതി. പ്രാണസഖിയും സ്വർഗ്ഗപുത്രിയുമൊക്കെക്കൊണ്ട് അവർ തൃപ്തരായിക്കൊള്ളും.

മോഹഭംഗം വന്ന നാട്ടിലെ ചില ഗായകർ ഇങ്ങനെ മദ്യപാനസദസ്സുകളിൽ പാട്ടുപാടി സ്വയം ഹോമിക്കാറുണ്ട്. നല്ല പ്രായത്തിൽ ഗാനലോകത്തൊന്നും എത്തിപ്പെടാനാവാതെയും കഴിവുകൾ പ്രകടിപ്പിക്കാൻ അവസരങ്ങൾ കിട്ടാതെയും ജീവിതവിരക്തി വന്ന ഇത്തരക്കാരുടെ ആശ്വാസമാണ് യേശുദാസ് പാടി അനശ്വരമാക്കിയ മലയാളഗാനങ്ങൾ.

എന്നാൽ, ലേശം വിട്ടുകഴിഞ്ഞാൽ യേശുദാസ് നേരിട്ട് പാടുന്നത് കേട്ട് അതിന്റെ ലഹരിയിൽ കിടന്നുറങ്ങുന്ന ഒരാസ്വാദകൻ ചെങ്ങന്നൂരുണ്ട്. പണക്കാരനായ ഒരു മദ്ധ്യതിരുവിതാംകൂർ ക്രിസ്ത്യാനി. തനിക്ക് ചെന്നെത്താൻ കഴിയുന്ന ഏതിടത്ത് യേശുദാസിന്റെ ഗാനമേളയുണ്ടെന്നറിഞ്ഞാലും അയാൾ അവിടെയെത്തും. അല്പം ലഹരിയിൽ ഗാനമേള മുഴുവൻ ആസ്വദിക്കും. അദ്ദേഹത്തിന് ഏറ്റവും പ്രിയപ്പെട്ട ഒരു ഗാനമുണ്ട്. *ഒതേനന്റെ മകനിലെ.*

'മംഗലംകുന്നിലെ മാൻപേടയോ
മരതകക്കാട്ടിലെ മയിൽപേടയോ...'

ഇത് യേശുദാസ് പാടിയില്ലെങ്കിൽ സ്റ്റേജിൽ കയറി പറഞ്ഞ് പാടിക്കും. ഇതുകേട്ട് കഴിഞ്ഞുള്ള ലഹരിയിൽ മാത്രമേ തിരികെ ജീപ്പോടിച്ച് അയാൾക്ക് ചെങ്ങന്നൂരിലെത്താൻ കഴിയൂ. എത്രയോ വേദികളിൽ യേശുദാസ് ഈ ആരാധകന്റെ അഭ്യർത്ഥനയ്ക്ക് വഴങ്ങി ഈ ഗാനം പാടിയിട്ടുണ്ട്. ഒരിക്കൽ തിരുവനന്തപുരത്തെ ഒരു കച്ചേരി കേൾക്കാനും ആസ്വാദകനെത്തി. കച്ചേരികൾക്ക് അങ്ങനെ സാധാരണ പോകാറില്ല. എങ്കിലും വന്നു. കച്ചേരി പൂർണ്ണമായും കേട്ടു. എന്നാൽ, തന്റെ പ്രിയപ്പെട്ട പാട്ട് കേൾക്കാൻ ഒരു നിർവ്വാഹവുമില്ല. അദ്ദേഹം നേരെ കച്ചേരി കഴിഞ്ഞ് യേശുദാസിന്റെ കാറിന് പിറകേ ജീപ്പ് വിട്ടു. നേരെ തരംഗിണി സ്റ്റുഡിയോയിലെത്തി. കാറിൽനിന്ന് പുറത്തിറങ്ങി യേശുദാസ് തരംഗിണിയുടെ മുറ്റത്ത് മറ്റുള്ളവരോട് കാര്യം പറഞ്ഞ് കുറച്ച് നേരം നിന്നു അവിടെയെത്തിയ ഗാനാസ്വാദകൻ തന്റെ മിനിമം ഡിമാന്റ് വെച്ചു. "സാർ, കച്ചേരി കേട്ടു. എനിക്ക് അത്ര പൂർണ്ണ തൃപ്തിയായില്ല. ആ പാട്ട് കൂടി കേട്ടാലേ എനിക്ക് വണ്ടിയോടിച്ച് ചെങ്ങന്നൂരിലെത്താൻ കഴിയൂ. അവിടംവരെ വണ്ടിയോടിച്ച് പോകാനുള്ള എന്റെ ലഹരിയാണാ ഗാനം." മദ്യത്തിന്റെ മണം കേട്ടാൽ ഒരാളെ തന്റെ ഏഴയലത്ത് അടുപ്പിക്കാത്ത യേശുദാസ് വ്യത്യസ്തനായ ഈ ഗാനാസ്വാദകനുവേണ്ടി അവിടെനിന്നു തന്നെ പാടി. യേശുദാസിനെപ്പോലൊരു വലിയ ഗായകനിൽനിന്ന് ആർക്കും പ്രതീക്ഷിക്കാൻ കഴിയുന്നതായിരുന്നില്ല ഈ ഉദാരത. പാട്ടിന്റെ ഏതാനും വരിയും പാടിക്കൊടുത്ത് അദ്ദേഹം മുകളിലേക്ക് കയറിപ്പോയി. ആ ഗാനത്തിന്റെ ലഹരിയിൽ ധന്യനായി ആ ആരാധകൻ ജീപ്പ് ഓടിച്ചു ചെങ്ങന്നൂരിലേക്കും പോയി.

വിവാദങ്ങളിലും

മലയാളികളുടെ എക്കാലത്തെയും പ്രിയപ്പെട്ട യേശുദാസ് അതുപോലെ പലപ്പോഴും അവരുടെ വിവാദനായകനുമായിട്ടുണ്ട്. ഇടയ്ക്ക് പേറ്റന്റ് വിവാദം, ഡൈ വിവാദം, റിയാലിറ്റി ഷോ വിവാദം, ജീൻസ് വിവാദം അങ്ങനെ പലതും. അതേസമയം യേശുദാസിന്റെ വിനയം ചിലരെയെങ്കിലും തെറ്റിദ്ധരിപ്പിച്ചതാണ്. അതു കപടമാണെന്ന് പറയുന്നവരുണ്ട്. എന്നാൽ, തന്റെ ചെറിയ ചെറിയ ദുർബ്ബലതകൾ അദ്ദേഹം പലപ്പോഴായി തന്റെ ആസ്വാദകരോട് തുറന്ന് പറഞ്ഞിട്ടുമുണ്ട്. ഡൈ വിവാദമായതിന് വർഷങ്ങൾ മുമ്പേ ഒരഭിമുഖത്തിൽ അദ്ദേഹം ആദ്യ ചോദ്യത്തിനുത്തരമായി ചോദിക്കാതെ അങ്ങോട്ട് പറഞ്ഞു: "ഈ താടിയും മുടിയും ഡൈയാണ്." ഒരിക്കൽ ഒരു പള്ളിയിൽ പോയപ്പോൾ അവിടത്തെ അച്ചൻ ചോദിച്ചത്രെ എവിടെനിന്നാണ് ഡൈ എന്ന്. ആത്മീയതയിൽ മുഴുകേണ്ട വൈദികൻ വരെ ചോദിക്കുന്നു ഈ ഡൈ എവിടെ നിന്നെന്ന്' അങ്ങനെയൊരു ചിന്തയാണ് അദ്ദേഹത്തിന് ആദ്യമുണ്ടായത്.

പൊതുവേ, മലയാളികളിൽ കാണുന്നതുപോലെ എന്തിനോടും ഏതിനോടും പ്രതികരിക്കാനുള്ള ഒരു ത്വര യേശുദാസ് എന്നും കാട്ടിയിട്ടുണ്ട്. രാഷ്ട്രീയവിഷയമായാലും മതപരമായാലും പൊതുജീവിതത്തെ ബാധിക്കുന്ന മനുഷ്യസ്നേഹത്തെയും സൗഹൃദത്തെയും നിരാകരിക്കുന്ന ഏത് സാമൂഹിക പ്രശ്നത്തോടും അദ്ദേഹം പ്രതികരിച്ചുകണ്ടിട്ടുണ്ട്. എന്നാൽ, പാട്ടുകാർ പൊതുവേ അങ്ങനെയല്ല. എന്തിനാണ് പത്രം വായിക്കുന്നതും ടി വി കാണുന്നതും, അതിലെ രാഷ്ട്രീയവും മറ്റും വായിച്ചിട്ട് ഞങ്ങൾക്കെന്തുകിട്ടാനാണ് എന്നാണ് ഒട്ടുമിക്ക സംഗീതജ്ഞരും ചോദിക്കാറുള്ളത്. സംഗീതമല്ലാതെ മറ്റെന്തിനോടും നിഷേധഭാവം പുലർത്തുന്നവരാണ് പൊതുവേ സംഗീതജ്ഞർ. എന്നാൽ, സംഗീതത്തിനല്ലാതെ മറ്റൊന്നിന് വേണ്ടിയും മാറ്റിവെക്കാൻ ഒരു നിമിഷം പോലും തികയാത്ത വിധം ഗാനലോകത്ത് നിറഞ്ഞുനില്ക്കുന്ന യേശുദാസ് ഇങ്ങനെയൊരു നിഷേധ നിലപാട് ഇതുവരെ സ്വീകരിച്ചു കണ്ടിട്ടില്ല.

അദ്ദേഹത്തിന്റെ ഡൈ വിവാദം തന്നെ അദ്ദേഹം സ്വയം അഭിപ്രായം പറഞ്ഞ് സൃഷ്ടിച്ചതാണ്. സ്വയം തോന്നിയിട്ടാണ് അദ്ദേഹം ഡൈ ഉപേക്ഷിച്ച് നരയോടെ പൊതുവേദിയിലും ചിത്രങ്ങളിലും പ്രത്യക്ഷപ്പെട്ടത് എന്നാൽ, അദ്ദേഹത്തെ സ്നേഹിക്കുന്ന നിരവധിയാളുകൾ ഇത് ഞങ്ങൾക്ക് സഹിക്കാനാവുന്നില്ല എന്നദ്ദേഹത്തോട് പറഞ്ഞത്രെ. തന്നെയുമല്ല, കൊച്ചുമകൾ ഇത് തന്റെ അപ്പയല്ല എന്നുവരെ പറഞ്ഞപ്പോൾ കുടുംബത്തിനുവേണ്ടി വീണ്ടും വേഷം കെട്ടാൻ തയ്യാറാവുകയായിരുന്നെന്ന് കൈരളി ടി വിക്ക് വേണ്ടി എം എ ബേബിയോട് സംസാരിക്കവെ അദ്ദേഹം പറഞ്ഞു.

ഒരു സ്വയം ക്ഷമാപണത്തോടെ തന്നേക്കാൾ പ്രായം കുറവായ എം എ ബേബി മൊത്തത്തിൽ വെളുത്ത താടിയും മുടിയും മീശയുമായി നടക്കുന്നതിൽ അദ്ദേഹത്തെ അംഗീകരിച്ചുകൊണ്ടാണ് യേശുദാസ് തന്റെ താടി വിവാദത്തെപ്പറ്റി പറഞ്ഞത്. അതിന് ഏതാനും നാളുകൾക്ക് മുമ്പ് മാത്രം മനോരമ ചാനലിന് വേണ്ടി ജോണി ലൂക്കോസിനോട് പറഞ്ഞത് താൻ വെളുത്ത താടിയും മുടിയുമായി നടക്കുന്നത് ആരും അനുകരിക്കേണ്ടതില്ല എന്നാണ്. അന്നത്തെ അഭിമുഖത്തിൽ മൊത്തത്തിൽ ഒരു നല്ല മൂഡിലായിരുന്നില്ല അദ്ദേഹം. ആ അഭിമുഖത്തിലുടനീളം ഇത്തരത്തിൽ പ്രകോപനപരമായി സംസാരിക്കുകയുണ്ടായി. അത് ചിലർ വിവാദമാക്കുകയും ചെയ്തു.

താൻ വേഗം ക്ഷോഭിക്കുന്ന ആളാണെന്നും അദ്ദേഹം സമ്മതിച്ചിട്ടുണ്ട്. ഒട്ടേറെ റെക്കോർഡിങ് സമയങ്ങളിൽ ഇതൊക്കെ ചെറിയ ചെറിയ സ്വരച്ചേർച്ചയില്ലായ്മയ്ക്ക് വഴിവെക്കുകയും ചെയ്തിട്ടുണ്ട്. റെക്കോർഡിങ് റൂമിൽ ഒരു പഴയ സംവിധായകൻ ആവശ്യമില്ലാതെ കയറിയിരുന്ന് യേശുദാസിന്റെ സംഗീതം പഠിപ്പിക്കുന്ന രീതിയിൽ സംസാരിച്ചതിന് അദ്ദേഹം ക്ഷോഭിച്ച് ഇറങ്ങിപ്പോയി. പിന്നീട് രവീന്ദ്രൻ പിറകെപോയി മാപ്പ് പറഞ്ഞ് കൂട്ടിക്കൊണ്ട് വരികയായിരുന്നു. വലിയ പ്രക്ഷുബ്ധാവസ്ഥയുണ്ടാക്കി

യിട്ടാണ് എക്കാലത്തെയും വലിയ ഹിറ്റുകളിലൊന്നായ 'ഹരിമുരളീരവം' പാടിയതെന്നും യേശുദാസ് അഭിമുഖത്തിൽ പറഞ്ഞിട്ടുണ്ട്.

ഗാനലോകത്ത് പ്രവേശിച്ച കാലം മുതൽ ഓരോ ദിവസവും പുതിയ പുതിയ ഗാനങ്ങളിലൂടെ മാത്രം ജീവിക്കേണ്ടിവരുന്ന യേശുദാസിന് തന്റെ ക്ഷോഭത്തെയോ നീരസത്തെയോ മറ്റേതെങ്കിലും വികാരത്തെയോ പാട്ടിൽ പ്രതിഫലിപ്പിക്കാൻ കഴിയാറില്ല. തന്റെ വികാരങ്ങൾ തന്റേതുമാത്രമായി രിക്കുകയും ഗാനങ്ങൾക്ക് അതർഹിക്കുന്ന വികാരങ്ങൾ മാത്രം നല്കുക കയും ചെയ്യുക എന്ന തികച്ചും പ്രാക്ടിക്കലായ ഒരു ആലാപനമാണ് അദ്ദേഹത്തിന്റേത്. പലപ്പോഴും അദ്ദേഹം ക്ഷോഭിച്ച അവസരങ്ങളിൽ വൻഹിറ്റുകളുണ്ടായി എന്നൊരു പ്രചാരണവും ഇൻഡസ്ട്രിയിലുണ്ടായി. രവീന്ദ്രന്റെ അഭിപ്രായമായിരുന്നു അത്. ചെറുപ്പകാലത്ത് അങ്ങേയറ്റം സൗമ്യനായിരുന്നു യേശുദാസെന്ന് അന്നുമുതൽ അദ്ദേഹത്തെ അറിയുന്ന പലരും പറഞ്ഞിട്ടുണ്ട്. വാശി തന്റെ ജീവിതത്തിന്റെ മുന്നോട്ടുള്ള പോക്കിന് വലിയ നിമിത്തമായിട്ടുണ്ടെന്ന് അദ്ദേഹം പറഞ്ഞിട്ടുണ്ട്.

ആലാപനത്തിന്റെ സ്വാതന്ത്ര്യം

ഉള്ളുകൊണ്ട് സ്വാതന്ത്ര്യം ഏറെ ഇഷ്ടപ്പെടുന്ന ആളാണ് യേശു ദാസ്. തനിക്ക് സ്വതന്ത്രമായി പാടാൻ കിട്ടിയ എല്ലാ അവസരങ്ങളിലും സംഗീതസംവിധായകൻ പ്രതീക്ഷിക്കുന്നതിനപ്പുറം ചെയ്യാൻ അദ്ദേഹ ത്തിന് കഴിഞ്ഞിട്ടുണ്ട്. ഏറ്റവും അടുപ്പമുണ്ടായിരുന്നതിനാൽ രവീന്ദ്രനാ യിരുന്നു ഏറ്റവും കൂടുതൽ സ്വാതന്ത്ര്യം കൊടുത്തിരുന്നത്. ഗാനങ്ങളെ ഏറ്റവും വലിയ സംഗീതശില്പമാക്കി പുനഃസൃഷ്ടിക്കാൻ യേശുദാസിന് കഴിയുമെന്ന രവീന്ദ്രന്റെ വിശ്വാസം കൂടിയായിരുന്നു ആ സ്വാതന്ത്ര്യത്തിന്റെ അർത്ഥം.

വസ്ത്രത്തിന്റെ കാര്യത്തിലും ലാളിത്യം പുലർത്തുന്ന യേശുദാസ് അതൊരു സ്വാതന്ത്ര്യമായാണ് കാണുന്നത്. വീട്ടിലുള്ളപ്പോഴൊക്കെ ഷർട്ടി ടാതിരിക്കാനായിരുന്നു അദ്ദേഹത്തിനിഷ്ടം. 'വീട്ടിൽ ഒരു തോർത്തുടുത്ത് നടക്കാനാണ് എനിക്കേറ്റവും ഇഷ്ടം. എന്നാൽ, പ്രഭ അത് സമ്മതിക്കില്ല.' എന്നും അദ്ദേഹം പറഞ്ഞിട്ടുണ്ട്. ഫ്ളൈറ്റിൽ മുണ്ടും ജുബ്ബയുമിട്ട് കയ റണം എന്നൊരാഗ്രഹവും ബാക്കിയുണ്ടത്രെ. കച്ചേരിയൊക്കെ കഴിഞ്ഞെ ത്തിയാൽ കാറിൽ നിന്നിറങ്ങുന്നതുതന്നെ ജുബ്ബ ഊരിക്കൊണ്ടാണ്. തരം ഗിണിയുടെ മുകളിലത്തെ നിലയിൽ താമസിക്കുമ്പോൾ നടന്നുകയറി മുറി യുടെ വാതിൽ തുറക്കുന്നതോടെ മുണ്ടും അഴിച്ചുവെച്ച് ബാത്ത്റൂമിൽ കയറും. അങ്ങനെ കെട്ടുപാടുകളിൽനിന്ന് മുക്തമായ പരിപൂർണ്ണ സ്വാത ന്ത്ര്യത്തിന്റെ ശരീരഭാഷയാണ് അദ്ദേഹത്തിന്റേത്.

ഗുരുവായൂർ അമ്പലനടയിൽ

ഇപ്പോഴും ക്രിസ്തീയ മതവിശ്വാസിയായി തന്നെ തുടരുന്ന യേശു ദാസിന് ക്ഷേത്രങ്ങളോടും ഹൈന്ദവ ദൈവങ്ങളോടുമുള്ളത് തീർത്തും

ആത്മാർത്ഥമായ ഭക്ത്യാദരവ് തന്നെ. അതുകൊണ്ടുതന്നെ മനസ്സുകൊണ്ട് എല്ലാ മലയാളികളും ആഗ്രഹിക്കുന്ന അദ്ദേഹത്തിന്റെ ഗുരുവായൂർ പ്രവേശപ്രശ്നം ഒരു വിവാദമായി ഉയർത്താനോ അങ്ങനെയൊരു അനുമതി ലഭിച്ചാൽത്തന്നെ അതൊരു വലിയ കാര്യമായി കാണാനോ അദ്ദേഹത്തിന് താല്പര്യമില്ല. കാരണം, ഒരിക്കലും കണ്ടില്ലെങ്കിലും വിഷമമില്ല; കണ്ണടച്ച് പ്രാർത്ഥിച്ചാൽ എനിക്ക് കണ്ണനെ കാണാമല്ലോ എന്നാണ് അദ്ദേഹം പറയാറുള്ളത്.

തികച്ചും ആത്മീയമായ ഉൾക്കാഴ്ചയിൽനിന്നാണ് ഇങ്ങനെയൊരഭിപ്രായം ഉയരുന്നത്. ഗുരുവായൂർ നടയിലെത്തിയാലും നാം കണ്ണടച്ചല്ലേ പ്രാർത്ഥിക്കുക. അതിൽ എന്താണ് വ്യത്യാസമെന്നും അദ്ദേഹം ചോദിക്കുന്നു. ഏത് ദൈവത്തെക്കുറിച്ച് പ്രകീർത്തിച്ചുപാടിയാലും അതിനപ്പുറത്തേക്കൊരു പൂർണ്ണത ആസ്വാദകർക്ക് സങ്കല്പിക്കാൻ കഴിയുന്നില്ല. അത്രയും തന്മയീഭാവമാർന്ന ആലാപനവും വശ്യമായ ശബ്ദവും. എങ്കിലും ചിലർക്കെങ്കിലും തോന്നിയിട്ടുണ്ട് അദ്ദേഹം അയ്യപ്പഭക്തി ഗാനങ്ങൾ പാടുമ്പോൾ അധികം ആത്മീയസമന്വയം ദർശിക്കാൻ കഴിയുന്നതായി. തന്നെയുമല്ല, ശബരിമല ശാസ്താവ് ഉറങ്ങുന്നതും ഉണരുന്നതും ഈ ഗന്ധർവ്വനാദം കേട്ടാണല്ലോ.

അവാർഡിലെ ചെറിയനോവ്

മലയാളത്തിന്റെ എല്ലാമായ യേശുദാസിന് മലയാളം വാരിക്കോരി ആദരപ്പൂക്കൾ കൊടുത്തു. അംഗീകാരങ്ങളും അവാർഡുകളും വാങ്ങി മടുത്തപ്പോഴാണ് ഇനി മറ്റുള്ളവരെയും പരിഗണിക്കൂ എന്ന് അദ്ദേഹം അഭ്യർത്ഥന നടത്തിയത്. അത് തന്നെ പൂർണ്ണമായും ഒഴിവാക്കൂ എന്നായിരുന്നില്ലെന്ന് അദ്ദേഹം അടുത്ത കാലത്ത് വെളിപ്പെടുത്തിയിരുന്നു.

മലയാളം കഴിഞ്ഞാൽ യേശുദാസ് ഏറ്റവും കൂടുതൽ പാടിയിട്ടുള്ളത് തമിഴിലാണ്. മലയാളത്തിൽ പ്രശസ്തനായ കാലത്തുതന്നെ തമിഴിൽ പ്രവേശിക്കാനും അദ്ദേഹത്തിന് പ്രയാസമുണ്ടായിരുന്നില്ല. മഹാനായ ഗായകനെന്ന് ആദ്യകാലം മുതൽ സിനിമാലോകം തിരിച്ചറിഞ്ഞിരുന്നതിനാൽ, അന്യഭാഷകളിലേക്കുള്ള യേശുദാസിന്റെ കാൽവെപ്പുകൾ വളരെ ഗംഭീരമായിത്തന്നെയായിരുന്നു. 64 ൽ ത്തന്നെ *ബൊമ്മൈ* എന്ന ചിത്രത്തിലൂടെ തമിഴിൽ പ്രവേശിച്ചു. അതിനോടനുബന്ധിച്ചു തന്നെയാണ് തെലുങ്കിൽ *ബംഗാര തിമിരഞ്ജു* എന്ന ചിത്രത്തിലൂടെ പ്രവേശിക്കുന്നത്. മലയാളത്തിൽ പാടി രണ്ട് വർഷത്തിനകം തന്നെ തെന്നിന്ത്യയുടെ പ്രതീക്ഷയായി യേശുദാസ് വളർന്നു. വളരെ താമസിയാതെ *ചന്ദനവല്ലിത്തോട്ടം* എന്ന ചിത്രത്തിലൂടെ കന്നഡത്തിലേക്കും ആ നാദധാര കടന്നുചെന്നു.

ഇതിനോടകം 24 സംസ്ഥാന അവാർഡുകളാണ് ഈ മഹാഗായകനെ തേടിയെത്തിയത്. എങ്കിലും, ദേശീയ അവാർഡ് എല്ലാ ഗായകർക്കും വലിയ അഭിമാനമാണ് നല്കുന്നത്. മലയാളത്തിന് പുറമേ തെലുങ്കിലും

ഹിന്ദിയിലും യേശുദാസിന് ദേശീയ അവാർഡ് ആദ്യകാലത്ത് തന്നെ ലഭിച്ചിരുന്നു. *മേഘസന്ദേശം* എന്ന ചിത്രത്തിലെ 'ആകാശദേശാനാ..' എന്ന ഗാനത്തിനാണ് തെലുങ്കിൽ ദേശീയ പുരസ്കാരം ലഭിക്കുന്നത്. ഹിന്ദിയിൽ പ്രശസ്തമായ *ചിത്ചോറി*ലെ 'ജബ് ദീപ് ജലേ ആനാ' എന്ന ഗാനത്തിനും. എന്നാൽ, മലയാളം കഴിഞ്ഞാൽ ഏറ്റവും കൂടുതൽ കാലം നിറഞ്ഞുനിന്ന തമിഴിൽനിന്ന് ഇതുവരെയും ഒരു ദേശീയപുരസ്കാരം ലഭിച്ചിട്ടില്ല. എം ജി ആർ, ശിവാജി ഗണേശൻ, രജനി, കമലാഹാസൻ, പ്രഭു, കാർത്തിക് തുടങ്ങി എല്ലാ സൂപ്പർസ്റ്റാറുകൾക്ക് വേണ്ടിയും വമ്പൻ ഹിറ്റ് ഗാനങ്ങൾ ആലപിച്ചിട്ടുള്ള യേശുദാസ് തമിഴിൽ ഇന്നും ഒരു നിറസാന്നിദ്ധ്യമാണ്. അർഹതയില്ലാഞ്ഞിട്ടല്ല, തമിഴിൽനിന്ന് അങ്ങനെയൊരു പുരസ്കാരം ലഭിക്കാതെ പോയത്. *സിന്ധുഭൈരവി*ക്ക് അത് കിട്ടേണ്ടതായിരുന്നു. അങ്ങനെയൊരു അംഗീകാരം നിഷേധിക്കപ്പെട്ടതിൽ അദ്ദേഹത്തിന്റെ മനസ്സിൽ നോവ് പടർന്നിരുന്നു.

സംഗീതം എന്ന നിഷ്ഠ

64 ലെ കച്ചേരിക്കുശേഷം തുടർന്നുള്ള 18 വർഷം തുടർച്ചയായി ശാർക്കര ദേവീക്ഷേത്രത്തിൽ യേശുദാസ് കച്ചേരിയവതരിപ്പിച്ചു. ഇത്തരത്തിൽ തുടർച്ചയായുള്ള കച്ചേരികൾ യേശുദാസിന്റെ ജീവിതത്തിൽ നിരവധി സ്ഥലങ്ങളിലുണ്ട്. ഇത്രത്തോളം തിരക്കാർന്ന ജീവിതത്തിലും ഇത്തരം കാര്യങ്ങൾക്ക് അദ്ദേഹം സമയം കണ്ടെത്തുന്നതുതന്നെ അത്ഭുതമാണ്. അദ്ദേഹത്തിന്റെ ചിട്ടയാർന്ന ജീവിതത്തിന്റെ മറ്റൊരുദാഹരണവുമാണ് ഇത്തരം സ്ഥിരം വേദികൾ.

കേരളത്തിൽ ഇങ്ങനെയുള്ളതിൽ പ്രധാനപ്പെട്ട വേദിയാണ് സൂര്യാ ഫെസ്റ്റിവൽ. കഴിഞ്ഞ 30 വർഷമായി സൂര്യാ ഫെസ്റ്റിവലിന്റെ ഒന്നാം ദിവസം യേശുദാസ് കച്ചേരിയവതരിപ്പിക്കുന്നു. 30 വർഷമായി തിരുവനന്തപുരത്തിന്റെ ശീലങ്ങളിലൊന്നാണ് സൂര്യ ഫെസ്റ്റിവൽ. നൃത്തവും സംഗീതവും തലസ്ഥാന നഗരിയിൽ സമ്മേളിച്ചിരുന്ന ആദ്യകാല ഉത്സവമായിരുന്നു സൂര്യാ ഫെസ്റ്റിവൽ. വർഷാവസാനം മുറതെറ്റാതെ കടന്നുവരുന്ന ഒരു ഋതുപോലെയാണ് കലാസ്വാദകർക്ക് ഫെസ്റ്റിവൽ. അതേ ഋതുഭേദത്തിൽ ആദ്യം പൂവിടുന്ന വസന്തകാലത്തെ പൂപോലെ മുടങ്ങാത്ത അനുഭവമാകുന്നു യേശുദാസിന്റെ കച്ചേരി. 30 വർഷമായി തുടരുന്ന സൂര്യാ ഫെസ്റ്റിവലിൽ ഒരേയൊരു തവണ മാത്രമേ യേശുദാസിന് മുടക്കമുണ്ടായിട്ടുള്ളൂ.

അതുപോലെ മുപ്പത് വർഷത്തിലേറെയായി ഫോർട്ട് കൊച്ചിയിലെ അധികാരിവളപ്പിലെ പള്ളിയിൽ യേശുദാസ് തുടർച്ചയായി പാടുന്നു. യേശുദാസിന്റെ അപ്പച്ചൻ അഗസ്റ്റിൻ ജോസഫായിരുന്നു ആദ്യം അവിടെ പാടിയിരുന്നത്. മാർച്ച് 30 നാണ് അവിടത്തെ പെരുന്നാൾ. കുട്ടിക്കാലത്തേ അപ്പച്ചനോടൊപ്പം യേശുദാസ് അവിടെ പാടാൻ പോയി. പള്ളിയുടെ അക

ത്തിരുന്നാണ് പാടുന്നത്. വളരെ കുറച്ച് കേൾവിക്കാരേ ഉണ്ടാവുകയുള്ളൂ. കൂടുതൽ ക്രിസ്തീയ ഗാനങ്ങളായിരിക്കും പാടുക. അപ്പച്ചന്റെ മരണ ശേഷം യേശുദാസ് മുടങ്ങാതെ അവിടെ പാടുന്നു. മാർച്ച് 30 എന്ന ദിന മുണ്ടെങ്കിൽ അവിടെയെത്തുക എന്നതാണ് യേശുദാസിന്റെ അനുഷ്ഠാനം. എന്നാൽ, ഇത്രയും കാലത്തിനോടകം ഒരിക്കൽ മാത്രമേ മുടങ്ങിയിട്ടുള്ളൂ. കാനഡയിലായിരുന്ന ദാസിന് എത്തിച്ചേരാൻ വിമാനം കിട്ടാതെ വന്നു.

തന്റെ എല്ലാ ജന്മദിനത്തിനും അദ്ദേഹം മുടങ്ങാതെ മൂകാംബിയി ലെത്തുന്നു. അവിടെ പാടുന്നു. എത്രയോ വർഷം മുടങ്ങാതെ ശബരിമല ചവിട്ടി. അവിടെ പാടി. എന്നാൽ, പിന്നീട് നടക്കാൻ ബുദ്ധിമുട്ട് തോന്നിയ പ്പോൾ മുടങ്ങുകയായിരുന്നു.

ആശ്ചാര്യചൂഢാമണി

ഓർമ്മവെച്ച നാൾ മുതൽ സംഗീതത്തിൽ മാത്രം മുഴുകിക്കഴിയുന്ന യേശുദാസിന് തന്റെ ചിട്ടയായ ജീവിതം സമ്മാനിച്ചത് ഒട്ടേറെ മറ്റ് കഴി വുകളുമാണ്. ഓരോ വാക്കിൽനിന്നും സംഗീതം തൊട്ടെടുക്കാൻ കഴി യുന്ന കഴിവുറ്റ സംഗീത സംവിധായകനാണ് യേശുദാസ് എന്നതിന് മല യാളികൾക്ക് തെളിവുകൾ വേണ്ട. സംഗീതത്തിന്റെ മേഖലയിൽ തന്റെ ഓരോ പ്രവൃത്തിയിലും തനിമ ഇഴുകിച്ചേർക്കുന്ന യേശുദാസ് സംഗീത സംവിധാനം ചെയ്തപ്പോഴും അത് നിലനിർത്തി. 'ആശ്ചര്യചൂഢാമണി...' എന്ന അനശ്വരഗാനം ഒരു പുതിയ കണ്ടെത്തലായിരുന്നു.

പുതിയരാഗങ്ങൾ തേടിയുള്ള യേശുദാസിന്റെ ദാഹം ഇനിയും തീരാത്ത ഒന്നാണ്. ഏതാനും ചില പ്രമുഖ രാഗങ്ങളിലായിരുന്നു മലയാ ളത്തിലെ ഒട്ടുമിക്ക ഗാനങ്ങളും ചെയ്തിട്ടുള്ളതെന്ന തിരിച്ചറിവിൽ നിന്നാ കണം അദ്ദേഹം വേറിട്ട് ചിന്തിച്ചത്. വയലാറിന്റെ വരികളെപ്പറ്റി പറയു മ്പോൾത്തന്നെ അദ്ദേഹം മതിമറക്കാറുണ്ട്. വയലാറിന്റെ ഓരോ വാക്കിലും സംഗീതം നിറഞ്ഞുനില്ക്കുന്നതായി പാട്ട് സംഗീതം ചെയ്തപ്പോൾ തോന്നിയതായും യേശുദാസ് പറഞ്ഞിട്ടുണ്ട്. തൊട്ടടുത്ത ഭിത്തിയിൽ കൈതൊട്ടിട്ട് ഇങ്ങനെ തോണ്ടിയെടുക്കുന്നതുപോലെ വയലാറിന്റെ വരി കളിൽ സംഗീതം തൊട്ടെടുത്തതായാണ് അദ്ദേഹം പറഞ്ഞത്. അത്ര ത്തോളം കവിതയുടെ ആത്മാവ് കണ്ടെത്താനും അദ്ദേഹത്തിന് കഴിഞ്ഞി രുന്നു.

തരംഗിണിയുടെ ആൽബങ്ങൾ പുറത്തിറങ്ങുമ്പോൾ അതിന്റെ ഗാന രചയിതാക്കളെയും സംഗീതസംവിധായകരെയും സെലക്ട് ചെയ്യുന്നതിൽ അദ്ദേഹം പുലർത്തിയ സൂക്ഷ്മത ശ്രദ്ധേയമാണ്. അതുകൊണ്ടുതന്നെ യാണ് തരംഗിണിയുടെ ഓരോ ഗാനവും ശ്രദ്ധേയമായതും. തരംഗിണി ആദ്യമായി ഓണപ്പാട്ടിന്റെ കാസെറ്റിറക്കിയപ്പോൾ അദ്ദേഹം രചന ഏല്പിച്ചത് ഒ എൻ വി കുറുപ്പിനെയായിരുന്നു. അദ്ദേഹമെഴുതിയ പാട്ടു കളെ കൂടാതെ.

'പറയൂ നിൻ ഗാനത്തിൽ നുകരാത്ത തേനിന്റെ മധുരിമയെങ്ങനെ വന്നു' എന്ന അദ്ദേഹത്തിന്റെ കവിത കണ്ടെത്തി ഉപയോഗിക്കാൻ നിർദ്ദേശിച്ചത് യേശുദാസാണ്.

കുമാരനാശാന്റെ ജന്മശതാബ്ദിയോടനുബന്ധിച്ച് ഒ എൻ വിയെഴുതിയ കവിതയിലെ ശ്രദ്ധേയമായ വരികളാണ് ഈ ഗാനത്തിനായി യേശുദാസ് തെരഞ്ഞെടുത്തത്. അതെത്ര ഉദാത്തമായ തീരുമാനമായിരുന്നു എന്നത് ആ ഗാനത്തിന്റെ മധുരിമ നമ്മെ ബോദ്ധ്യപ്പെടുത്തും.

നിത്യയൗവന ചാരുത

ഒരു തലമുറയെ ഒട്ടേറെ സ്വാധീനിച്ച കഥാപാത്രങ്ങളായിരുന്നു നടൻ സത്യൻ സിനിമയിൽ അവതരിപ്പിച്ചത്. *അനുഭവങ്ങൾ പാളിച്ചകൾ, തുലാഭാരം* തുടങ്ങിയ ചിത്രങ്ങളിലൂടെ നിരവധി ഗാനങ്ങൾ സത്യൻ പാടി അഭിനയിച്ച് അനശ്വരമാക്കി അതിൽ മിക്കതും യേശുദാസിന്റേതായിരുന്നു. മലയാളസിനിമയിൽ റെക്കോർഡ് കഥാപാത്രങ്ങളെ അവതരിപ്പിച്ച പ്രേംനസീർ നിത്യഹരിതനായകനായി വാഴ്ത്തപ്പെടുന്നതിന് പിന്നിൽ എന്നും ഉള്ളത് യേശുദാസിന്റെ ശബ്ദമാണ്. മധുവും ഒട്ടേറെ ഗാനങ്ങൾ പാടി അഭിനയിച്ചു.

പിന്നീട് അതേ സ്ഥാനത്തുവന്ന രണ്ട് അതുല്യനടന്മാരായിരുന്നു മമ്മൂട്ടിയും മോഹൻലാലും. സുകുമാരനും സോമനും ജയനുമൊക്കെ ധാരാളം പാട്ടു സീനുകൾ തങ്ങളുടേതാക്കി.

ഇവർ കഴിഞ്ഞാൽ ഏറ്റവും മനോഹരങ്ങളായ യേശുദാസ് ഗാനങ്ങൾ സിനിമയിലവതരിപ്പിച്ച് ഏറ്റവും സ്വാധീനം ചെലുത്താൻ കഴിഞ്ഞ നടൻ വിനീതാണ്. വിനീതിന്റെ ആദ്യചിത്രം *നഖക്ഷതങ്ങൾ* സിനിമാസംഗീതത്തിന്റെ രണ്ട് കാലഘട്ടങ്ങളെ കൃത്യമായി വേർതിരിച്ച ഗാനങ്ങൾകൊണ്ട് ധന്യമാണ്.

എൺപതുകളിൽ മലയാളത്തെ ഏറ്റവും അധികം സ്വാധീനിച്ച വരികളായിരുന്നു ആ ഗാനങ്ങളിൽ. 'നമ്ര ശീർഷരായ് നില്പൂ നിൻ മുന്നിൽ കമ്രനക്ഷത്ര കന്യകൾ' എന്ന ഭാഗത്തൊക്കെ യേശുദാസിന്റെ ആലാപനം, അതിന്റെ ഭാവം, ശബ്ദം വല്ലാത്ത വശ്യതയാർന്നതാണ്. എന്നാൽ, ഒട്ടും Complicated ആയ ഈണമല്ല ഈ ഗാനത്തിനുള്ളത്. വളരെ തരളമായ, സിംപിൾ ആയ ഗാനം. എന്നാൽ, അതിന്റെ വികാരഭാവം വളരെ വലുതാണ്. ഇതേ വശ്യതയാണ് 'സ്വരരാഗ ഗംഗാ പ്രവാഹമേ സ്വർഗ്ഗീയ

സായൂജ്യ സാരമേ...' എന്ന സർഗത്തിലെ ഗാനത്തിനുള്ളത്. അത്ഭുതങ്ങളൊന്നും ഈ ഗാനത്തിലില്ല എന്നാൽ, ദുരൂഹതകളില്ലാത്ത ഒരുതുറന്ന ചിത്രമാണ് ഈ ഗാനം തരുന്നത്. വാക്കുകൾ അർത്ഥസമ്പുഷ്ടവും ആർദ്രമധുരവുമാണ്. സംഗീതം ഏറ്റവും ഹൃദ്യവും ഹൃദയത്തോട് ചേരുന്നതും ആർക്കും ആസ്വദിക്കാവുന്നതും അതിനെ യൗവനചാരുതയാർന്ന ശബ്ദംകൊണ്ട്, അതിതരളമായ ആലാപനംകൊണ്ട് വിസ്മയാവഹമായ റേഞ്ചിലേക്കുള്ള സഞ്ചാരംകൊണ്ട് യേശുദാസ് ശരിക്കും അനുഭവിപ്പിക്കു

ന്നു. ഒരു സംഗീതജ്ഞന്റെ മകനായിരുന്നിട്ടും അച്ഛൻ ഒരിക്കലും തിരിച്ചറിഞ്ഞിട്ടില്ലാത്ത അഭൗമമായ സംഗീത സിദ്ധി. അയാളുടെ മനസ്സിനെ ഒരിക്കലും സ്പർശിച്ചിട്ടില്ലാത്ത സ്വരമാധുരി. ഇങ്ങനെ കഥാസന്ദർഭത്തിൽ വിടരുന്ന സമ്മിശ്രവികാരങ്ങളെ എത്ര തന്മയത്വത്തോടെ യേശുദാസിന്റെ ആലാപനം ദ്യോതിപ്പിച്ചിരിക്കുന്നു എന്നത് ഈ ഗാനത്തെ ഓരോ വികാരഭാവമായി അലിയിച്ചെടുത്താൽ നമുക്ക് കാണാൻ കഴിയും.

ശരീരത്തിൽനിന്ന് കോശങ്ങളെയും അതിന്റെ ഘടകങ്ങളെയും വേർതിരിച്ചെടുക്കുന്നതുപോലെ പാട്ടിന്റെ വികാരങ്ങളെ വേർതിരിച്ചെടുക്കാൻ നിർവ്വാഹമില്ലല്ലോ. പാട്ടിനെ അതിന്റെ സ്വരസ്ഥാനങ്ങളായും ഹാഫ് നോട്ടുകളായും സൂക്ഷ്മശ്രുതികളായും വേർതിരിച്ചെടുക്കാൻ സാധിക്കും എന്നാൽ, അതിലെ വികാരഭാവത്തെ അനുഭവിച്ചറിയുകയല്ലാതെ മാർഗ്ഗമില്ല.

പാട്ടിന്റെ സ്വരസ്ഥാനങ്ങളെ വേർതിരിച്ചെടുത്താൽ യേശുദാസ് ഒരു വലിയ ഘടകമല്ല. കാരണം, യേശുദാസിന്റെ കാലഘട്ടത്തിൽ ഇന്ത്യയിലും ലോകത്തുമുള്ള എല്ലാ ഭാഷകളിലും ഇത്തരത്തിൽ ഒലു ലീഡിങ് ഗായകനുണ്ടായിരുന്നു അവരായിരുന്നു അക്കാലത്തെ എല്ലാ മനോഹരഗാനങ്ങളും പാടിയിരുന്നത്. മുഹമ്മദ് റഫിയെയും കിഷോർകുമാറിനെയും എസ് പി ബാലസുബ്രഹ്മണ്യത്തെയും പോലെ. എന്നാൽ, അവരിൽനിന്നെല്ലാം വേറിട്ടുനിന്നു യേശുദാസ്; ശബ്ദസൗകുമാര്യത്തിൽ. എന്നാൽ, ഒരു വെറും ഘടകമായി അതിനെ മാറ്റി നിർത്താൻ കഴിയില്ല. ശബ്ദത്തിന്റെ നിർവ്വചിക്കാനാവാത്ത ആ ഘടകമാണ് പാട്ടിനെ ഒരനുഭവമാക്കുന്നത്.

അമ്പത് വർഷം ഒരേ ജനതയെ ഇതിനിടെ വന്നുപോയ തലമുറയെ ഒരുപോലെ ഒന്നടങ്കം സ്വാധീനിക്കാൻ കഴിഞ്ഞ ഗായകൻ ഒരു പക്ഷേ, ലോകത്തുതന്നെ ഉണ്ടാകില്ല. അങ്ങനെയൊരത്ഭുതം സംഭവിച്ചതുതന്നെ ആ ശബ്ദത്തിൽനിന്നാണ്. എൺപതുകളിൽതന്നെ മലയാളത്തിലെപ്പോലെ തമിഴിലും അന്നത്തെ ഏറ്റവും വലിയ സൂപ്പർസ്റ്റാറുകളുടെ ഏറ്റവും വികാരതീവ്രമായ കഥാസന്ദർഭങ്ങൾക്ക് ആത്മാവ് പകർന്നത് യേശുദാസിന്റെ ശബ്ദമായിരുന്നു. 'കണ്ണേ കലൈമാനെ' പോലെ സമ്മിശ്രവികാരങ്ങളെ ഒന്നിച്ചുചേർത്തുള്ള ഗാനം. വർത്തമാനകാലം നഷ്ടപ്പെട്ട സുന്ദരിയായ നായിക, ഒരു കൊച്ചുകുഞ്ഞിന്റെ മനസ്സോടെ മടിയിൽ കിടക്കുമ്പോൾ വിഷണ്ണനായ കാമുകൻ പാടുന്ന ആ ഗാനത്തിൽ എന്തുതരം വികാരമാണ് പ്രതിഫലിക്കുക. താരാട്ടിന്റെ താളത്തിൽ നിർവ്വികാരത, തീവ്രദുഃഖം, സഹതാപം, വാത്സല്യം, എന്നാൽ അതിൽ പ്രണയഭാവമേയില്ല. ഏത് ആധുനിക സങ്കേതംകൊണ്ട് തലനാരിഴകീറി പരിശോധിച്ചാലും അങ്ങനെയൊരു വികാരം കണ്ടെത്താൻ കഴിയില്ല. ഇത്ര ഉദാത്തമായ ആലാപനം ലോകത്ത് അത്യപൂർവ്വമായേ ഉണ്ടാകാറുള്ളൂ. ഇളയരാജ എന്ന സംഗീതത്തിലെ ഇതിഹാസത്തിന്റെ എല്ലാ പ്രതിഭയും ഉള്ളപ്പോഴും യേശുദാസ് ആലാപനത്തിൽ വേറിട്ട് നില്ക്കുന്നു.

ഒരുപക്ഷേ, അദ്ദേഹം ഇതൊന്നും ബോധപൂർവ്വമാവില്ല പാട്ടിൽ

സൃഷ്ടിക്കുന്നത്. സിദ്ധിയുടെ വിശിഷ്ട വൈഭവമായി അങ്ങനെ സംഭവിക്കുന്നതാണ് അതൊക്കെ. ലോകത്തെ എല്ലാ മഹത്തായ സൃഷ്ടികളും അങ്ങനെ സംഭവിച്ചിട്ടുള്ളതുതന്നെയാണ്. എന്നാൽ, അതിൽ കാലങ്ങളായി സ്വരൂപിച്ച പ്രതിഭയുടെ അനേകം ഘടകങ്ങൾ ഉണ്ടെന്നുമാത്രം. *സിന്ധുഭൈരവി*യിലെയും *മന്നനിലെ*യും *അഗ്നിനക്ഷത്ര*ത്തിലെയുമൊക്കെ ഗാനങ്ങളും ഇങ്ങനെ ഉദാത്തങ്ങളാകുന്നു.

പ്രണയമില്ലാതെ പ്രണയം സങ്കല്പിക്കുക, വിരഹം ഇല്ലാതെ വിരഹം സങ്കല്പിക്കുക, ദുരന്തമില്ലാതെ ദുരന്തം സങ്കല്പിക്കുക, വിപ്ലവമില്ലാതെ വിപ്ലവം സങ്കല്പിക്കുക ഇങ്ങനെ മനസ്സിന്റെ ആഗ്രഹങ്ങളെ കഥാപാത്രങ്ങളായി സ്വയം സങ്കല്പിക്കാൻ പ്രേരിപ്പിക്കുന്ന കലാരൂപമാണ് സിനിമ. പലപ്പോഴും സിനിമകളിൽനിന്ന് നാം ഊർജ്ജം നേടുന്നത് ഇങ്ങനെ അതിലെ ഒരു കഥാപാത്രമായി മനസ്സുകൊണ്ട് മാറുമ്പോഴാണ്. അത്തരം വികാരങ്ങൾ മനസ്സിൽ ശക്തമാകാൻ സഹായിക്കാറുണ്ട് ആ ചലച്ചിത്രത്തിലെ ഗാനങ്ങൾ. തന്റെ പ്രണയിനിയുടെ സാഹചര്യങ്ങളുമായി ഒട്ടുമിണങ്ങാത്ത കഥാസന്ദർഭമായാലും അതിൽ വിവരിക്കപ്പെടുന്ന പ്രണയ/ദുരന്തഭാവം തന്റെ സങ്കല്പങ്ങളിലേക്ക് ചേർത്തുവെച്ചാണ് നാം പാട്ടുകൾ ആസ്വദിക്കുന്നത്. അത് കൃത്യമായി മനസ്സിലാക്കിയിട്ടെന്ന വണ്ണമാണ് യേശുദാസ് പാട്ടുകൾക്ക് വികാരഭാവം നല്കുന്നത്.

സിനിമാ ഗാനങ്ങൾക്കുള്ള പ്രത്യേകത, വർഷങ്ങൾക്കുശേഷം വീണ്ടും കേൾക്കുമ്പോൾ അന്നുകണ്ട ചലച്ചിത്രത്തിന്റെ അന്തരീക്ഷം ഓർമ്മ വരികയും അന്നത്തെ കഥാപാത്രമായി വീണ്ടും നാം സ്വയം സങ്കല്പിക്കുകയും അതേ വികാരഭാവം മനസ്സിൽ സ്വാംശീകരിക്കുകയും ആ ഗാനം നോവിക്കുകയും സന്തോഷിപ്പിക്കുകയുമൊക്കെ ചെയ്യുക എന്നതാണ്. അതുചിലപ്പോൾ തീവ്രവികാരമായി മാറുകയും ചെയ്യാറുണ്ട്. 'സുമംഗലീ നീയോർമ്മിക്കുമോ..' എന്ന ഗാനം കേട്ട് കരയുന്നവർ എത്രയോ ഇന്നുമുണ്ട്.

ഇന്നത്തെ തലമുറയിൽ അത്യപൂർവ്വം മാത്രമായ വിപ്ലവചിന്ത ഒരു നീണ്ടകാലം ക്യാമ്പസുകളിൽ സജീവമായിരുന്നു. കോളേജിലെ പകുതിയോളം പേരും മനസ്സുകൊണ്ടെങ്കിലും അത്തരം ചിന്തകളിൽ ജീവിക്കുന്നവരായിരുന്നു. അവരുടെ പ്രണയ സങ്കല്പങ്ങളും ഉന്നത നിലവാരത്തിലുള്ളവയായിരുന്നു. അക്കാലത്ത് അത്തരം നിലവാരത്തിലേക്കുയർന്ന ഗാനങ്ങൾ സൃഷ്ടിക്കാൻ കഴിയുന്ന രചയിതാക്കളും സംഗീത സംവിധായകരുമുണ്ടായിരുന്നു. അത്തരം ചലച്ചിത്രങ്ങൾ ഒരു തലമുറയെ വല്ലാതെ സ്വാധീനിക്കുകയും ചെയ്തു. 'നഷ്ടവസന്തത്തിൻ തപ്ത നിശ്വാസമേ...' 'എന്റെ കടിഞ്ഞൂൽ പ്രണയകഥയിലെ...' 'കൃഷ്ണതുളസിക്കതിരുകൾ ചൂടിയൊരശ്രുകുടീരം ഞാൻ..' തുടങ്ങിയ ഗാനങ്ങളിൽ നാം കേൾക്കുന്ന യേശുദാസിന്റെ ശബ്ദം ഒരുതരം ഭാവമുള്ളതാണ്. നാട്ടുവഴികളിലൂടെ വിരസമായ പകലിൽ ഒറ്റപ്പെട്ടിട്ടുള്ള നടത്തം പോലെ എന്നും ഏകാകികളാഗ്രഹിക്കുന്ന വിമോചന സ്വപ്നങ്ങൾ കണ്ടുനടക്കുന്ന ഒരു പുരോഗമനവാദി

യായ യുവാവിന്റെ ഒറ്റപ്പെടൽ ആ ശബ്ദത്തിൽ എവിടെയോ നിറയുന്നതായി തോന്നുന്നു.

'തരളകപോലങ്ങൾ നുള്ളിനോവിക്കാതെ
തഴുകാതെ ഞാൻ നോക്കിനിന്നു....'

എന്ന വരികളിൽ വിവക്ഷിക്കുന്നതുപോലെ ലൈംഗികവികാരങ്ങളിൽനിന്ന് തീർത്തും മുക്തമായ ഒരു പ്രണയഭാവം യേശുദാസ് ഇത്തരം ഗാനങ്ങളിലുടനീളം നിലനിർത്തുന്നു. അതുകൊണ്ട് തന്നെയാണ് ഇത്തരം ഗാനങ്ങൾക്ക് ഇതല്ലാതെ മറ്റൊരു ശബ്ദം ചിന്തിക്കാൻ നമുക്ക് കഴിയാതെ പോകുന്നത്.

എന്നാൽ,

'വളരുന്നു ഹൃദിമോഹം എന്നോമലേ..
തളരുന്നു മമദേഹം..'

എന്ന സ്വാതിതിരുനാളിന്റെ പദം യേശുദാസിന്റെ ശബ്ദത്തിലൂടെ കേൾക്കുമ്പോൾ സമ്മിശ്ര വികാരങ്ങളാണ് നമുക്കനുഭവിക്കാൻ കഴിയുക. പ്രണയവും വികാരവും നിറഞ്ഞുനില്ക്കുമ്പോഴും ക്ലാസിക്കൽ രൂപമായ പദം പാടുമ്പോൾ അറിയാതെ നിഴലിക്കുന്ന ഭക്തിഭാവം അതിന്റെ ആർദ്രതയോടെ കടന്നുവരികയും ചെയ്യുന്നു. ഇങ്ങനെ യേശുദാസ് പാടിയ ഓരോ ഗാനത്തിനും സവിശേഷതകൾ എടുത്ത് പറയേണ്ടിയിരിക്കുന്നു.

ശബ്ദം, ഭാഷ

യേശുദാസിന്റെ ശബ്ദം നല്ലതോ മോശമോ? മോശമെന്ന് പറയുന്നവർ മലയാളികളിൽ ആരെങ്കിലും ഉണ്ടാകുമോ എന്ന് സംശയമാണ്. എന്നാൽ, അങ്ങനെ കാര്യമായി പറഞ്ഞുകളഞ്ഞു നമ്മുടെ ഇന്ത്യയിലെ ആധികാരികമായ ഒരു പ്രസ്ഥാനം. ഗായകർക്ക് ഗ്രേഡ് നിശ്ചയിക്കുന്നതിൽ ആധികാരികമായ സ്ഥാപനമാണ് ആകാശവാണി. ആകാശവാണിയുടെ എ ഗ്രേഡ് ആർട്ടിസ്റ്റ് എന്നാൽ, ആധികാരികതയ്ക്ക് ഇന്നും ഒരു കുറവും സംഭവിച്ചിട്ടില്ല. എന്നാൽ, ഇതേ ആകാശവാണിയാണ് ആദ്യമായി യേശുദാസിന്റെ ശബ്ദം അത്ര നല്ലതല്ല എന്ന് പറഞ്ഞുകളഞ്ഞത്. ഇന്നത് അവർക്കുപോലും ഒരു ക്രൂരമായ തമാശയായേ കാണാൻ കഴിയൂ.

പിന്നീട് ഒരിക്കൽക്കൂടി അദ്ദേഹത്തിന്റെ മുഖത്തു നോക്കി ഒരാൾ പറഞ്ഞു. ശബ്ദം മോശമാണെന്ന്. തന്റെ ജീവിതത്തിലെ ഏറ്റവും വേദന തോന്നിയ നിമിഷമായാണ് യേശുദാസ് അതേപ്പറ്റി ഒരഭിമുഖത്തിൽ വിലയിരുത്തിയിട്ടുള്ളത്. *കാല്പാടുകൾ* എന്ന തന്റെ ആദ്യ ചിത്രത്തിനു ശേഷം തെലുങ്കിൽനിന്ന് ഡബ്ബ് ചെയ്ത *ശാന്തിനിവാസ്* എന്ന ചിത്രത്തിൽ പാടാനായി യേശുദാസ് പോയി. അഭയദേവായിരുന്നു അദ്ദേഹത്തെ പരിചയപ്പെടുത്തിയത്. അന്ന് ഗാനത്തിന്റെ റെക്കോർഡിങ് നിർവ്വഹിച്ച സൗണ്ട് എഞ്ചിനീയറാണ് യേശുദാസിന്റെ ശബ്ദം മോശമാണെന്ന് പറഞ്ഞത്. എന്നാൽ, ഈ ഗന്ധർവ്വ ശബ്ദം പ്രണയിച്ച എത്രയോ ലക്ഷം ഇന്ത്യക്കാർ. എത്ര ദേശക്കാർ, എത്ര ഭാഷക്കാർ, 'ഗോരി തേരാ ഗാവു ബഡാ പ്യാരാ...' എന്ന ഹിന്ദിപ്പാട്ടിറങ്ങിയപ്പോൾ അതു കേൾക്കാനായി ആളുകൾ തടിച്ചുകൂടി ബോംബെ നഗരത്തിൽ ട്രാഫിക് ബ്ലോക്ക് ഉണ്ടായി എന്നൊരു ചരിത്രമുണ്ട്.

മലയാളിക്ക് ആലാപനത്തിന്റെ സമ്പൂർണ്ണതയാണ് യേശുദാസ്. ആരും

ആദ്യം ആകർഷിക്കുന്നത് ആ ശബ്ദത്തിലാണ്. ആ ശബ്ദതന്തുക്കളിലൂടെയാണ് നാം ഭാഷയുടെ സൗന്ദര്യം ആസ്വദിച്ചിട്ടുള്ളത്, ഈണത്തെ ഉൾക്കൊള്ളുന്നത്, ഭാവനയെ സന്നിവേശിപ്പിക്കുന്നത്. വികാരങ്ങൾ അനുഭവിക്കുന്നത് പാട്ടെന്ന വികാരത്തെ യേശുദാസ് ധ്വനിപ്പിക്കുമ്പോൾ ആ ശബ്ദം നമ്മെ തഴുകുകയാണ്. ആദ്യം ഉച്ചരിക്കുന്ന വാക്കിൽത്തന്നെ വികാരമുണ്ട്, ഈണമുണ്ട്, രാഗഛായയുണ്ട്, ലയമുണ്ട്, കാവ്യചാരുതയുണ്ട്. ശബ്ദയൗവ്വനമുണ്ട്. വാക്കിന്റെ ചടുലതയുണ്ട്, തരളതയുണ്ട്. ഒപ്പം ഒരു സുന്ദരമായ മുഖത്തെ തേജസുപോലെ ശബ്ദ സൗന്ദര്യം നമ്മെ തഴുകുന്നു. മറ്റെല്ലാത്തിനുമപ്പുറത്താണ് ആ ശബ്ദസൗന്ദര്യം.

ശബ്ദം രൂപപ്പെട്ട വഴി

യേശുദാസിന്റെ ശബ്ദത്തിന് സ്വാഭാവികമായ സൗന്ദര്യമുണ്ടെങ്കിലും പാട്ടിലൂടെ പുറത്തുവരുമ്പോൾ അതിന് മറ്റൊരു രൂപഘടനയാണ്. പ്രസംഗിക്കുമ്പോഴോ സംസാരിക്കുമ്പോഴോ അത് നമുക്ക് അത്ര ആകർഷണീയമായി തോന്നാറില്ല. ശബ്ദത്തെ സ്വയം സംസ്കരിച്ച് പ്രത്യേക രൂപത്തിലാണ് അദ്ദേഹം പാട്ടിൽ ഉപയോഗിക്കുന്നത്. പാട്ടിൽ കള്ളത്തൊണ്ട (false voice) കൊണ്ടു പാടുന്ന ഒരുപാട് ഗായകരുണ്ട്. എന്നാൽ, യേശുദാസിനെക്കുറിച്ച് അങ്ങനെ ഇന്നുവരെ ആരും പറഞ്ഞ് കേട്ടിട്ടില്ല. ശബ്ദത്തെ സംസ്കരിക്കുന്നിന് അദ്ദേഹത്തിന് നിരവധി ഘടകങ്ങൾ പ്രേരണയായി. അദ്ദേഹം പറഞ്ഞിട്ടുള്ള അനുഭവങ്ങളിൽനിന്ന് വിലയിരുത്തുമ്പോൾ പ്രധാനമായി നമുക്ക് തോന്നുന്നത് അദ്ദേഹത്തിന്റെ പിതാവ് നല്കിയ ഉപദേശങ്ങളിലൊന്നാണ്. ഓരോ വാക്കും കൃത്യതയോടെ ഉച്ചരിക്കണമെന്നും സംസ്കൃത പദങ്ങൾ കൃത്യമായി മനസ്സിലാക്കി വേണം ഉച്ചരിക്കേണ്ടതെന്നും അദ്ദേഹത്തിന്റെ പിതാവ് നിഷ്കർഷിച്ചിരുന്നു. അദ്ദേഹം ഒരു ക്ലാസിക്കൽ ഗായകൻ ആയിരുന്നില്ല എന്നതും ഗുണം ചെയ്തു. ലളിത സംഗീത ശൈലിയോടായിരുന്നു അദ്ദേഹത്തിനും താല്പര്യം. മറ്റൊന്ന് മുഹമ്മദ് റഫിയുടെ സ്വാധീനമാണ്. റഫിയുടെ ആലാപനശൈലി യേശുദാസ് അനുകരിക്കുകയായിരുന്നു ആദ്യം. അതുകൊണ്ട് റഫിയുടെ ശബ്ദത്തിന്റെ ചില പ്രത്യേകതകൾ യേശുദാസിനും കൈവന്നു. റഫിയുടെ മെറ്റാലിക് വോയിസും നേസൽ വോയിസും.

നേസൽ വോയിസ് കമുകറയ്ക്കും എ എം രാജയ്ക്കും പി ബി ശ്രീനിവാസുമൊക്കെയുണ്ടായിരുന്നു. എന്നാൽ, അവരൊക്കെ അത് ബോധപൂർവ്വം സംസ്കരിച്ചെടുത്തല്ല ഉപയോഗിച്ചത്. എന്നാൽ, യേശുദാസ് അതിനെ സ്വയം സംസ്കരിച്ച് എവിടെയൊക്കെ ചേർക്കണം എവിടെയൊക്കെ വേണ്ട എന്ന രീതിയിൽ മുൻ നിശ്ചയിച്ചു. ഉയർന്ന സ്ഥായിയിലേക്കുള്ള സഞ്ചാരങ്ങളിലൊക്കെ വാക്കിന്റെ തീക്ഷ്ണത ചോരാതെ എന്നാൽ, അതിനെ ലാവണ്യം പുതപ്പിച്ച് നേസൽ വോയിസ് കൊടുക്കുന്നു.

അതിശയകരമായ ബേസാണ് മറ്റൊരു ഘടകം. ശബ്ദത്തിന്റെ ഏതു പോയിന്റിലും ജീവസ്സുള്ളതിനാൽ ശ്രുതിയോട് എപ്പോഴും ചേർന്നു നില്ക്കും. അതിനാൽ, പാട്ടിന്റെ വികാരം ഒരിക്കലും നഷ്ടപ്പെടുകയില്ല. അത്ര സൂക്ഷ്മമായ ശബ്ദ സാന്നിദ്ധ്യമായതിനാൽ നമ്മുടെ അടുത്ത് നിന്ന് ചെവിയിൽ പാടിത്തരുന്നതുപോലെ തോന്നും. മനുഷ്യന്റെ മൃദുലവികാരങ്ങളെ തഴുകുന്ന സിനിമാ ഗാനങ്ങളിൽ അത് വേഗം അനുഭവവേദ്യമാകും. എന്നാൽ, ഉന്നതതലങ്ങളിലുള്ള ക്ലാസിക്കൽ സംഗീതത്തിലും ഇത് അനായാസമായി സാധിച്ചെടുക്കാൻ യേശുദാസിന്റെ ശബ്ദഗുണം കൊണ്ട് സാധിക്കുന്നു.

ക്ലാസിക്കൽ സംഗീതത്തിന്റെ ഉന്നതശ്രേണികളിലല്ല യേശുദാസ് വിരാജിക്കുന്നതെങ്കിലും ശ്രുതിശുദ്ധമായ ആലാപനത്തിലൂടെ അതിന്റെ വശ്യത അദ്ദേഹം നിലനിർത്തുന്നു. ഭക്തിയും ഭാവവും വികാരവുമൊക്കെ തീവ്ര ഭാവത്തിൽ പ്രതിഫലിക്കേണ്ട ക്ലാസിക്കലിൽ അതിനുതകുന്ന അപാരസൗന്ദര്യമാർന്ന ശബ്ദമാണ് അദ്ദേഹത്തിനുള്ളത്. എല്ലാത്തരം ആസ്വാദകരെയും ക്ലാസിക്കലിലേക്കടുപ്പിക്കാനായി വാക്കുകളുടെ വ്യക്തതയും ഉച്ചാരണശുദ്ധിയും അദ്ദേഹം കൂടുതലായി കൊണ്ടുവന്നു. ഒരുപക്ഷേ, അദ്ദേഹത്തിന്റെ മുമ്പുള്ള തലമുറ ഒട്ടും ശ്രദ്ധകൊടുക്കാതിരുന്ന കാര്യമായിരുന്നു അത്. ഇതാണ് യേശുദാസിനെ കൂടുതൽ ശ്രദ്ധേയനാക്കിയത്.

ഓരോ വാക്കും ഉച്ചരിക്കേണ്ടതുപോലെ ഉച്ചരിക്കുമ്പോൾ അതിന് സൗന്ദര്യം കൂടും. തെലുങ്ക് കൃതികൾ പാടുമ്പോൾ പോലും അതിന്റെ ഉച്ചാരണവും അർത്ഥവും പൂർണ്ണമായും മനസ്സിലാക്കിയാണ് യേശുദാസ് പാടുന്നത്. അറിയാത്തതെന്തും ചോദിച്ച് മനസ്സിലാക്കാനായി അദ്ദേഹം വളരെ മിനക്കെടാറുണ്ട്. ചില കീർത്തനങ്ങൾ പാടുമ്പോൾ അദ്ദേഹം അതിന്റെ അർത്ഥം സദസ്യർക്ക് പറഞ്ഞ് മനസ്സിലാക്കിക്കൊടുക്കാറുമുണ്ട്. ക്ലാസിക്കൽ സംഗീതം എന്നത് ഇത്രയും സുഖമുള്ള ഒന്നാണോ എന്ന് അധികം പരിചയമില്ലാത്തവരെ തോന്നിപ്പിക്കാൻ അദ്ദേഹത്തിന്റെ ആലാപനത്തിന് കഴിയുന്നു.

സിനിമയിലെ ക്ലാസിക്കൽ

പലപ്പോഴും സിനിമയ്ക്കു വേണ്ടിയാണെങ്കിലും ഉന്നത സംഗീതജ്ഞർക്കൊപ്പം ക്ലാസിക്കൽ കീർത്തനങ്ങൾ പാടുമ്പോൾ യേശുദാസിന്റെ ശബ്ദം തീർത്തും വേറിട്ടു നില്ക്കുന്നതായി കാണാം. *സ്വാതി തിരുനാൾ* എന്ന മലയാള ചിത്രത്തിനുവേണ്ടി കർണ്ണാടക സംഗീതത്തിലെ ഇതിഹാസമായ ബാലമുരളീകൃഷ്ണയ്ക്കും കേരളത്തിന്റെ അതുല്യ ഗായകൻ നെയ്യാറ്റിൻകര വാസുദേവനുമൊപ്പം യേശുദാസ് പാടുമ്പോൾ യേശുദാസിന്റെ ശബ്ദം വേറിട്ടു നില്ക്കുന്നത് കാണാം. മറ്റു രണ്ടുപേരിലും അവരുടെ പ്രായത്തിന്റെ അവസ്ഥകൾ ശബ്ദത്തിൽ നിഴലിക്കുമ്പോൾ ദാസിന്റെ ശബ്ദം പ്രായത്തേക്കാൾ എത്രയോ ചെറുപ്പമായ യൗവനത്തിന്റെ മുഗ്ദ്ധസൗന്ദര്യമാണ് ദ്യോതിപ്പിക്കുന്നത്.

'പന്നഗേന്ദ്രശയന" എന്ന സ്വാതി കീർത്തനം ഇവർ മൂന്നുപേരും ചേർന്നാണ് പാടുന്നത്. രാഗാലാപനം ബാലമുരളിയും സ്വരം നെയ്യാറ്റിൻകരയും സാഹിത്യം യേശുദാസുമാണ് പാടുന്നത്. മറ്റു രണ്ടുപേരുടെയും ആലാപനം യേശുദാസിന്റെ ക്ലാസിക്കൽ ശൈലിയെ കവച്ചുവെക്കുന്നതാണെങ്കിലും യേശുദാസിന്റെ ശബ്ദത്തിന്റെ പ്രഭാവം വേറിട്ടുനില്ക്കുന്നതായിക്കാണാം. ഇതേ ചിത്രത്തിലെ 'പരമപുരുഷ ജഗദീശ്വര ജയ ജയ' എന്ന കീർത്തനത്തിന്റെ ആദ്യ ഭാഗം യേശുദാസും ബാക്കി നെയ്യാറ്റിൻകരയുമാണ് പാടുന്നത്. യേശുദാസ് ക്ലാസിക്കൽ ശൈലിയിൽനിന്ന് തീർത്തും ഒതുക്കി ശക്തമായ ബേസിൽ സിനിമാ ഗാനമാണെന്ന പൂർണ്ണബോദ്ധ്യത്തോടെയാണ് പാടുന്നത്. വികാരതീവ്രമായ രംഗത്തിനിണങ്ങുന്ന രീതിയിൽ ആലാപനം വികാരപൂർണ്ണമാകുന്നു. എന്നാൽ, തുടർന്നുള്ള ഭാഗം നെയ്യാറ്റിൻകര സ്വതസിദ്ധമായ ശൈലിയിലുമാണ് പാടുന്നത്. അത് തീർത്തും വേറിട്ടതായി കാണാനും കഴിയും.

പിന്നീട് വർഷങ്ങൾക്കുശേഷം *ഭരതം* എന്ന ചിത്രത്തിനുവേണ്ടി യേശുദാസും ബാലമുരളിയും ഒന്നിച്ചു പാടി. 'ധ്വനിപ്രസാദം വിരിയും പ്രാലേയവിപഞ്ചികയിൽ' എന്ന ഗാനം രാഗാലാപനവും സ്വരവും ജതിസ്വരവുമൊക്കെ ചേർന്ന ഗാനമാണ്. മൊത്തം ആലാപനത്തിനും ബാലമുരളിയെ മാസ്റ്ററായിത്തന്നെയാണ് അനുഭവവേദ്യമാക്കുന്നതെങ്കിലും യേശുദാസിന്റെ ശബ്ദസുഖം മറ്റൊരനുഭവം സൃഷ്ടിക്കുന്നു. കർണ്ണാടക സംഗീതത്തിലെ മറ്റൊരാചാര്യനായി അറിയപ്പെടുന്ന ടി എൻ ശേഷഗോപാലിനൊപ്പം *സോപാനം* എന്ന ചിത്രത്തിനുവേണ്ടി പഞ്ചരത്ന കീർത്തനങ്ങളിലെ 'സ്വാധിംചനേ..' യേശുദാസ് പാടുന്നുണ്ട്. കുറച്ചു ഭാഗമേ ശേഷഗോപാലൻ പാടുന്നുള്ളൂവെങ്കിലും രണ്ടുപേരുടെയും ആലാപനം ശൈലി കൊണ്ടും ശബ്ദവ്യത്യാസം കൊണ്ടും തീർത്തും രണ്ടായി നില്ക്കുന്നു.

സിനിമയിൽ തീർത്തും ലളിതവല്ക്കരിച്ച് ഒതുക്കിയെടുക്കുന്ന ക്ലാസിക്കൽ ആലാപനത്തിൽ യേശുദാസിന്റെ ശൈലി എടുത്തുപറയാൻ വേണ്ടി ഏതാനും ഉദാഹരണം എടുത്തുകാട്ടിയെന്നേയുള്ളൂ. യഥാർത്ഥ ക്ലാസിക്കൽ ആലാപനം ഇതിൽനിന്ന് വളരെ ദൂരെയാണ്.

ആലാപനത്തിന്റെ ആദ്ധ്യാത്മികതലം

മലയാളികളെ സംഗീതത്തിലേക്ക് മാത്രമല്ല, ആദ്ധ്യാത്മികതയിലേക്ക് ആകർഷിക്കാനും യേശുദാസിന്റെ ശബ്ദത്തിനും ആലാപനത്തിനും കഴിഞ്ഞു എന്നത് നിഷേധിക്കാനാവാത്ത കാര്യമാണ്. ഉദാഹരണമായി, അദ്ദേഹത്തിന്റെ ഭക്തിഗാനങ്ങൾ. ഇത്രയും അനുഭൂതിദായകമായ ഭക്തിഗാനാലാപനം മറ്റൊരാളിൽനിന്നും നമുക്ക് കിട്ടിയെന്നുവരില്ല. എത്രയോ സംഗീതസംവിധായകർ പറഞ്ഞുകേട്ടിട്ടുണ്ട് അദ്ദേഹത്തിന്റെ ആലാപനം കേട്ട് കണ്ണുനിറഞ്ഞിട്ടുണ്ടെന്ന്.

ആലാപനത്തിന്റെ നിറവിനോടൊപ്പം ആദ്ധ്യാത്മപ്രഭ വിടർത്തുന്ന ശബ്ദം കൂടിയാവുമ്പോൾ അതിന്റെ അനുഭൂതി വലുതാണ്. ലക്ഷങ്ങൾ

അങ്ങനെ ഒന്നിച്ച് ആസ്വദിക്കുന്ന പ്രതിഭാസമാണ് ശബരിമലയിലെ 'ഹരിവരാസനം' അല്ലെങ്കിൽ അയ്യപ്പസുപ്രഭാതം മഞ്ഞിൽ കുളിച്ച വൃശ്ചികമാസത്തിൽ ഒരു കൊടും കാനനമദ്ധ്യേ കർപ്പൂരഗന്ധവും നെയ്മണവും വഴിയുന്ന രാത്രിയിൽ ലക്ഷങ്ങളുടെ ശ്രവണ പുടങ്ങളിലേക്കാണ് ഒരു ശബ്ദസൗഭഗം ചെന്നുവീഴുന്നത്. പാട്ട് ആസ്വദിക്കാൻ കഴിയുന്ന ഏതൊരാൾക്കും അത് നിർവൃതിദായകമായേ അനുഭവപ്പെടൂ. നമ്മുടെ ഉള്ളിലെ ഭക്തിയെ തീക്ഷ്ണമാക്കാൻ ആ ശബ്ദപ്രവാഹം എത്ര ദശാബ്ദമായി അങ്ങനെ ഒഴുകിക്കൊണ്ടേയിരിക്കുന്നു.

ഒരു ഹരിവരാസനമോ ഭക്തിഗാനങ്ങളോ മാത്രമല്ല അദ്ദേഹം പാടിയിട്ടുള്ളത്. ശ്ലോകങ്ങൾ, ഉപനിഷത്തുക്കൾ, വേദാന്തങ്ങൾ, ഭജഗോവിന്ദം, ഭവഗദ്ഗീത, മന്ത്രധ്വനികൾ, ഗായത്രിമന്ത്രം, സുപ്രഭാതം അങ്ങനെ എത്രയെത്ര വൈവിദ്ധ്യമാർന്ന സംഗീതാനുഭവം.

സംസ്കൃത വാക്കുകൾ അതിന്റെ യഥാർത്ഥ ഉച്ചാരണത്തോടെ ആലപിക്കുന്നതിൽ യേശുദാസിനെപ്പോലെ പ്രവീണർ ഉണ്ടാകില്ല. എന്നാൽ, അദ്ദേഹത്തിന്റെ സംസ്കൃതജ്ഞാനമല്ല അത്; മറിച്ച് ആർജ്ജിച്ചെടുത്ത അറിവാണ്.

'തരംഗിണി എൺപതുകളിൽ പുറത്തിറക്കിയ വാതാപി കീർത്തനത്തിന്റെ കാസെറ്റിൽ നിരവധി വേദസൂക്തങ്ങളും ഉപനിഷദ് ശ്ലോകങ്ങളും ആലപിച്ചിട്ടുണ്ട്. ഓരോ വാക്കിന്റെയും അക്ഷരത്തിന്റെയും ഉച്ചാരണവും ധ്വനിയും ഒരു മായികവലയം സൃഷ്ടിക്കും പോലെയാണ് അത് കേൾക്കുമ്പോൾ നമുക്കനുഭവപ്പെടുക. ഇത്തരം അനുഭൂതിയുടെ മുഖ്യഘടകം ശബ്ദം എന്ന അനുഭവം തന്നെയാണ്.

വാല്യങ്ങളായി ഭഗവദ്ഗീത ശ്ലോകങ്ങളും അദ്ദേഹം ആലപിച്ചിട്ടുണ്ട്. എഴുതിയാൽ തീരാത്ത അർത്ഥതലങ്ങളുള്ള അതിലെ ഓരോ ശ്ലോകത്തിന്റെയും ആധികാരികമായ ശക്തി ഓരോ വെള്ളിടിയായാണ് ഉള്ളിൽ ധ്വനിക്കുന്നത്.

'ജാതസ്യഹീധ്രുവോ മൃത്യുർധ്രുവം ജന്മമൃതസ്യച..' എന്നും 'കർമ്മണ്യേവാധികാരസ്തേ മാഫലേഷു കദാചന...' എന്നും ഉച്ചസ്ഥായിയിൽ പടർന്നേറുമ്പോൾ നിർവൃതിയിലലിയും നാം. തുടർന്ന് 'ത്രൈഗുണ്യ വിഷയാവേദാ നിസ്ത്രൈഗുണ്യോ ഭവാർജ്ജുന...' നേരെ മന്ത്രസ്ഥായിയിൽ സഞ്ചരിക്കുമ്പോൾ ഒരു വലിയ മലമുകളിൽനിന്ന് താഴേക്കിറങ്ങും പോലെ. 'നിർയോഗക്ഷേമ ആത്മവാൻ..' എന്നൊക്കെ കണ്ണടച്ചിരുന്ന് കേൾക്കുമ്പോൾ 'അന്ത്യ ഷഡ്ജത്തിൻ അധോയാനം' എന്ന് ചുള്ളിക്കാട് എഴുതിയതുപോലെ, അധോയാനത്തിന്റെ ആദ്ധ്യാത്മികാനുഭൂതി നാമറിയുന്നു.

രവീന്ദ്രന്റെ ശബ്ദപരീക്ഷണം

ഒരു ഗായകന്റെ ശബ്ദത്തിന്റെ വിവിധ ഭാവങ്ങളെ തന്റെ കരിയറിലുടനീളം വ്യത്യസ്തമായ ഗാനങ്ങൾ ചെയ്യാനായി ഒരു മെയിൻ സ്ട്രീം സംഗീതസംവിധായകൻ ആയുധമാക്കുക എന്നത് സിനിമാ സംഗീതത്തിൽ

ഒരപൂർവ്വതയാണ്. രവീന്ദ്രന്റെ ഗാനങ്ങൾ ഇത്തരത്തിലുള്ള പരീക്ഷണങ്ങൾ മാത്രമായിരുന്നു എന്നുകാണാം പ്രധാനമായും. ഇത് പലരും അദ്ദേഹത്തോട് ചോദിച്ചിട്ടുള്ളതാണ്. ഒരു ഗായകന്റെ ശബ്ദം ഉപയോഗിച്ചുള്ള വ്യത്യസ്തമായ കാലഘട്ടത്തിൽ ഇത്തരത്തിൽ ആരും പാട്ട് ചെയ്തിട്ടുണ്ടാവില്ല.

തന്റെ ആദ്യഗാനമായ 'താരകേ മിഴിയിതളിൽ...' മുതൽ രവീന്ദ്രൻ, യേശുദാസിന്റെ ശബ്ദത്തിന്റെ റേഞ്ചിനെയാണ് മുഖ്യ പശ്ചാത്തലമായി കണ്ടത്. ആദ്യകാല ഗാനങ്ങളായ 'ഋതുമതിയായ് തെളിമാനം' 'കുടജാദ്രിയിൽ മനതാരിൽ എന്നും, 'ഒറ്റക്കമ്പി നാദം', 'സ്മൃതികൾ നിഴലുകൾ', 'ഹൃദയം ഒരു വീണയായ്', 'ഇല്ലിക്കാടും ചെല്ലക്കാറ്റും' തുടങ്ങിയവയിൽ ഒരേ പാറ്റേണാണുള്ളത്.

ദാസേട്ടനെ മനസ്സിൽക്കണ്ട് മാത്രമാണ് താൻ പാട്ടുകൾ ചെയ്തിട്ടുള്ളതെന്ന് രവീന്ദ്രൻ പറഞ്ഞിട്ടുണ്ട്. ഇതിനേക്കാൾ നല്ലൊരു ഗായകനെ മറ്റെവിടെയും കിട്ടാത്തതുകൊണ്ടാണ് താൻ അങ്ങനെ ചെയ്തതെന്നും അദ്ദേഹം പറഞ്ഞിട്ടുണ്ട്.

ദക്ഷിണാമൂർത്തി മുതൽ ന്യൂജനറേഷൻ സംഗീത സംവിധായകർ വരെയും ഇളയരാജ, എ ആർ റഹ്മാൻ തുടങ്ങിയ ലോകനിലവാരത്തിലുള്ള സംഗീത സംവിധായകർ വരെയും യേശുദാസിന്റെ ശബ്ദത്തിൽ അഗാധമായി ഉൾക്കൊണ്ട് പാട്ടുകളൊരുക്കിയിട്ടുണ്ട്. ഹിന്ദിയും തമിഴുമുൾപ്പെടെയുള്ള അന്യഭാഷകളിൽ മുഖ്യധാരാ സംഗീതസംവിധായകരെ തന്റെ ശബ്ദസൗഭഗം കൊണ്ട് യേശുദാസ് വിസ്മയിപ്പിച്ചിട്ടുമുണ്ട്.

'എന്റെ മൺവീണയിൽ കൂടണയാനൊരു', 'പാർവ്വതീ മനോഹരീ', 'സിന്ദൂരം പെയ്തിറങ്ങി', 'ദേവീ ആത്മരാഗമേകാം..' (ജോൺസൺ) 'ദേവദുന്ദുഭീ സാന്ദ്രലയം', 'മിഴിയോരം നനഞ്ഞൊഴുകും' (ജെറി അമൽദേവ്) 'സ്വപ്നങ്ങളേ വീണുറങ്ങൂ' (ദർശൻരാമൻ), 'വാൽക്കണ്ണെഴുതിയ മകരനിലാവിൽ', 'ദേവമനോഹരി വീണ്ടും' (എസ് പി വെങ്കിടേഷ്) 'ഋതുസംക്രമപക്ഷി പാടി' (ശ്യാം), 'രാഗസുധാരസ', 'സഹസ്രദലസംശോഭിത നളിനം', 'ആന്ദോളനം' (രവി ബോംബെ) 'സമയമിതപൂർവ്വ സായാഹ്നം', 'പാതിരാമഴയേതോ', 'ഉണ്ണികളേ ഒരു കഥപറയാം'. 'നീ എൻ സർഗ്ഗ സൗന്ദര്യമേ' (ഔസേപ്പച്ചൻ), 'ഋതുഭേദകല്പന' (ഇളയരാജ) 'തേടിത്തേടിയലഞ്ഞു ഞാൻ', 'വാതിൽ പഴുതിലൂടെൻ' (ദക്ഷിണാമൂർത്തി) ഇങ്ങനെ നിരവധി ഗാനങ്ങളിൽ സംഗീതസംവിധായകർ അദ്ദേഹത്തിന്റെ ബേസ് നന്നായി ഉപയോഗിച്ചിട്ടുണ്ട്.

ഭക്തി

യേശുദാസ് ഗാനങ്ങളുടെ മറ്റൊരു പ്രത്യേകത നമുക്ക് നിരീക്ഷിക്കാവുന്നത് അതിശക്തമായ ശബ്ദസാന്നിദ്ധ്യം നമ്മുടെ മനസ്സിൽ സൃഷ്ടിക്കുന്ന അനുരണനങ്ങളാണ്. അപ്പോൾ മാത്രമല്ല, വർഷങ്ങൾ കഴിഞ്ഞാലും ഓർമ്മയിൽ നിന്നുതന്നെ നമുക്കത് അനുഭവിക്കാൻ കഴിയുന്നു. എല്ലാ അനുഗ്ര

ഹീത ഗായകരുടെ ശബ്ദവും ഇങ്ങനെ ആസ്വാദക ഹൃദയങ്ങളിൽ നിറഞ്ഞ് നില്ക്കാറുണ്ട്. എന്നാൽ, യേശുദാസിന്റെ ഭക്തിഗാനങ്ങൾക്ക് വല്ലാത്ത മാസ്മരിക ശക്തിയാണുള്ളത്. ഓർക്കുന്ന മാത്രയിൽത്തന്നെ മനസ്സിൽ ഭക്തി നിറയ്ക്കാൻ അതിന് കഴിയുന്നു.

ജന്മംകൊണ്ട് ഹിന്ദുവല്ലെങ്കിലും മനസ്സുകൊണ്ട് അദ്ദേഹം തികഞ്ഞ ഭക്തനും ഈശ്വരനെ ആത്മാർത്ഥമായി ഉൾക്കൊള്ളുന്ന ആളും ആണെന്നു തെളിയിക്കാൻ അദ്ദേഹത്തിന്റെ സംഗീതം ഒന്നുമതി.

ഏതെങ്കിലും ഈശ്വരസ്വരൂപത്തെ ഹൃദയത്തിലാവാഹിച്ച് അദ്ദേഹം പാടിയിട്ടുണ്ടെങ്കിൽ, അത് അതേവികാരത്തോടെയാണ് ഭക്തലക്ഷങ്ങളിൽ എത്തുന്നത്. അതുകൊണ്ടാവാം അദ്ദേഹത്തിന്റെ ഭക്തിഗാനങ്ങൾ ഇത്ര ത്തോളം ജനപ്രിയമാകുന്നത്. ഏതു വികാരം മനസ്സിൽ വന്നാലും അത് അതേ രീതിയിൽ പ്രതിഫലിപ്പിക്കാനുള്ള ശബ്ദസൗഭാഗ്യമാണ് അദ്ദേഹ ത്തിനുള്ളത്.

പല ക്ഷേത്രങ്ങളെപ്പറ്റിയും നമ്മുടെ മനസ്സിലുള്ള ചിത്രം മിക്കവാറും യേശുദാസിന്റെ ഒരു ഭക്തിഗാനം മനസ്സിലുണർത്തിയതായിരിക്കും. അതു കൊണ്ട് ആ ക്ഷേത്രത്തിലെത്തുമ്പോഴും ആ ഗാനത്തിന്റെ പശ്ചാത്തലം മനസ്സിലോർമ്മ വരും. ആ ഗാനം ഒരു സാന്നിദ്ധ്യമായി നമ്മോടൊപ്പമു ണ്ടാകും.

ഉദാഹരണത്തിന്, ശബരിമലയുടെ ചിത്രം മനസ്സിൽ ഒന്നു സങ്കല്പിച്ച് നോക്കൂ. നിരനിരയായി പോകുന്ന ഭക്തജനപ്രവാഹം. ശരണം വിളിയും വൃശ്ചികക്കുളിരും മനസ്സിലോർക്കുമ്പോൾത്തന്നെ അങ്ങ് ദൂരെ എവിടെ നിന്നോ മുഴങ്ങുന്നില്ലേ 'ഹരിവരാസനം' അല്ലെങ്കിൽ 'ഉദിച്ചുയർന്നു മാമ ലമേലെ,' അതുമല്ലെങ്കിൽ 'ശബരിമലയിൽ തങ്കസൂര്യോദയം' ഇങ്ങനെ ഏതെങ്കിലുമൊരു ഗാനം. ഇത് ഒരുപക്ഷേ, യേശുദാസിന്റെ സൗഭാഗ്യമാ ണ്. കർണ്ണാടക സംഗീതത്തിലെ ആയിരക്കണക്കിന് കീർത്തനങ്ങളെ മറ ന്നുകൊണ്ടല്ല ഇത്. എന്നാൽ, അതൊരിക്കലും നമുക്ക് ഒരാളുടെ ശബ്ദ ത്തിലൂടെ മാത്രം ഓർക്കാൻ കഴിയില്ലല്ലോ. തന്നെയുമല്ല യേശുദാസിന്റെ ഗാനങ്ങൾ സംഗീതബോധമില്ലാത്ത ആളുകളെയും വല്ലാതെ സ്പർശി ക്കാറുണ്ട്.

ശബരിമലയോ ഗുരുവായൂരോ മാത്രമല്ല കേരളത്തിലെ പേരെടുത്ത ഒട്ടുമിക്ക ക്ഷേത്രങ്ങളുടെയും പേര് അനേകരുടെ മനസ്സിൽ ഓർത്തെടു ക്കുന്നതിന് യേശുദാസിന്റെ ഗാനങ്ങൾ സഹായിക്കാറുണ്ട്. ഏതാനും ചില ക്ഷേത്രങ്ങളുടെ കമ്മിറ്റിക്കാർ ആ ക്ഷേത്രങ്ങൾക്ക് കൂടുതൽ പ്രശസ്തി യുണ്ടാക്കിക്കൊടുത്തതിന് യേശുദാസിനോട് കടപ്പെട്ടിരിക്കുന്നു.

ഉദാഹരണത്തിന്, തെക്കൻ കേരളത്തിലെ പ്രശസ്ത ക്ഷേത്രങ്ങളി ലൊന്നാണ് കണിച്ചുകുളങ്ങര ദേവീക്ഷേത്രം. എന്നാൽ, ആലപ്പുഴ ജില്ല യിലെ തന്നെ ഹരിപ്പാട് പോലെയോ, അമ്പലപ്പുഴ പോലെയോ പ്രശസ്ത മല്ല. കണിച്ചുകുളങ്ങരയിലെ കുത്തിയോട്ടക്കുട്ടികൾ 'ചിക്കരക്കുട്ടികൾ' എന്ന പ്രത്യേകം പേരിലാണ് അറിയപ്പെടുന്നത്. ആ നാട്ടിൽ മാത്രം അറി

യപ്പെടുന്നതാണീ പേര്. എന്നാൽ, കൈതപ്രത്തിന്റെ രചനയിൽ രവീന്ദ്രന്റെ സംഗീതത്തിൽ പുറത്തിറങ്ങിയ 'ചിക്കരക്കുട്ടികളേ നിങ്ങളമ്പലപ്രാവുകൾ' എന്ന ഈ ഗാനത്തിലൂടെ കേരളത്തിലെമ്പാടും ഇതറിയപ്പെടുന്നു. ഇതിൽ യേശുദാസിനുള്ള പങ്ക് ചെറുതല്ല.

ചോറ്റാനിക്കര ദേവിയെക്കുറിച്ച് എത്ര ഗാനങ്ങളിറങ്ങിയിരിക്കുന്നു. എന്നാൽ, 'ഒരു യുഗം തൊഴുതാലും തീരാത്ത ദുരിതങ്ങൾ മകം തൊഴുതാലന്നു തീരും' എന്ന ഗാനം യേശുദാസിന്റെ ശബ്ദത്തിൽ കേൾക്കുന്നതുപോലെ മറ്റൊരനുഭൂതിയുണ്ടോ. 'മിഥുനലഗ്നത്തിന്റെ പൂമുഖത്തന്നമ്മ മധുരസ്മിതം തൂകി നില്ക്കും' എന്ന രമേശൻ നായരുടെ മനോഹരമായ വരികൾ ടി എസ് രാധാകൃക്ണന്റെ സംഗീതത്തിൽ കേൾക്കുമ്പോൾ ഒരു ദേവീദർശനം തന്നെ അനുഭവിക്കാൻ കഴിയുന്നു. എന്നാൽ, അത് യേശുദാസിന്റെ മനോഹരമായ ശബ്ദത്തിൽ ദിവ്യമായ ആലാപനത്തിലൂടെയല്ലാതെ കഴിയില്ല.

കേരളത്തിലെ ഒട്ടുമിക്ക ക്ഷേത്രങ്ങളെക്കുറിച്ചുള്ള ഭക്തിഗാനങ്ങളും ഇങ്ങനെതന്നെയാണ്. രചനയും സംഗീതവും മാത്രമല്ല, അതിനെ ഉന്നതിയിലേക്കുയർത്തുന്ന ആത്മീയമായ ആലാപനവും ഹൃദയഹാരിയായ ശബ്ദവുമാണ് അതിലെ മുഖ്യഘടകം.

കാലാതിവർത്തിയായ സംഗീതം എന്നതാണ് യേശുദാസിനെ അനന്യമാക്കുന്നത്. അദ്ദേഹം ഒരിക്കലും ഒരു കാലഘട്ടത്തിന്റെയോ ഒരു വിഭാഗത്തിന്റെയോ ഗായകനല്ല. യൂണിവേഴ്സൽ ഗായകനാണ് എന്നതിൽ സംശയമില്ല. എന്നാൽ, ഒരു ക്ലാസിക്കൽ ഗായകനെന്നോ ചലച്ചിത്ര പിന്നണി ഗായകനെന്നോ ഒരു സ്റ്റേജ് പെർഫോർമറെന്നോ ഒരു സംഗീത ഗുരുവെന്നോ അദ്ദേഹത്തെ ഒരിക്കലും വേറിട്ട് കാണാനാവില്ല. കഴിഞ്ഞ അൻപതു വർഷമായി സിനിമാ ഗാനത്തിൽ നിറഞ്ഞുനിന്നിട്ടും അദ്ദേഹത്തെ സിനിമയിലെ ഒരു കാലഘട്ടത്തിന്റെ ഗായകനായി കാണാൻ കഴിയില്ല. ഏതു കാലത്തും അനുയോജ്യമായ ശൈലിയും ആലാപനവശ്യതയും അദ്ദേഹത്തെ ഏതു കാലഘട്ടം വരെ നീളുന്ന ഗായകനാണെന്ന് പ്രവചിക്കുകയും പ്രയാസം.

നാം എത്ര പഠിച്ചു യേശുദാസിനെ?

കേരളത്തിൽ യേശുദാസിനെക്കുറിച്ച് എത്ര പഠനങ്ങൾ നടന്നിട്ടുണ്ട്. വളരെ തുച്ഛം. ഗഹനമായതൊന്നുമില്ല. മറ്റൊരു രാജ്യത്തായിരുന്നെങ്കിൽ ഇത്രയും മഹത്തായ ഒരു വ്യക്തിത്വത്തെപ്പറ്റി ഇതിനോടകം എത്ര പഠനങ്ങൾ ഇറങ്ങിയേനെ. നമ്മൾ വാഴ്ത്തുമ്പോഴും ആരും ചിന്തിച്ചിട്ടില്ല ഈ മഹാനായ ഗായകനെ പഠനവിഷയമാക്കണമെന്ന്. എന്നാൽ, മലയാള ഗാനങ്ങളെക്കുറിച്ച് സ്ഥാനത്തും അസ്ഥാനത്തും ഇന്ന് നിരന്തരം എഴുത്തും ചർച്ചയും മാത്രം. ഇവയിൽ ഒട്ടു മിക്കതും ഉപരിപ്ലവമായ ചർച്ചകൾ മാത്രമാണെങ്കിലും എണ്ണത്തിൽ കുറവില്ല. എന്നാൽ, ഇവർ ചർച്ച ചെയ്യുന്ന

ഗാനങ്ങളിൽ മുക്കാൽ പങ്കും പാടിയ ഒരു ഗായകനെ ആരും പഠനവിഷയമാക്കുന്നില്ല. കുറച്ചുകാലമേ ആകുന്നുള്ളൂ ഇത്ര വ്യാപകമായ ഗാനമെഴുത്തും പഠനവും ചർച്ചയുമൊക്കെ തുടങ്ങിയിട്ട്. ചാനലുകൾ കൂടി വന്നതോടെ എല്ലാവർക്കും കൂടുതൽ സ്പേസ് ആയി. യേശുദാസിനെക്കുറിച്ച് പഠിച്ച് ആരെങ്കിലും ഡോക്ടറേറ്റ് നേടിയതായി അറിവില്ല.

നമ്മൾ പാട്ടിനെപ്പറ്റി ചർച്ച ചെയ്യുമ്പോൾ കൂടുതലും സാഹിത്യമാണ് ചർച്ച ചെയ്യുന്നത്. മലയാളികൾക്ക് സാഹിത്യം അത്രയേറെ ഇഷ്ടപ്പെട്ട വിഷയമായതുകൊണ്ടാകാം അത്. എന്നാൽ, അതിന് വേറെ വേദികളുണ്ടല്ലോ. ഗാനത്തെപ്പറ്റി പറയുമ്പോൾ അതിന്റെ സാഹിത്യത്തെപ്പറ്റി പറയുകയും സംഗീതത്തെയും ആലാപനത്തെയുംകുറിച്ച് വളരെക്കുറച്ചു മാത്രം പറയുകയും ചെയ്യുക എന്നതാണ് നാം പൊതുവേ അനുവർത്തിക്കുന്നത്.

എന്നാൽ, യേശുദാസിന്റെ ആലാപനത്തെക്കുറിച്ച് ചില വിമർശനങ്ങൾ അടുത്തിടെ പ്രത്യക്ഷപ്പെടുകയുണ്ടായി. അതു പാടില്ലെന്നോ യേശുദാസ് ആലാപനത്തിന്റെ അവസാന വാക്കെന്നോ അല്ല. പക്ഷേ, വിമർശനങ്ങൾ ബാലിശമാവുകയും അതിന് അമിത പ്രാധാന്യം ചില മാധ്യമങ്ങൾ നല്കുകയും ചെയ്യുന്നു. യേശുദാസിന്റെ ആലാപനം സവർണ്ണമാണെന്ന് ഒരാൾ നിരീക്ഷിച്ചിരിക്കുന്നു. അതിന് ചില ഉദാഹരണങ്ങൾ ചൂണ്ടിക്കാട്ടിയിട്ടുമുണ്ട്. യേശുദാസിന്റെ ശബ്ദം അത്ര നന്നായിപ്പോയതാണ് ഈ വിമർശകൻ കണ്ടെത്തുന്ന കുറ്റം. ജന്മപരമായി നോക്കിയാൽത്തന്നെ അദ്ദേഹത്തിന്റെ ശബ്ദത്തിന്റെ പ്രത്യേകത മറ്റാരിലും കാണാനാവാത്ത ശബ്ദത്തിന്റെ തൊണ്ടവഴക്കത്തിന്റെ അപൂർവ്വതയാണ്. അതാണ് സവർണ്ണമെങ്കിൽ അതിന് നമുക്ക് അദ്ദേഹത്തെ കുറ്റപ്പെടുത്താനാവുമോ? അതുകൊണ്ട് ബാബുരാജിന്റെ ഗാനങ്ങളോട് നീതിപുലർത്താനായില്ല എന്ന ലേഖകന്റെ നിരീക്ഷണം യേശുദാസിന്റെ ആരാധകർ അവജ്ഞയോടെയേ കാണുകയുള്ളൂ.

ശാസ്ത്രീയമായി സംഗീതം അഭ്യസിക്കാതെ തന്നെ നാടൻ പാട്ടുകളും മറ്റും അതിന്റെ തനിമയോടെ പാടുന്ന നിരവധി ഗായകർ നമുക്കുണ്ട്. അവരുടെ ശബ്ദവും ശൈലിയും സംസ്കാരവും അതിനിണങ്ങുന്നതുമാണ്. അത് വർഷങ്ങളുടെ ശീലത്തിന്റെയും തലമുറകളുടെ സാംസ്കാരികമായ കൈമാറ്റത്തിന്റെയുമൊക്കെ ഫലമാണ്. എന്നാൽ, അത്തരം വഴക്കങ്ങളിലേക്ക് കുട്ടിക്കാലം മുതലേ വഴുതിവീഴാതെ ശബ്ദത്തെയും ആലാപനത്തെയും അബോധമായിത്തന്നെ ദാസ് മാറ്റിയെടുക്കുകയായിരുന്നു.

മലയാളത്തിന്റെ പ്രത്യേകതയായ ഉച്ചാരണശുദ്ധി അദ്ദേഹം ആദ്യം തന്നെ നിലനിർത്തി. കേരളീയമായിത്തന്നെ നൂറ്റാണ്ടുകളായി നിലനില്ക്കുന്ന വൈദിക സംസ്കാരത്തിന്റെ അംശവും അതിൽ കാണാം. വേദങ്ങൾ ചൊല്ലുന്നത് അക്ഷരസ്ഫുടതയോടെയാണ്. നമ്മൾ പ്രൈമറി തലം മുതൽ ശീലിക്കുന്നതും ഈ അക്ഷരശുദ്ധിയാണ്. അങ്ങനെ നമ്മുടെ അച്ചടക്കശീലത്തിന്റെ ഭാഗമായ സംഗീതമാണ് അദ്ദേഹം വളർത്തിയെടുത്തത്.

ഇന്ന് പാട്ട് ശൈലികൾ മാറിവരുന്നുണ്ടെങ്കിലും എല്ലാക്കാലത്തും നമുക്ക് എടുത്തു പറയാവുന്ന ആലാപന മാതൃക ഇതല്ലാതെ മറ്റെന്താണ്. അദ്ദേഹത്തിന്റെ ഓരോ ഗാനത്തിലെ ആലാപനവും അതിന്റെ ഭാഷ, സംസ്കാരം, രാഗം, ഭാവം, കാലഘട്ടം, സാഹിത്യം, മതം, ബിംബം ഇങ്ങനെ വിവിധ തലങ്ങളിലൂടെ വേറിട്ട് നില്ക്കുകയാണ്. അങ്ങനെ ഓരോ പാട്ടും ഓരോ തലത്തിലാണ്. യുഗ്മഗാനങ്ങളിൽ മറ്റൊരു തലമാണ്. സംഗീതസംവിധായകരുടെ സ്വഭാവത്തിൽ. ഭാഷയിൽ ഒക്കെ അത് വേറിട്ടു നില്ക്കുന്നു. ഇങ്ങനെ എങ്ങനെയെല്ലാം ഈ ആലാപനം പഠനവിധേയമാക്കാം. മലയാളം ഇനിയെങ്കിലും അതിന് തുടക്കമിടട്ടെ എന്ന് പ്രത്യാശിക്കുന്നു.

www.ingramcontent.com/pod-product-compliance
Lightning Source LLC
LaVergne TN
LVHW100819051026
849519LV00006B/2136
9789386637024